ഗ്രീൻ ബുക്സ്

മതം ഫാഷിസം ഇടതുപക്ഷം

ഹമീദ് ചേന്നമംഗലൂർ

അധ്യാപകൻ, എഴുത്തുകാരൻ, സാമൂഹ്യപ്രവർത്തകൻ. 1948 ജൂണിൽ കോഴിക്കോട് ജില്ലയിലെ ചേന്നമംഗലൂരിൽ ജനനം. ഇംഗ്ലീഷിൽ മാസ്റ്റർ ബിരുദം. കേരളത്തിലെ വിവിധ ഗവൺമെന്റ് കോളേജുകളിൽ ഇംഗ്ലീഷ് അധ്യാപകനായും കോഴിക്കോട്ടെ പ്രീ-എക്സാമിനേഷൻ ട്രെയിനിങ് സെന്ററിൽ പ്രിൻസിപ്പലായും സേവനമനുഷ്ഠിച്ചിട്ടുണ്ട്.
ഇന്ത്യൻ യൂത്ത് അസോസിയേഷന്റെ 'ബെസ്റ്റ് പബ്ലിക് ഒബ്സർവർ' പുരസ്കാരവും (1986), കേരള സാഹിത്യ അക്കാദമിയുടെ സി.ബി. കുമാർ എൻഡോവ്മെന്റ് അവാർഡും (2010) ലഭിച്ചിട്ടുണ്ട്.

ഗ്രീൻ ബുക്സ് പ്രസിദ്ധീകരിച്ച ഗ്രന്ഥകർത്താവിന്റെ ഇതര കൃതികൾ

ഒരു മതനിരപേക്ഷവാദിയുടെ സ്വതന്ത്രചിന്തകൾ, അധിനിവേശത്തിന്റെ അറേബ്യൻ മുഖം, പശുവിനെ രാഷ്ട്രീയ മൃഗമാക്കുമ്പോൾ

ലേഖനം

മതം ഫാഷിസം ഇടതുപക്ഷം

ഹമീദ് ചേന്നമംഗലൂർ

ഗ്രീൻ ബുക്സ്

green books private limited
gb building, civil lane road, ayyanthole,
thrissur- 680 003, kerala, ph: +91 487-2381066, 2381039
website: www.greenbooksindia.com
e-mail: info@greenbooksindia.com

malayalam
matham fascism itathupaksham
articles
by
hameed chennamangaloor

first published june 2017
copyright reserved

cover design : rajesh chalode
cover photo : brian ajackson/istockphoto

branches:
thrissur 0487-2422515
palakkad 0491-2546162
kannur 0497-2763038
thiruvananthapuram 8589095301

isbn : 978-93-86440-48-8

no part of this publication may be reproduced,
or transmitted in any form or by any means,
without prior written permission of the publisher.

GBPL/919/2017

മുഖക്കുറി

സെക്കുലറിസത്തിന്റെ വഴികൾ ദുർബ്ബലമാകുന്ന ഒരു കാലഘട്ടമാണിത്. ഹമീദ് ചേന്നമംഗലൂർ ജനാധിപത്യത്തിന്റെയും മതനിരപേക്ഷതയുടെയും പാതയിൽ ഉറച്ചുനിൽക്കുന്ന പ്രതിഭാശാലിയായ ഒരെഴുത്തുകാരൻ. മതതീവ്രവാദത്തിനും ഭീകരവാദത്തിനുമെതിരെ തന്റെ സുവ്യക്തമായ നിലപാട് ഊന്നിപ്പറയുന്നു. ഇസ്ലാമിക വലതുപക്ഷത്തെ വെറുതെ വിടുന്ന ഇടതുപക്ഷശൈലി വിമർശിക്കപ്പെടുന്നു.

കൃഷ്ണദാസ്
മാനേജിങ് എഡിറ്റർ

ലേഖനങ്ങൾ

ഐ.എസ്: ബഹുസ്വരതയുടെ അന്തകർ 09
ചാനൽ ചർച്ചകളിലെ ഐ.എസ് 19
ഐ.എസ്സിന്റേത് സങ്കരപ്രത്യയശാസ്ത്രം 23
മതഫാഷിസം ബംഗ്ലാദേശിൽ 27
വിയോജനസ്വാതന്ത്ര്യത്തിന്
ദേശദ്രോഹമുദ്ര നൽകുമ്പോൾ 37
ഇങ്ങനെ പോയാൽ
ഹിന്ദുക്കൾ ന്യൂനപക്ഷമാകും 40
ശബരിമലയിൽ ഗാന്ധിജി വന്നാൽ 44
'ദേശദ്രോഹി'യിൽനിന്ന്
'സമുദായ ദ്രോഹി'യിലേക്കുള്ള ദൂരം 48
മുസ്ലോളിനിമാർ നടത്തുന്ന
ഫാഷിസ്റ്റ് വിരുദ്ധ സംഗമങ്ങൾ 52
വെളിച്ചത്തെ വെറുക്കുന്ന
ഇസ്ലാമിക മതമൗലികവാദം 56
സാക്കിർ നായിക്കിന്റെ
മതവും ദൈവവും 60
എർദോഗനെ വിമർശിച്ചാൽ
നിങ്ങൾ ഭീകരവാദിയാകും 64
നോബേൽ ജേതാവിനെ
വൈകി ആദരിക്കുമ്പോൾ 68
ഏകീകൃത സിവിൽകോഡ്:
വരട്ടെ രൂപരേഖ 72
മുത്തലാഖ് മാത്രം
നിരോധിച്ചാൽ മതിയോ? 77
മദ്യവും ലോട്ടറിയും
പിന്നെ ശരീഅത്തും 81
ആവശ്യമുണ്ട് ആദ്യകാല ജിന്നയെ 85

ഇടതുപക്ഷത്തിന്
ഇറാഖിൽനിന്ന് ഒരു പാഠം 89

ഗുലാം അലി മാത്രം പോര,
മലാലയും വരണം 93

മതമില്ലാത്ത ദൈവം
'മദ'മുള്ള മനുഷ്യർ 96

വിദ്യാഭ്യാസമന്ത്രി
ചുമരെഴുത്തു വായിക്കുന്നു 100

സംവിധായകൻ കമലിനോട്
ഒരു ചോദ്യം 104

ഭീകരത:
വ്യക്തമായ നിലപാടു വേണം 108

മാറേണ്ടത് നാം/അവർ മനഃസ്ഥിതി 112

മതം ഫാഷിസം ഇടതുപക്ഷം 116

ഐ.എസ്: ബഹുസ്വരതയുടെ അന്തകർ

ഇരുനൂറ്റി ഇരുപത്തിയേഴ് വർഷങ്ങൾക്കു മുമ്പാണത്. കൃത്യമായി പറഞ്ഞാൽ 1789 ജൂലായ് 14ന്. അന്നാണ് ഫ്രാൻസിലെ പാരീസിൽ സ്ഥിതി ചെയ്യുന്ന ബാസ്റ്റീൽകോട്ട (തടവറ) സ്വാതന്ത്ര്യമോഹികളായ ജനങ്ങൾ തകർത്തത്. നൂറ്റാണ്ടുകളായി ഫ്രഞ്ച് ജനതയെ വരിഞ്ഞുമുറുക്കി ശ്വാസം മുട്ടിച്ച സ്വേച്ഛാധിപത്യത്തിന്റെ ഇരുണ്ട മുഖമായിരുന്നു ബാസ്റ്റീൽ.

ഫ്രാൻസിൽ ജനദ്രോഹപരമായ രാജവാഴ്ചയ്ക്കെതിരായി സംസാരിക്കാൻ മൂന്ന് ദാർശനികരുണ്ടായി. വാൾട്ടയർ തന്റെ നാടകങ്ങളിലൂടെയും റൂസോ 'സോഷ്യൽ കോൺട്രാക്റ്റ്' എന്ന കൃതിയിലൂടെയും മൊൺണ്ടെസ്ക്യു 'പേർഷ്യൻ ലെറ്റേഴ്സി'ലൂടെയും ജനങ്ങളിൽ സ്വാതന്ത്ര്യാഭിവാഞ്ചയും സമത്വബോധവിചാരവുമുണർത്തി. ദിദറോ, അലെംബേർട്ട്, ടർഗോട്ട് എന്നിവരുൾപ്പെടെ 23 പേർ ചേർന്ന് 'പുതിയ ആശയങ്ങളും പുതിയ ശാസ്ത്രവും പുതിയ വിജ്ഞാന'വുമടങ്ങിയ എൻസൈക്ലോപീഡിയകൂടി പ്രസിദ്ധീകരിച്ചപ്പോൾ ഫ്രഞ്ച് ജനതയിൽ നിഷ്ഠുര രാജഭരണത്തിനെതിരായ അമർഷവും രോഷവും വിപ്ലവാഭിമുഖ്യവും വളരുകയായിരുന്നു.

ആ വിപ്ലവാഭിമുഖ്യത്തിന്റെയും ജനാധിപത്യാഭിലാഷത്തിന്റെയും സ്വാഭാവികപരിണതിയായിരുന്നു ബാസ്റ്റീൽ ആക്രമണം. ഫ്രഞ്ച് വിപ്ലവത്തിലെ പ്രഥമനാഴികക്കല്ല് എന്നതിനെ വിശേഷിപ്പിക്കാം. തുടർന്ന് അതേ വർഷം (1789) ആഗസ്റ്റ് 27ന് ഫ്രാൻസിലെ ജനസാമാന്യം 'മനുഷ്യാവകാശ പ്രഖ്യാപനം' (Declaration of the Rights of Man) നടത്തി. ലോകത്തിലെ രണ്ടാമത്തെ ലിഖിത ഭരണഘടനയായ ഫ്രഞ്ച് ഭരണഘടനയുടെ ഐതിഹാസിക ആമുഖമായിരുന്നു ആ പ്രഖ്യാപനം.[1] ഭൂമിയിലെ സർവമനുഷ്യരെയും മുൻനിർത്തി 'സ്വാതന്ത്ര്യം, സാഹോദര്യം, സമത്വം' എന്ന അത്യുദാത്ത മുദ്രാവാക്യം ഉയർത്തിയാണ് അന്ന് ഫ്രഞ്ച് വിപ്ലവം അരങ്ങേറിയത്.

ആ വിപ്ലവത്തെക്കുറിച്ച് ഇത്രയുമെഴുതിയത് ഇക്കഴിഞ്ഞ ജൂലായ് 14ന് ഫ്രാൻസിലെ മെഡിറ്ററേനിയൻ കടൽത്തീരനഗരമായ നീസിൽ

1. ലോകത്തിലെ ആദ്യലിഖിത ഭരണഘടന നിലവിൽ വന്നത് 1787-ൽ അമേരിക്കയിൽ

നടന്നതും പത്ത് കുട്ടികൾ ഉൾപ്പെടെ 84 പേരുടെ മരണത്തിൽ കലാശിച്ചതുമായ ഭീകരാക്രമണത്തിന്റെ പശ്ചാത്തലത്തിലാണ്. മത-വംശ-ഭാഷാ പരിഗണനകൾക്കതീതമായി മനുഷ്യരുടെയാകമാനം സ്വാതന്ത്ര്യം ഉദ്ഘോഷിച്ച, സർവമാനവരുടെയും സാഹോദര്യത്തിൽ അടിവരയിട്ട, മനുഷ്യസമത്വം എന്ന അത്യുത്കൃഷ്ടപരികല്പന മുന്നോട്ടുവെച്ച ഫ്രഞ്ച് വിപ്ലവത്തിലെ നിർണായകദിനം എന്ന നിലയിൽ ദീർഘകാലമായി ഫ്രാൻസ് ദേശീയദിനമായി ആചരിച്ചുവരുന്ന ദിവസമാണ് ജൂലായ് 4. ആ സവിശേഷ ദിനത്തിൽ മതോന്മാദികളായ ഭീകരർ ആ രാജ്യത്ത് ആക്രമണം നടത്തുമ്പോൾ അതിനെ വെറുമൊരു ഭീകരകൃത്യം എന്ന നിലയിൽ ന്യൂനീകരിച്ചുകൂടാ. പതിനെട്ടാം ശതകത്തിന്റെ ഉത്തരാർദ്ധത്തിൽ ഫ്രഞ്ച് വിപ്ലവം ഉയർത്തിപ്പിടിച്ച മഹത്തായ മൂല്യങ്ങൾ അടിമുടി അരിഞ്ഞുവീഴ്ത്താനുള്ള ആക്രമണമായി വേണം അത് വിലയിരുത്തപ്പെടാൻ.

ഫ്രാൻസിലെ ആദ്യത്തെ ഭീകരാക്രമണമായിരുന്നില്ല ജൂലായ് 14ന് നടന്നത്. സമീപകാലത്ത് ഇസ്ലാമിക് സ്റ്റേറ്റ് അഥവാ ദാഇശ് ആ രാജ്യത്ത് നടത്തിയ മനുഷ്യക്കുരുതികളിൽ മൂന്നാമത്തേതാണ് അത്. 2015 നവംബർ 13ന് അബൂബക്കർ അൽ ബാഗ്ദാദിയുടെ ഭീകരസേന പാരീസിൽ നടത്തിയ ആക്രമണത്തിൽ 130 പേർ കൊല്ലപ്പെട്ടിരുന്നു. അതേ വർഷം ജനുവരി ഏഴിന് 'ഷാർളി ഹെബ്ദോ' എന്ന ആക്ഷേപഹാസ്യ മാസികയുടെ ഓഫീസിൽ ഇസ്ലാമിക് സ്റ്റേറ്റ് (ഐ.എസ്) ഭീകരർ നടത്തിയ ആക്രമണത്തിൽ പന്ത്രണ്ട് മാധ്യമപ്രവർത്തകരുടെ ജീവൻ പൊലിഞ്ഞു. 1961 തൊട്ട് 2012 വരെയുള്ള കാലയളവിൽ മതതീവ്രവാദ സഖ്യങ്ങൾ ഒമ്പതു തവണയെങ്കിലും ഫ്രാൻസിൽ ഭീകരാക്രമണങ്ങൾ നടത്തിയിട്ടുണ്ട്.

എന്തുകൊണ്ട് ഇസ്ലാമിസ്റ്റ് ഭീകരവാദികൾ ഫ്രാൻസിനെ ഇവ്വിധം ലക്ഷ്യമിടുന്നു? ഈ ചോദ്യത്തിനുള്ള ഉത്തരം കിടക്കുന്നത് ഇസ്ലാമിക ഫണ്ടമെന്റലിസത്തിന്റെ രാഷ്ട്രീയ കാഴ്ചപ്പാടുകളിലാണ്. സമീപകാലത്ത് ഏറ്റവും കൂടുതൽ ജനശ്രദ്ധ പിടിച്ചുപറ്റിയ മതമൗലിക-ഭീകരവാദ സംഘമായ ഐ.എസിന്റെ കാഴ്ചപ്പാടുകൾ നമുക്ക് പരിശോധിക്കാം. 'ഇത് അല്ലാഹുവിന്റെ വാഗ്ദാനം' (This is the promise of Allah) എന്ന തലക്കെട്ടിൽ 2014 ജൂൺ 29ന് ഇസ്ലാമിക് സ്റ്റേറ്റ് പുറത്തുവിട്ട ഒരു രേഖയുണ്ട്. അതിൽ മുസ്ലിങ്ങളെ ആഹ്വാനം ചെയ്യുന്നത് ജനാധിപത്യവും മതേതരത്വവും ദേശീയതയും തള്ളിക്കളയാനാണ്. 'പടിഞ്ഞാറുനിന്ന് വന്ന മറ്റ് അഴുക്കുകളും ആശയങ്ങളും' നിരാകരിക്കാനും രേഖ ആവശ്യപ്പെടുന്നു.[2]

മുകളിൽ പരാമർശിച്ച രേഖയിൽ ദൈവിക കല്പനകൾ അനുസരിക്കാതിരുന്നാൽ ഫലം നാശവും മർദ്ദനവും അഴിമതിയും അടിമത്തവും മനുഷ്യന്റെ മൃഗതലത്തിലേക്കുള്ള അധഃപതനവുമായിരിക്കുമെന്ന്

ഐ.എസ്. മുന്നറിയിപ്പു നൽകുന്നുണ്ട്. നേരെമറിച്ച് 'ഖിലാഫത്ത് (ഇസ്ലാമികഭരണം) ജനങ്ങളെ മർദ്ദനത്തിൽനിന്നും അടിമത്തത്തിൽ നിന്നും മോചിപ്പിക്കുന്നു. അത് എങ്ങനെ എന്ന ചോദ്യത്തിന് മറ്റു ഇസ്ലാ മിക മതമൗലിക പ്രസ്ഥാനങ്ങളെപ്പോലെ ഐ.എസിന്റെ മറുപടിയും ഇതാണ്: മനുഷ്യനിർമിത നിയമങ്ങളും വ്യവസ്ഥകളുമാണ് എല്ലാ നാശ ങ്ങളുടെയും മൂലഹേതു. അവയുടെ സ്ഥാനത്ത് അല്ലാഹുവിന്റെ നിയമ ങ്ങൾ (ശരിഅത്ത്) നടപ്പാക്കണം.[3] അങ്ങനെ വരുമ്പോൾ എല്ലാവിധ അടിമത്തങ്ങളിൽനിന്നും മർദ്ദനങ്ങളിൽനിന്നും ദുഷിപ്പുകളിൽനിന്നും മനുഷ്യർ മോചിതരാകും.

മനുഷ്യനിർമിത നിയമങ്ങളുടെ സ്ഥാനത്ത് ദൈവനിർമിത നിയമങ്ങൾ നടപ്പാക്കാനുള്ള ശ്രമത്തിൽ ആളുകളുടെ തലവെട്ടുന്നതോ അവരെ ഇരു മ്പറകളിലടച്ച് പെട്രോളൊഴിച്ച് തീകൊളുത്തി കൊല്ലുന്നതോ സ്ഫോട നങ്ങൾ നടത്തി പിഞ്ചുകുഞ്ഞുങ്ങളടക്കമുള്ള നിരപരാധികളെ വകവരു ത്തുന്നതോ ഒന്നും ഐ.എസിന്റെ കണ്ണിൽ കുറ്റമോ പാപമോ അല്ല. മറ്റു ള്ളവർ അതിനെ ഭീകരകൃത്യങ്ങളായി കാണുമ്പോൾ ഐ.എസ്. അതിനെ ദൈവ നീതിയായി മാത്രമേ കാണുന്നുള്ളൂ. അല്ലാഹുവിന്റെ നിയമങ്ങളും നിശ്ചയങ്ങളും പ്രവൃത്തിപഥത്തിൽ വരുത്താനുള്ള ഉപകരണങ്ങളായാണ് അവർ തങ്ങളെ സ്വയം വീക്ഷിക്കുന്നത്.

'ഇത് അല്ലാഹുവിന്റെ വാഗ്ദാന'ത്തിൽ ഖിലാഫത്ത് സ്ഥാപിക്കുന്ന തിനെക്കുറിച്ചും ശരീഅത്ത് പിന്തുടരാൻ ജനങ്ങളെ നിർബന്ധിക്കുന്ന തിനെക്കുറിച്ചും ഇസ്ലാമിക് സ്റ്റേറ്റ് പറയുന്നതിങ്ങനെ: 'ഇതേ ആവശ്യം മുൻനിർത്തിയാണ് (മുൻകാലത്ത്) അല്ലാഹു തന്റെ ദൂതന്മാരെ അയച്ചി രുന്നതും തന്റെ വേദങ്ങൾ അവർക്കു നൽകിയിരുന്നതും. ജിഹാദിന്റെ വാൾ ആ ദൂതന്മാർ പുറത്തെടുത്തിരുന്നതും അതിനാണ്.[4] ഇസ്ലാമിന്റെ നിയമ-രാഷ്ട്രീയ വ്യവസ്ഥയുടെ മേധാവിത്വം ജിഹാദ് വഴി ലോകത്തുട നീളം സ്ഥാപിക്കുകയെന്നത് 'യഥാർത്ഥ മുസ്ലി'മിന്റെ അനുപേക്ഷണീയ കടമയാണെന്ന സന്ദേശമത്രെ ഐ.എസ് നൽകുന്നത്.

അതേ രേഖയിൽ മറ്റൊരിടത്ത് മുസ്ലിം സമുദായം ജിഹാദിലൂടെ നേടിയ യുദ്ധവിജയങ്ങൾ പ്രതിപാദിക്കുന്നുണ്ട്. 'ഒരേ വർഷം അനേകം വിജയം കരസ്ഥമാക്കാൻ അല്ലാഹു ഈ സമുദായത്തെ പ്രാപ്തമാക്കുന്നു. മറ്റാർക്കും നൂറ്റാണ്ടുകളുടെ ഇടവേളയിൽപ്പോലും അല്ലാഹു അത് നൽകു ന്നില്ല. ചരിത്രത്തിലെ രണ്ട് വൻസാമ്രാജ്യങ്ങൾ 25 വർഷങ്ങൾക്കുള്ളിൽ

---

2. 'ജമാഅത്തെ ഇസ്ലാമിയുടെ സന്ദേശം' എന്ന കൃതിയിൽ മൗലാനമൗദൂദി ആവശ്യപ്പെട്ടതും ജനാധിപത്യവും മതേതരത്വവും ദേശീയതയും നിരാ കരിക്കണമെന്നാണ്.

3. 'അല്ലാഹുവിന്റെ ഭൂമിയിൽ അല്ലാഹുവിന്റെ ഭരണം' എന്ന മൗദൂദിസ്റ്റ് ആശയ ത്തോട് ചേർന്നുനിൽക്കുന്ന ആശയമാണിത്.

4. Robert Spencer, The complete Infidel's Guide to ISIS, p.173

നിലംപരിശാക്കാൻ ഈ സമുദായത്തിന് സാധിച്ചു. ആ സാമ്രാജ്യങ്ങളുടെ സമ്പത്തുപയോഗിച്ച് അവർ അല്ലാഹുവിന്റെ മാർഗത്തിൽ ജിഹാദ് നടത്തി. അഗ്നിയാരാധകരായ മാജിയന്മാരുടെ അഗ്നി അവർ കെടുത്തി. സ്വന്തം സേന ദുർബലവും ആയുധങ്ങൾ പരിതാപകരവുമായിരുന്നിട്ടുകൂടി കുരിശാരാധകരെ അവർ മുട്ടുകുത്തിച്ചു.[5]

രേഖ തുടരുന്നു: "ഈ സമുദായത്തിന്റെ ഇന്നലത്തെ ദൈവം തന്നെയാണ് ഇന്നത്തെയും ദൈവം. ഇന്നലെ സമുദായത്തിന് വിജയം സമ്മാനിച്ച ദൈവം ഇന്നും അവർക്ക് വിജയം സമ്മാനിക്കും... അതിനാൽ മുസ്ലീങ്ങളേ, നിങ്ങൾ ഖലീഫയുടെ സവിധത്തിലേക്ക് വരുക; അങ്ങനെ ചെയ്താൽ ഒരുകാലത്ത് ഭൂമിയിലെ രാജാക്കന്മാരും യുദ്ധക്കളത്തിലെ വീരന്മാരുമായിരുന്ന നിങ്ങൾ ആ പൂർവാവസ്ഥ തിരിച്ചുപിടിക്കും...

അല്ലാഹുവിനെ സാക്ഷിനിർത്തി പറയട്ടെ, ജനാധിപത്യത്തിലും മതേതരത്വത്തിലും ദേശീയതയിലും പടിഞ്ഞാറുനിന്നുവന്ന മറ്റു മലിനാശയങ്ങളിലും നിങ്ങൾ വിശ്വസിക്കാതിരിക്കുകയും നിങ്ങളുടെ യഥാർത്ഥ മതത്തിലേക്ക് മടങ്ങുകയും ചെയ്താൽ നിങ്ങൾ ഭൂമിയുടെ അധിപന്മാരാകും; കിഴക്കും പടിഞ്ഞാറും നിങ്ങളുടെ മുമ്പിൽ മുട്ടുകുത്തും. ഇത് അല്ലാഹു നിങ്ങൾക്കു നൽകുന്ന വാഗ്ദാനമാണ്.[6]

മുകളിൽ കുറിച്ച വരികളിൽനിന്ന് ഐ.എസ്സിന്റെ മുഖ്യശത്രു ജനാധിപത്യവും മതേതരത്വവും ബഹുസ്വരതയുമാണെന്ന് വ്യക്തമാകുന്നു. 1789-ലെ ഫ്രഞ്ചുവിപ്ലവത്തിന്റെ നാളുകൾതൊട്ട് അനുക്രമം ഫ്രാൻസിൽ വികസിച്ചുവന്ന മതേതര ജനാധിപത്യമൂല്യങ്ങളോടും അതുവഴി ഫ്രാൻസിൽ ആഴത്തിൽ വേരാഴ്ത്തിയ തുറന്ന സമൂഹം എന്ന ആശയത്തോടുമുള്ള എതിർപ്പാണ് ആ രാജ്യത്ത് കൂടെക്കൂടെ ഭീകരാക്രമണങ്ങൾ നടത്താൻ ജിഹാദിസ്റ്റുകളെ പ്രേരിപ്പിക്കുന്ന പ്രധാനപ്പെട്ട ഘടകങ്ങളിലൊന്ന്. ജൂലായ് 14ലെ കൂട്ടക്കശാപ്പിനുശേഷം ഫ്രാൻസിലെ നോർമണ്ടി മേഖലയിലെ സെന്റ് റുവറി ചർച്ചിൽ ഐ.എസ്. ഭീകരർ നടത്തിയ ആക്രമണത്തിൽ ജാക്യുസ് ഹാമെൽ എന്ന വൈദികൻ കൊല്ലപ്പെട്ടിരുന്നു. ആക്രമണം നടത്തിയ ഭീകരർ പുരോഹിതന്റെ കഴുത്തറുക്കുകയായിരുന്നു. ഐ.എസ്. ബന്ധമുള്ള അമാഖ് വാർത്താ ഏജൻസി ക്രൈസ്തവ പുരോഹിതന്റെ വധത്തിനുപിന്നിൽ ഇസ്ലാമിക് സ്റ്റേറ്റാണെന്ന് വെളിപ്പെടുത്തുകയും ചെയ്തിരിക്കുന്നു. ഐ.എസ്സിനെ നിയന്ത്രിക്കുന്നവരുടെ സിരകളിൽ തിളച്ചുമറിയുന്ന പരമത ദ്വേഷത്തിന്റെ അനേകം ഉദാഹരണങ്ങളിൽ ഒന്നു മാത്രമാണിത്.

ഒരുവശത്ത് പരമതദ്വേഷം കത്തിജ്ജ്വലിക്കുമ്പോൾ മറുവശത്ത് കാണുന്നത് സ്വമതത്തിന് നേരെയുള്ള വിമർശനം മതഭീകരവാദികളിൽ

5. Ibid, p.173

6. Ibid, p.174-76

ജനിപ്പിക്കുന്ന ഭ്രാന്തമായ കലിയും പകയുമാണ്. നേരത്തെ സൂചിപ്പിച്ച ഷാർളി ഹെബ്ദോ ആക്രമണം ആ പകയുടെ പ്രത്യക്ഷീകരണമായിരുന്നു. ഏതെങ്കിലും ഒരു മതത്തെയോ ഒരു രാഷ്ട്രീയവീക്ഷണത്തെയോ മാത്രം ആക്ഷേപഹാസ്യത്തിന് വിധേയമാക്കിയ ചരിത്രമല്ല ഷാർളി ഹെബ്ദോയ്ക്കുള്ളത്. 2015 ജനുവരിക്കു മുമ്പ് പലപ്പോഴായി മാർപാപ്പയെയും കത്തോലിക്കപള്ളിയെയും ഫ്രഞ്ച് രാഷ്ട്രീയക്കാരെയുമെല്ലാം പരാമൃഷ്ട കാർട്ടൂൺ മാസിക ആക്ഷേപഹാസ്യംവഴി കുടഞ്ഞെറിഞ്ഞിട്ടുണ്ട്.

അത്തരം ഒരു പ്രസിദ്ധീകരണത്തിൽ തങ്ങളുടെ മതവികാരങ്ങളെ നോവിപ്പിക്കുന്ന ചിത്രങ്ങളോ കാർട്ടൂണുകളോ വാക്യങ്ങളോ വന്നാൽ, 'ഞാൻ നിങ്ങളെപ്പോലെ വെറുമൊരു മനുഷ്യനാണ്' എന്ന വിനയം പ്രകടിപ്പിച്ച മുഹമ്മദ് നബിയെ പിന്തുടരുന്നവർക്ക് രണ്ടുതരത്തിൽ പ്രതികരിക്കാവുന്നതാണ്. തങ്ങളുടെ ശക്തമായ പ്രതിഷേധം രേഖാമൂലം മാസികയുടെ ചുമതലക്കാരെ അറിയിക്കുക എന്നതാണ് ഒരു വഴി. മാസികയ്ക്കെതിരെ നിയമനടപടികൾ കൈക്കൊള്ളുക എന്നത് രണ്ടാമത്തെ വഴിയും. ഇവ രണ്ടും സ്വീകരിക്കുന്നതിന് പകരം ഇസ്ലാംമതമോ അതിന്റെ പ്രവാചകനോ അംഗീകരിച്ചിട്ടില്ലാത്ത അക്രമത്തിന്റെയും മനുഷ്യക്കുരുതിയുടെയും മാർഗമാണ് ഭീകരർ അവലംബിച്ചത്. 'മതത്തിൽ നിർബന്ധമില്ല' എന്ന് ഖുർആനിലെ രണ്ടാം അധ്യായത്തിൽ 256-ാം സൂക്തത്തിൽ വ്യക്തമായി രേഖപ്പെടുത്തിയിട്ടുണ്ട് എന്ന വസ്തുത അവർ കണക്കിലെടുത്തതേയില്ല.

ഷിയ തീവ്രവാദ പ്രസ്ഥാനമായ ഹിസ്ബുല്ലയുടെ നേതാവായിരുന്ന ശെയ്ഖ് ഹസൻ നസറുല്ലപോലും ഷാർളി ഹെബ്ദോ നരഹത്യയെ അപലപിക്കുകയാണ് ചെയ്തത്. അദ്ദേഹത്തിന്റെ വാക്കുകൾ: 'പുസ്തകങ്ങളിലൂടെയോ ചിത്രങ്ങളിലൂടെയോ കാർട്ടൂണുകളിലൂടെയോ ദൈവത്തിന്റെ പ്രവാചകനെ വിമർശിക്കുകയോ അപമാനിക്കുകയോ ചെയ്യുന്നവരെക്കാൾ കൂടുതൽ ഇസ്ലാമിനെ അപമാനിക്കുന്നത് തക്ഫീരി ഭീകരവാദ കൂട്ടായ്മകളാണ്.[7] (യഥാർത്ഥ ഇസ്ലാം എന്ന് തങ്ങൾ വിലയിരുത്തുന്ന ഇസ്ലാമിൽനിന്ന് വ്യതിചലിച്ചവരെ കൊലപ്പെടുത്തണമെന്ന് സിദ്ധാന്തിക്കുന്നവരാണ് തക്ഫീരികൾ. ആ വിഭാഗത്തെയാണ് ഐ.എസ്. പ്രതിനിധാനം ചെയ്യുന്നത്)

ഫ്രാൻസുപോലെ ഇസ്ലാമിക് സ്റ്റേറ്റ് ഭീകരർ ഉന്നമിടുന്ന മറ്റൊരു യൂറോപ്യൻ രാഷ്ട്രമാണ് ബെൽജിയം. 2015 നവംബർ 13ന് 'പ്രകാശനഗര'ത്തിൽ (പാരീസിൽ) നടന്ന ഭീകരാക്രമണത്തിന്റെ സൂത്രധാരൻ ബെൽജിയൻ പൗരനായ അബ്ദുൾ ഹമീദ് അബാഊദ് ആയിരുന്നു. ബെൽജിയത്തിന്റെ തലസ്ഥാനമായ ബ്രസ്സൽസിൽ മൊലെൻബിക് എന്ന

7. Frontline, 20-02-2015

പ്രദേശം ജിഹാദിസ്റ്റുകളുടെ താവളമായി കണക്കാക്കപ്പെടുന്നു. അബാ ഊദും മൊലെൻബിക്കിലാണ് താമസിച്ചിരുന്നത്.

നാലുമാസം മുമ്പ്, 2016 മാർച്ച് 22ന് ബ്രസൽസിൽ 31 പേരുടെ ജീവ ഹാനിയിൽ കലാശിച്ച ഭീകരാക്രമണം നടന്നു. അതിൽ പങ്കെടുത്ത ഖാലിദ്, ഇബ്രാഹിം എന്നീ ഭീകരവാദികൾ അബാഊദിനോടൊപ്പം നവംബർ 13-ലെ പാരീസ് ആക്രമണത്തിലും പങ്കെടുത്തതായി തെളി ഞ്ഞിട്ടുണ്ട്. ഫ്രാൻസ് എന്നപോലെ ബെൽജിയവും മതേതര ബഹുസ്വര ജനാധിപത്യവും തുറന്ന സമൂഹം എന്ന സങ്കല്പവും മാറോടുചേർത്ത രാഷ്ട്രമത്രെ.

മറ്റൊരു സവിശേഷതകൂടി ബെൽജിയത്തിനുണ്ട്. യൂറോപ്യൻ യൂണിയന്റെ പ്രമുഖ സ്ഥാപനങ്ങൾ സ്ഥിതിചെയ്യുന്നത് ആ രാഷ്ട്ര ത്തിന്റെ തലസ്ഥാനനഗരിയിലാണ്. ആ അർഥത്തിൽ യൂറോപ്പിന്റെ ഡീ ഫാക്ടോ തലസ്ഥാനമാണ് ബ്രസൽസ് എന്ന് ന്യായമായി പറയാം. ആധു നിക യൂറോപ്പ് നെഞ്ചേറ്റുന്ന സാംസ്കാരിക മൂല്യങ്ങളോട് കുടിപ്പക വെച്ചുപുലർത്തുന്ന ഇസ്ലാമിക ഫണ്ടമെന്റലിസത്തിന്റെ അതിതീക്ഷ്ണ രൂപം എന്ന് വിശേഷിപ്പിക്കാവുന്ന ഐ.എസ് ബ്രസൽസിനെ ആക്രമി ക്കുമ്പോൾ യൂറോപ്പിന്റെ സാംസ്കാരിക സവിശേഷതകളുടെ ശിരച്ഛേദം തന്നെയാണ് അവർ ലക്ഷ്യമിടുന്നത്. ബെൽജിയംപോലുള്ള രാജ്യ ങ്ങളിലെ തുറന്ന സമൂഹത്തിൽ ഭീതി വളർത്തുക മാത്രമല്ല, അതിന്റെ സാമൂഹികമായ കെട്ടുറപ്പും സാമഞ്ജസ്യവും തല്ലിത്തകർക്കുക എന്നതുകൂടി ഇസ്ലാമിക് സ്റ്റേറ്റ്പോലുള്ള ഭീകരസേനകളുടെ ഉന്നങ്ങളിൽ പെടുന്നു.

ഫ്രാൻസിലോ ബെൽജിയത്തിലോ ഒതുങ്ങുന്നില്ല ജിഹാദിസ്റ്റുകളുടെ യൂറോപ്യൻ ദ്വേഷം. 2016 ഏപ്രിലിൽ ഐ.എസ്. പുറത്തുവിട്ട ഒരു വീഡി യോയിൽ ബ്രിട്ടീഷ് പാർലമെന്റും ഐഫൽ ഗോപുരവും നിലംപതിക്കു ന്നതിന്റെ ദൃശ്യങ്ങൾ ചേർത്തിട്ടുണ്ട്. പാരീസിലെയും ബ്രസൽസിലെയും ഭീകരാക്രമണ ദൃശ്യങ്ങൾക്ക് പുറമെ അമേരിക്കയിലെ സെപ്തംബർ 11 ആക്രമണത്തിന്റെ ദൃശ്യങ്ങളും വീഡിയോയിലുണ്ട്. ഈ മൂന്ന് ആക്രമ ണങ്ങളും പാശ്ചാത്യർക്ക് നൽകുന്ന മുന്നറിയിപ്പുകളായാണ് അടയാള പ്പെടുത്തിയിരിക്കുന്നത്.

ഐ.എസിന്റെ 'അൽറഅദ് മീഡിയ' തയ്യാറാക്കിയ വീഡിയോ, താക്കീ തിന്റെ സ്വരത്തിൽ പറയുന്നതിങ്ങനെ: 'ഇന്നലെ പാരീസായിരുന്നെങ്കിൽ നാളെ അത് ലണ്ടനോ ബെർലിനോ റോമോ ആയിരിക്കും. കുരിശിന്റെ രാഷ്ട്രക്കാരേ, ഈ സന്ദേശം നിങ്ങൾക്കുള്ളതാണ്. നിങ്ങളുടെ മുമ്പിൽ വഴികൾ കുറച്ചേയുള്ളൂ എന്ന് മനസ്സിലാക്കുക. ഒന്നുകിൽ നിങ്ങൾക്ക് ഇസ്ലാമിൽ ചേരാം, അല്ലെങ്കിൽ കപ്പം കൊടുക്കാം. അതുമല്ലെങ്കിൽ യുദ്ധത്തിൽ മരിക്കാം.'[8]

---

8. The Hindu, 06-04-2016

ബ്രിട്ടീഷ് പാർലമെന്റിനും ഐഫൽ ഗോപുരത്തിനും പുറമെ റോമിലെ കൊളോസിയംപോലുള്ള ചരിത്രപ്രാധാന്യമർഹിക്കുന്ന മറ്റു ചില പ്രമുഖ കേന്ദ്രങ്ങളും തങ്ങളുടെ ഹിറ്റ്ലിസ്റ്റിൽ ഐ.എസ്. ഉൾപ്പെടുത്തിയതായി വീഡിയോ വ്യക്തമാക്കുന്നുണ്ട്. ഇറാഖിലും സിറിയയിലും ഇസ്ലാമിസ്റ്റ് ഭീകരർ നടത്തിയ തലയറുപ്പിന്റെ ദൃശ്യങ്ങളും വീഡിയോയിൽ കാണാം.

മേൽച്ചൊന്ന വീഡിയോ ആധുനിക പാശ്ചാത്യസംസ്കാരത്തോടും അതിന്റെ ജനാധിപത്യ ബഹുസ്വരാധിഷ്ഠിതമൂല്യങ്ങളോടുമുള്ള ജിഹാദിസ്റ്റുകളുടെ കൊടിയ വിദ്വേഷത്തിലേക്കാണ് കൈ ചൂണ്ടുന്നത്. അടുത്ത കാലത്ത് അഫ്ഗാനിസ്താനിലും ബംഗ്ലാദേശിലും ഐ.എസ് (ഐ.എസ്സുമായി ബന്ധമുള്ളവർ) നടത്തിയ ഭീകരാക്രമണങ്ങൾക്ക് പിന്നിലും അവർ ശിരസ്സേറ്റിയ പ്രതിലോമപരവും മനുഷ്യാവകാശ നിഷേധപരവുമായ ആശയലോകം പ്രവർത്തിക്കുന്നതു കാണാം. 2016 ജൂലായ് 23-ന് അഫ്ഗാൻ തലസ്ഥാനമായ കാബൂളിൽ രണ്ടിടത്ത് ഇസ്ലാമിക് സ്റ്റേറ്റ് നടത്തിയ ആക്രമണത്തിൽ എൺപതിലേറെപേർ കൊല്ലപ്പെടുകയും മുന്നൂറോളം പേർക്ക് പരിക്കേൽക്കുകയും ചെയ്തു.

എൺപതുകളുടെ അവസാനത്തിൽ സോഷ്യലിസ്റ്റുഭരണം അട്ടിമറിക്കപ്പെടുന്നതുവരെ മതേതര ബഹുസ്വരമൂല്യങ്ങൾക്ക് മേൽക്കൈ ഉണ്ടായിരുന്ന സമൂഹമായിരുന്നു അഫ്ഗാനിസ്താനിലേത്. അമേരിക്കയുടെയും പാകിസ്താന്റെയും പിൻബലത്തിൽ ഇസ്ലാമിക തീവ്രവാദികൾ ഭരണം കൈവശപ്പെടുത്തിയതോടെ മതയാഥാസ്ഥിതിക മൂല്യങ്ങളും മധ്യകാല വീക്ഷണങ്ങളും അഫ്ഗാൻ ജനതയ്ക്കുമേൽ അടിച്ചേല്പിക്കപ്പെടാൻ തുടങ്ങി. സെക്കുലർ ലിബറൽ കാഴ്ചപ്പാടുള്ളവരെയെന്നപോലെ സ്ത്രീ സമൂഹത്തെയും നിർദയം അടിച്ചമർത്തുന്ന പ്രാകൃതമതഭരണത്തിന്റെ ശൈലിയാണ് പിൽക്കാലത്ത് പൊതുവിൽ പിന്തുടരപ്പെട്ടത്.

പക്ഷേ, ആ ശൈലിയെ ശക്തമായി പ്രതിരോധിക്കുകയും ജനാധിപത്യപരവും ലിംഗനീതിപരവുമായ നിലപാടുകൾ പൊക്കിപ്പിടിക്കുകയും ചെയ്യുന്ന ഒരു പുരോഗമന ജനവിഭാഗം ആ രാജ്യത്ത് നിലനിന്നുപോന്നിട്ടുണ്ട്. മതോന്മാദത്തിനും മതപരമായ സെക്റ്റേറിയനിസത്തിനും എതിർനിൽക്കുന്ന ആ വിഭാഗം 1980-കൾതൊട്ട് വളർന്നുവന്ന താലിബാനിസ്റ്റുകളുടെയും ഇപ്പോൾ അവിടെ വേരുറപ്പിക്കാൻ ശ്രമിക്കുന്ന ഐ.എസ്സിന്റെയും കണ്ണിലെ കരടാണ്. ഐ.എസ്. അഫ്ഗാനിസ്താനിൽ ഇപ്പറഞ്ഞ ഉത്പതിഷ്ണു വിഭാഗത്തിന്റെ നട്ടെല്ലൊടിക്കാനും സുന്നി-ശിയ വിഭജനം ശക്തിപ്പെടുത്താനുമാണ് ശ്രമിക്കുന്നത്. ശിയാവിഭാഗത്തിൽപ്പെട്ട ന്യൂനപക്ഷമായ ഹസാര മുസ്ലിങ്ങളാണ് അവിടെ ഇസ്ലാമിക് സ്റ്റേറ്റിന്റെ ഇരകളിൽ ഭൂരിപക്ഷം. സുന്നി ഇസ്ലാമിന്റെ ആധിപത്യത്തിന് വിഘ്നമെന്ന് തങ്ങൾ കരുതുന്ന ഹസാരകളെ കൊന്നൊടുക്കുന്നതിൽ ഐ.എസ്. സായൂജ്യം കണ്ടെത്തുന്നു. പ്ലൂരലിസം, മൾട്ടി കൾച്ചറലിസം തുടങ്ങിയ അവസ്ഥാവിശേഷങ്ങളെ ഇസ്ലാമിന്റെ ശത്രുപട്ടികയിൽ സ്ഥാപിക്കുകയത്രേ അവർ ചെയ്യുന്നത്.

ഷെയ്ഖ്മുജീബുർ റഹ്മാന്റെ നാട്ടിൽ (ബംഗ്ലാദേശിൽ) സ്വാധീനം നേടാൻ നോക്കുമ്പോഴും ഐ.എസ്സിന്റെ തോക്കിൻകുഴൽ നീളുന്നത്

സെക്കുലർ പ്ലൂരലിസത്തിനു നേരെത്തന്നെ. ആ രാഷ്ട്രത്തിലെ മത മൗലിക-തീവ്രവാദ സംഘടനകളായ ജമാഅത്തുൽ മുജാഹിദിൽ ബംഗ്ലാ ദേശ്, അൻസാറുല്ല ബംഗ്ലാ ടീം, ജമാഅത്തെ ഇസ്ലാമി എന്നിവയ്ക്ക് സഹായകമാകുംവിധമാണ് അവിടെ ഇസ്ലാമിക് സ്റ്റേറ്റിന്റെ ഇടപെടൽ. മുജിബുർ റഹ്മാൻ ഉയർത്തിപ്പിടിച്ചതും ഇടക്കാലത്ത് ജമാഅത്തെ ഇസ്ലാ മിയുടെ സഹായത്തോടെ പട്ടാള ഭരണാധികാരികൾ തകർത്തെറിഞ്ഞതു മായ മതേതര ജനാധിപത്യമൂല്യങ്ങൾ വീണ്ടെടുക്കാൻ ഷെയ്ഖ് ഹസീനാ ഭരണകൂടം ശ്രമിക്കുന്നത് ഇസ്ലാമിസ്റ്റ്-ജിഹാദിസ്റ്റ് കൂട്ടായ്മകൾക്ക് സഹി ക്കാൻ കഴിയുന്നില്ല. കഴിഞ്ഞ നാലഞ്ചു വർഷമായി പുരോഗമനാശയ ക്കാരെയും സ്വതന്ത്രചിന്തകരെയും നിഷ്കരുണം വേട്ടയാടുന്ന പ്രവണത ബംഗ്ലാദേശിൽ ശക്തിപ്രാപിച്ചിരിക്കുന്നു. അഹമ്മദ് റജീബ് ഹൈദർ, പ്രൊഫ.ഹുമയൂൺ ആസാദ്, പ്രൊഫ.ഷാഫി ഉൽ ഇസ്ലാം, പ്രൊഫ. താഹിർ അഹമ്മദ്, പ്രൊഫ.റസാവുൽ കരീം സിദ്ധിഖി, അവിജിത് റോയ്, പ്രൊഫ.യൂനുസ് മുഹമ്മദ്, വശിഖുർ റഹ്മാൻ ബാബു, നാസിമുദ്ദീൻ സമദ്, ഫൈസൽ ആരഫിൻ ദിപിൻ, സുൽഹാൻ മന്നാൻ തനായ്മജും തുടങ്ങി കുറെയേറെ മതേതരബുദ്ധിജീവികളും ബ്ലോഗർമാരും അവിടെ ഇതിനകം മതതീവ്രവാദികളുടെ കൊലക്കത്തിക്കിരയായിട്ടുണ്ട്.

മാപ്പർഹിക്കാത്ത ഈ കൊലപാതകങ്ങൾക്കുനേരെ വിരൽചൂണ്ട പ്പെടുമ്പോൾ ബംഗ്ലാദേശിലെ മാത്രമല്ല, ഇങ്ങ് കേരളത്തിലെ ഇസ്ലാമി സ്റ്റുകൾപോലും നാല് വർഷത്തോളമായി ബംഗ്ലാദേശിൽ നടന്നുവരുന്ന യുദ്ധക്കുറ്റവാളി വിചാരണയുടെ മറവിൽ തടിതപ്പാനാണ് ശ്രമിക്കാറുള്ളത്. 1971-ലെ വിമോചനപ്പോരാട്ടനാളുകളിൽ ജനാധിപത്യവാദികൾക്കെതിരെ പാക് സൈന്യത്തോടൊപ്പം ചേർന്ന് നരഹത്യയും കൂട്ടബലാത്സംഗവും നടത്തിയ ജമാഅത്ത് നേതാക്കളിൽ ചിലർ തൂക്കിലേറ്റപ്പെട്ടതിനോടുള്ള പ്രതിഷേധമായി അവർ ഭീകരാക്രമണങ്ങളെ ന്യൂനീകരിക്കുന്നു. ഈ വിശ ദീകരണം യാഥാർത്ഥ്യത്തിന്റെ ഏഴയലത്തുപോലും എത്തുന്നില്ല.

എന്തുകൊണ്ടെന്നാൽ, സമീപകാലത്തായി ധാക്കയിലും ചുറ്റുവട്ട ങ്ങളിലും കാണുന്നത് മതന്യൂനപക്ഷങ്ങളായ ഹിന്ദുക്കൾ, ക്രൈസ്തവർ, ശിയാമുസ്ലീങ്ങൾ, അഹമ്മദി മുസ്ലിങ്ങൾ എന്നിവരും ലൈംഗിക ന്യൂന പക്ഷാവകാശപ്രവർത്തകരും വിദേശികളുമൊക്കെ ആക്രമിക്കപ്പെടു ന്നതും വധിക്കപ്പെടുന്നതുമാണ്. 2016 ജൂലായ് ഒന്നിന് ധാക്കയിലെ റെസ്റ്റോ റന്റിൽ പതിനൊന്നു മണിക്കൂർ നീണ്ട ആക്രമണം നടത്തിയ ഭീകരർ തദ്ദേശീയരിൽനിന്ന് മാറ്റിനിർത്തി വിദേശികളെ വെട്ടിക്കൊല്ലുകയാ യിരുന്നു. അന്ന് കൊല്ലപ്പെട്ട 20 പേരിൽ ഇന്ത്യക്കാരി താരുഷി ജെയ്ൻ എന്ന പത്തൊമ്പതുകാരിയും ഉൾപ്പെടും. ഈ ക്രൂരകൃത്യം നടത്തിയ വർ എന്തുതരം മുസ്ലീങ്ങളാണെന്ന് പ്രധാനമന്ത്രി ഷെയ്ഖ് ഹസീനയ്ക്ക് അദ്ഭുതപ്പെടേണ്ടിവന്നു. പക്ഷേ, ഭീകരവാദികളെ പ്രചോദിപ്പിക്കുന്ന പ്രത്യയശാസ്ത്രത്തിന്റെ അകക്കാമ്പറിഞ്ഞാൽ അതിൽ അദ്ഭുതത്തിന വകാശമില്ല. ഇസ്ലാമിസ്റ്റ് ഏകസ്വരത ഉറപ്പിക്കുകയും മതേതര ബഹു സ്വരതയ്ക്ക് ശവമഞ്ചം തീർക്കുകയുമായിരുന്നു ഭീകരവാദികൾ.

ഇതിനോടു ചേർത്തുവായിക്കേണ്ട രണ്ടു കാര്യങ്ങൾ വേറെയുണ്ട്. മാനവരാശിയുടെ സാംസ്കാരികശേഷിപ്പുകളായ ചരിത്രസ്മാരകങ്ങളോട് ഐ.എസ്. ഭീകരർ കൈക്കൊള്ളുന്ന സമീപനമാണ് ഒന്ന്. നൂറ്റാണ്ടുകളും സഹസ്രാബ്ദങ്ങളും പഴക്കമുള്ള ദേവാലയങ്ങൾ ഉൾപ്പെടെ ചരിത്രമുറങ്ങുന്ന കെട്ടിടങ്ങളും ശില്പങ്ങളും മറ്റ് കലാരൂപങ്ങളും ഇസ്ലാമിക് സ്റ്റേറ്റ് ഭീകരർ ഇടിച്ചുനിരപ്പാക്കുന്നു. ഇവ്വിധം നശിപ്പിക്കപ്പെടുന്ന സ്മാരകങ്ങളിൽ അപര മതങ്ങളുമായി ബന്ധപ്പെട്ടവ മാത്രമല്ല, സുന്നി ഇസ്ലാമുമായും ശിയാ ഇസ്ലാമുമായും ബന്ധപ്പെട്ടവയുമുണ്ട്. ഈ ചരിത്രശേഷിപ്പുകൾ തൗഹീദ് വിരുദ്ധതയിലേക്ക് (ബഹുദൈവ ആരാധനയിലേക്ക്) നയിക്കുമെന്ന വികലവും യുക്തിഹീനവുമായ വീക്ഷണമാണ് ഐ.എസ്സുകാരുടെ സ്മാരകവിരോധഭ്രാന്തിനു പിന്നിലുള്ളത്. 1990-കളിൽ അഫ്ഗാനിസ്താനിൽ ബുദ്ധപ്രതിമകൾ താലിബാൻ ഭീകരർ നശിപ്പിച്ചതിനുപിന്നിൽ പ്രവർത്തിച്ചിരുന്നതും ഇതേ ഭ്രാന്തുതന്നെ. വിശ്വാസ ബഹുസ്വരത അനുവദിക്കാൻ ജിഹാദിസ്റ്റുകൾ തയ്യാറല്ല. ഇസ്ലാമിക് സ്റ്റേറ്റ് തേരോട്ടം നടത്തിയ പലയിടങ്ങളിലും ഒട്ടേറെ ചരിത്രസ്മാരകങ്ങൾ നിലംപരിശാക്കപ്പെട്ടിട്ടുണ്ട്

മതേതര ബഹുസ്വര ജനാധിപത്യത്തിന്റെയും വിശ്വാസവൈവിധ്യങ്ങളുടെയും തങ്ങൾക്കു രുചിക്കാത്ത ചരിത്രത്തിന്റെയും കഴുത്തറുക്കാൻ ആയുധമേന്തുന്ന ഐ.എസ്സുകാർ ഇസ്ലാമിക ശരിഅത്തിന്റെ മറവിൽ മധ്യകാല അറേബ്യയിൽ നിലനിന്ന ലൈംഗിക അടിമത്തം പുനഃസ്ഥാപിക്കാനുള്ള ശ്രമം വിജയകരമായി നടത്തുന്നു എന്നതാണ് രണ്ടാമത്തെ കാര്യം. ഇക്കൂട്ടർ മുറുകെപ്പിടിക്കുന്ന പുരുഷമേധാവിത്വമൂല്യങ്ങളുടെ കഠിനത അത് വെളിവാക്കുന്നു. യുദ്ധവേളയിൽ പിടികൂടപ്പെട്ട സ്ത്രീകളെ പുരുഷന്മാർക്ക് ലൈംഗിക അടിമകളാക്കാമെന്ന മധ്യകാല പ്രാകൃതനിയമം ഇരുപത്തിയൊന്നാം നൂറ്റാണ്ടിൽ നടപ്പാക്കുകയാണ് ഇസ്ലാമിക് സ്റ്റേറ്റുകാർ ചെയ്യുന്നത്. 2014-ൽ ഇറാഖിൽ നടത്തിയ ആക്രമണത്തിൽ മൂവായിരത്തോളം അമുസ്ലിം സ്ത്രീകളെ അവർ പിടികൂടുകയുണ്ടായി. യസീദി സമുദായത്തിലും ക്രൈസ്തവ സമുദായത്തിലും പെട്ടവരായിരുന്നു അവർ. പത്തും പന്ത്രണ്ടും വയസ്സുള്ള പെൺകുട്ടികൾ വരെ അക്കൂട്ടത്തിലുണ്ടായിരുന്നു. വേദഗ്രന്ഥത്തിന്റെ അനുമതിയുണ്ടെന്ന ന്യായത്തിൽ അവരെ ലൈംഗിക അടിമകൾ എന്ന നിലയിൽ ജിഹാദിസ്സുകൾ ഉപയോഗപ്പെടുത്തി. പലരും മതംമാറ്റത്തിന് നിർബന്ധിക്കപ്പെടുകയും ചെയ്തു.

അച്ഛനും മകനും ഒരേ അടിമസ്ത്രീയെ ലൈംഗികമായി ഉപയോഗിക്കുന്നതുൾപ്പെടെയുള്ള റിപ്പോർട്ടുകൾ പുറത്തുവരുകയും പല കേന്ദ്രങ്ങളിൽനിന്നും വിമർശനമുയരുകയും ചെയ്തപ്പോൾ പെണ്ണടിമകളോടുള്ള ലൈംഗികബന്ധം സംബന്ധിച്ച് ഐ.എസ്സിനു ഫത്വ (മതവിധി) പുറപ്പെടുവിക്കേണ്ടിവന്നു. അത് പ്രകാരം പിതാവും മകനും ഒരേ സ്ത്രീയുമായി ബന്ധപ്പെടുന്നത് ഇപ്പോൾ വിലക്കപ്പെട്ടിരിക്കുന്നു. അമ്മയും മകളും അടിമകളായി വല്ലവർക്കു കീഴിലുമുണ്ടെങ്കിൽ അവരിൽ

ഒരാളുമായി മാത്രമേ ലൈംഗികവേഴ്ച നടത്താവൂ എന്ന നിബന്ധനയും ഫത്വയിൽ ചേർത്തിട്ടുണ്ട്.[9]

അടിമകളാക്കപ്പെട്ട സ്ത്രീകളോട് മാത്രമല്ല ഐ.എസ് ക്രൂരത കാണിക്കുന്നത്. അല്ലാത്തവരും കടുത്ത അനീതി നേരിടുന്നു. 2015 ജനുവരിയിൽ സ്ത്രീകളെ സംബന്ധിച്ച് ഇസ്ലാമിക് സ്റ്റേറ്റിന്റെ ഒരു അർദ്ധഔദ്യോഗിക മാനിഫെസ്റ്റോ പുറത്തുവരികയുണ്ടായി. 'വിമെൻ ഓഫ് ഇസ്ലാമിക് സ്റ്റേറ്റ്: മാനിഫെസ്റ്റോ ആന്റ് കെയ്സ് സ്റ്റഡി' എന്നാണ് അതിന്റെ തലക്കെട്ട്. ഐ.എസ്സിന്റെ വനിതാ വിങ്ങായി അറിയപ്പെടുന്ന അൽ ഖൻസാ ബ്രിഗേഡുമായി ബന്ധപ്പെട്ട ഒരു ജിഹാദിസ്റ്റ് ഫോറത്തിലാണ് അത് പ്രത്യക്ഷപ്പെട്ടത്. സ്ത്രീകൾ പാശ്ചാത്യമാതൃക അവലംബിക്കരുതെന്ന് വിലക്കുന്ന പ്രകടനപത്രിക പെണ്ണുങ്ങളുടെ സ്ഥാനം ഗൃഹഭിത്തികൾക്ക് അകത്താണെന്ന് വ്യക്തമാക്കുന്നു. അനിവാര്യഘട്ടങ്ങളിൽ മാത്രമേ അവർ പുറത്തുപോകാവൂ. മുഖംമറയ്ക്കൽ നിർബന്ധമാണ്. വനിത ഡോക്ടർമാർക്കും അധ്യാപികമാർക്കും പുറത്തുപോകാം; പക്ഷേ, ശരീഅത്ത് അനുശാസിക്കുന്ന നിബന്ധനകൾ അവർ കർശനമായി പാലിക്കണം.[10] യാഥാസ്ഥിതിക പുരുഷസമൂഹം വേലികെട്ടിത്തിരിച്ച സങ്കുചിത വൃത്തത്തിൽ ഒതുങ്ങിക്കഴിയാനുള്ള അവകാശമേ ഇസ്ലാമിക് സ്റ്റേറ്റ് സ്ത്രീകൾക്ക് നൽകുന്നുള്ളൂ.

എന്തുകൊണ്ട് ഐ.എസ്. ഭീകരത എന്ന ചോദ്യത്തിനു മുസ്ലിം മത സംഘടനകളിൽ മിക്കതും നൽകുന്ന ഒരു മറുപടിയുണ്ട്. അമേരിക്കയും യൂറോപ്യൻ രാഷ്ട്രങ്ങളും ഇസ്രായേലും ചേർന്ന് മുസ്ലിം സമൂഹത്തിനു മേൽ നടത്തിപ്പോന്ന (പോരുന്ന) അതിക്രമങ്ങളോടുള്ള പ്രതികരണമാണ് ഐ.എസ് ഭീകരത എന്നതാണത്.

അറബ് മേഖലയിലെ ഭരണാധികാരികളുടെ സ്വേച്ഛാപ്രമത്തതകൂടി അതിനു വഴിവെക്കുന്നു എന്നും അവർ കൂട്ടിച്ചേർക്കാറുണ്ട്. ഭാഗിക സത്യമേ ഈ മറുപടികളിൽ അടങ്ങിയിട്ടുള്ളൂ. പാശ്ചാത്യരാഷ്ട്രങ്ങളുടെ സാമ്രാജ്യത്വനയങ്ങളും അവർ ഇറാഖ് ഉൾപ്പെടെയുള്ള മുസ്ലിം ഭൂരിപക്ഷ രാഷ്ട്രങ്ങളിൽ നടത്തിയ അധിനിവേശവും അറബ് ഭരണകർത്താക്കളുടെ ഏകാധിപത്യരീതികളുമൊക്കെ തീവ്രവാദ-ഭീകരവാദ പ്രസ്ഥാനങ്ങളുടെ വളർച്ചയ്ക്ക് സഹായകമായിട്ടുണ്ടെന്നത് ശരിതന്നെ. പക്ഷേ, മുൻ ഖണ്ഡികകളിൽ പ്രതിപാദിച്ച വസ്തുതകളിൽ നിന്നു വ്യക്തമാകുന്നതുപോലെ, ആധുനിക മതേതര ബഹുസ്വര ജനാധിപത്യമൂല്യങ്ങളുടേയും ലിംഗസമത്വപരവും ലിംഗനീതിപരവുമായ സാമൂഹിക വീക്ഷണങ്ങളുടെയും എതിർചേരിയിൽ നീക്കുപോക്കില്ലാതെ നിൽക്കുന്ന മതാത്മക പ്രത്യയശാസ്ത്രവും വിചാരരീതിയും കൂടി ഇസ്ലാമിക് സ്റ്റേറ്റ് ഭീകരതയ്ക്ക് വെള്ളവും വളവുമായി ഭവിച്ചിട്ടുണ്ട്. ആ പ്രത്യയശാസ്ത്ര-വിചാരരീതിദ്വയത്തെ വെറുതെ വിട്ട് ജിഹാദിസ്റ്റ് ഭീകരതയെ ചെറുക്കാനാവില്ല.

(ആഗസ്റ്റ്, 2016)

---

9. The Hindu, 30-12-2015
10. The Hindu, 06.02.2015

ചാനൽ ചർച്ചകളിലെ ഐ.എസ്

ഇസ്ലാമിക് സ്റ്റേറ്റ് ഓഫ് ഇറാഖ് ആന്റ് സിറിയ എന്നറിയപ്പെടുന്ന മത ഭീകരസംഘം പരിഷ്കൃത ലോകത്തെ വെല്ലുവിളിക്കാൻ തുടങ്ങിയിട്ട് രണ്ടു വർഷം പിന്നിട്ടിരിക്കുന്നു. ആ സംഘത്തിന്റെ ഉദ്ഭവത്തെക്കുറിച്ചും വളർച്ചയെക്കുറിച്ചും മാത്രമല്ല, അതിനെ പ്രചോദിപ്പിക്കുന്ന പ്രത്യയ ശാസ്ത്രത്തെക്കുറിച്ചും ഇതിനകം ഒട്ടേറെ പഠനങ്ങൾ പുറത്തുവന്നിട്ടുണ്ട്. വ്യക്തമായ രാഷ്ട്രീയലക്ഷ്യത്തോടെ പ്രവർത്തിക്കുന്ന ഒരു ഭീകര പ്രസ്ഥാനമാണ് അതെന്ന് ആ പഠനങ്ങളിലൂടെ കടന്നുപോകുന്ന ആർക്കും മനസ്സിലാക്കാവുന്നതേയുള്ളൂ.

കാൾ വോൺ ക്ലോസ്‌വിറ്റ്സ് 1832-ൽ യുദ്ധത്തെക്കുറിച്ചു നടത്തിയ ശ്രദ്ധേയമായ ഒരു നിരീക്ഷണമുണ്ട്. "രാഷ്ട്രീയത്തിന്റെ മറ്റു മാർഗേണ യുള്ള തുടർച്ച മാത്രമാണ് യുദ്ധം" എന്നാണ് ക്ലോസ്‌വിറ്റ്സ് പറഞ്ഞത്. ഈ നിരീക്ഷണം ഭീകരവാദത്തിനും ചേരും. വാസ്തവത്തിൽ മറ്റെല്ലാ ഭീകരവാദങ്ങളുമെന്നപോലെ ഐ.എസ്സിന്റെ ഭീകരവാദവും രാഷ്ട്രീയ ത്തിന്റെ മറ്റു മാർഗേണയുള്ള തുടർച്ച മാത്രമാണ്.

പരമപ്രധാനമായ ഈ വസ്തുത കേരളത്തിലെ ടെലിവിഷൻ ചാന ലുകൾ ഐ.എസിനെക്കുറിച്ചു നടത്തുന്ന ചർച്ചകളിൽ പലപ്പോഴും വേണ്ട വിധം തുറന്നുകാട്ടപ്പെടുന്നില്ല. ഇസ്ലാമിക് സ്റ്റേറ്റിന്റെ രാഷ്ട്രീയമുഖം മിക്ക പ്പോഴും മറച്ചുവെക്കപ്പെടുന്നു. അതിനുള്ള മുഖ്യകാരണം ചാനൽ ചർച്ച കൾക്കു സ്വതേയുള്ള ദൗർബല്യംതന്നെ. അപ്പപ്പോൾ പൊങ്ങിവരുന്ന വിവിധ വിഷയങ്ങൾ സംവാദങ്ങൾക്കു വിധേയമാക്കുന്നതിൽ അത്ര പിറ കിലൊന്നുമല്ല പൊതുവിൽ മലയാളത്തിലെ വാർത്താചാനലുകൾ. പക്ഷേ, ബന്ധപ്പെട്ട വിഷയങ്ങളിൽ വിദഗ്ധരായ പാനലിസ്റ്റുകളെ മിക്ക പ്പോഴും ചാനലുകൾക്കു ലഭിക്കാറില്ല. തന്മൂലം കിട്ടുന്നവരെക്കുറിച്ച് ഡിസ്കഷൻ നടത്താൻ അവ നിർബന്ധിക്കപ്പെടുന്നു.

കേരളത്തിൽ ചാനൽ ചർച്ചകളിൽ ഐ.എസ് കാര്യമായി കടന്നു വന്നത് ഏതാനും യുവതീയുവാക്കൾ 'ഇസ്ലാമിക് സ്റ്റേറ്റി'ൽ ആകൃഷ്ട രായി രാജ്യംവിട്ട വാർത്ത മൂന്നുമാസം മുമ്പു പുറത്തുവന്നപ്പോഴാണ്. അതുകഴിഞ്ഞ് ഒക്ടോബർ 2-ന് കണ്ണൂർ ജില്ലയിലെ കനകമലയിൽ ഐ.എസ് ബന്ധം സംശയിക്കപ്പെടുന്ന ആറുപേർ എൻ.ഐ.എയുടെ

പിടിയിലായി. ആ സമയത്തും നമ്മുടെ ചാനലുകളിൽ ഇസ്ലാമിക് സ്റ്റേറ്റിനെ സംബന്ധിക്കുന്ന ചർച്ചകൾ സംപ്രേഷണം ചെയ്യപ്പെട്ടു.

ഇരുസന്ദർഭങ്ങളിലും വ്യത്യസ്ത ചാനലുകളിലായി ഐ.എസ്. ഡിസ്കഷനിൽ പങ്കെടുത്ത ചിലർ ആ സംഘടനയുടെ രാഷ്ട്രീയ ലക്ഷ്യങ്ങൾ തമസ്കരിക്കുന്നതിലാണ് ശ്രദ്ധയത്രയും കേന്ദ്രീകരിച്ചത്. ആത്മീയ തീവ്രവാദത്തിന് അടിപ്പെട്ട പാവത്താന്മാരാണ് ഇസ്ലാമിക് സ്റ്റേറ്റിലേക്ക് ആകർഷിക്കപ്പെടുന്നതെന്നു വരുത്തിത്തീർക്കാൻ പണിപ്പെടുകയായിരുന്നു അത്തരക്കാർ. യെമനിലോ സിറിയയിലോ മറ്റേതെങ്കിലും അറബ് രാഷ്ട്രത്തിലോ പോയി ഏഴാം നൂറ്റാണ്ടിൽ മുഹമ്മദ് നബി ജീവിച്ച സാമൂഹിക പരിതോവസ്ഥയിൽ കാലം കഴിക്കുക എന്നതാണ് ആ ജനുസിൽപ്പെട്ടവരുടെ ഉദ്ദേശ്യമെന്ന് അവർ വിശദീകരിക്കുകയും ചെയ്തു.

സത്യം പറഞ്ഞാൽ ഐ.എസ് എന്ന ഭീകരപ്രസ്ഥാനത്തിൽ മരുന്നിനുപോലുമില്ലാത്ത വസ്തുവാണ് ആത്മീയത. സ്പഷ്ടമായ രാഷ്ട്രീയ ലക്ഷ്യം മുന്നിൽവെച്ച് പ്രവർത്തനപഥത്തിൽ വന്ന സംഘടനയാണത്. ആത്മീയ തീവ്രവാദം, ആത്മീയഭ്രാന്ത് എന്നൊക്കെ പറഞ്ഞു ഇസ്ലാമിക് സ്റ്റേറ്റിന്റെ രാഷ്ട്രീയ പ്രത്യയശാസ്ത്രം മറച്ചുപിടിക്കാൻ ഭഗീരഥപ്രയത്നം നടത്തുന്നവർ ഇന്നലത്തെ മഴയ്ക്കു കിളിർത്തുപൊങ്ങിയ പുൽക്കൊടിയായി അതിനെ നിസ്സാരീകരിക്കാൻ ശ്രമിക്കുകകൂടി ചെയ്യുന്നു. ഉസാമ ബിൻ ലാദന്റെ അൽ ഖായ്ദയിലൂടെ ഊർജസ്വലത കൈവരിച്ച ഇസ്ലാമിക തീവ്രവാദത്തിന്റെ കൂടുതൽ കരുത്തുറ്റ പതിപ്പാണ് യഥാർത്ഥത്തിൽ ഐ.എസ്.

1980-കളുടെ ആദ്യത്തിൽ പാക്-അഫ്ഗാൻ മേഖലയിലെത്തിയ ബിൻ ലാദൻ വിവരമില്ലാത്തവനോ മണ്ടനോ ഒന്നുമായിരുന്നില്ല. ഹൃദയത്തിന്റെ ഉള്ളറകളിൽ തിളച്ചുമറിയുന്ന ഒരു പ്രത്യയശാസ്ത്രവും അതിന്റെ പിൻബലത്തിൽ നടപ്പാക്കേണ്ട പദ്ധതിയുമായാണ് സൗദി പൗരനായിരുന്ന ലാദൻ അഫ്ഗാൻ മണ്ണിൽ കാലുകുത്തിയത്. മുസ്ലിം ഭൂരിപക്ഷ രാഷ്ട്രമായ അഫ്ഗാനിസ്ഥാനിൽനിന്ന് 'നിരീശ്വരരും ഇസ്ലാം വിരുദ്ധരു'മായ കമ്യൂണിസ്റ്റുകാരെയും സോവിയറ്റ് സേനയെയും തുടച്ചുമാറ്റുക എന്നതായിരുന്നു എൻജിനീയറിങ്ങ് ബിരുദമുള്ള ലാദന്റെ ആദ്യത്തെ ലക്ഷ്യം. അതു നേടിക്കഴിഞ്ഞാൽ അവിടെ ഇസ്ലാമിന്റെ സമ്പൂർണ രാഷ്ട്രീയ-സാംസ്കാരികാധിപത്യം സ്ഥാപിക്കുക എന്നതും.

താലിബാനിലൂടെയും അതിന്റെ നേതാവ് മുല്ലാ ഉമറിലൂടെയും ആ ലക്ഷ്യം ഒരു വലിയ പരിധിവരെ സഫലീകരിച്ച ഉസാമ തന്റെ രണ്ടാമത്തെ ശത്രുവായ അമേരിക്കൻ (ക്രൈസ്തവ) മേധാവിത്വത്തിനു നേരെ തിരിഞ്ഞു. 1998-ൽ അഫ്ഗാനിസ്ഥാനിൽവെച്ചാണ് ലാദനും അയാളുടെ സഹപ്രവർത്തകനായ അയ്മനുൽ സവാഹിരിയും മറ്റു മൂന്ന് ഇസ്ലാമിസ്റ്റുകളും ചേർന്നു പാശ്ചാത്യർക്കെതിരെ യുദ്ധപ്രഖ്യാപനം നടത്തിയതും ലണ്ടനിലെ 'അൽ ഖുദ്സുൽ അറബി' എന്ന പത്രത്തിലേക്ക് അത് ഫാക്സ് ചെയ്തുകൊടുത്തതും.

അമേരിക്കക്കാരെയും അവരുടെ പാശ്ചാത്യ സഹായികളെയും കൊലപ്പെടുത്താൻ ആഹ്വാനം ചെയ്യുന്ന ആ പ്രഖ്യാപനത്തിന്റെ യുക്തിസഹമായ പരിണാമമായിരുന്നു 1998 ആഗസ്റ്റിൽ കെനിയയിലെയും ടാൻസാനിയയിലെയും അമേരിക്കൻ എംബസികൾക്കുനേരെ നടത്തപ്പെട്ട ആക്രമണം. അമേരിക്കയെ പ്രകോപിപ്പിച്ച്, മുസ്ലിം രാഷ്ട്രങ്ങളിൽ അമേരിക്കയെക്കൊണ്ട് പ്രത്യാക്രമണം നടത്തിപ്പിക്കുകയും അതുവഴി അത്തരം രാഷ്ട്രങ്ങളിലെ മുസ്ലിങ്ങളെ മുഴുവൻ തങ്ങളുടെ പക്ഷത്തേക്കു കൊണ്ടുവരികയും ചെയ്യുക എന്നതായിരുന്നു അൽ ഖായ്ദ നേതൃത്വത്തിന്റെ ലക്ഷ്യം.

കെനിയ-ടാൻസാനിയ ആക്രമണങ്ങൾ ഉദ്ദിഷ്ടഫലം ഉളവാക്കിയില്ലെന്നു ബോധ്യപ്പെട്ടപ്പോൾ അമേരിക്കയുടെ ഹൃദയത്തിൽത്തന്നെ ചാവേർ ആക്രമണങ്ങൾ നടത്താൻ ലാദനും കൂട്ടരും തീരുമാനിച്ചു. അങ്ങനെയാണ് 2001 സെപ്തംബർ 11-ന് ന്യൂയോർക്കിലും വാഷിങ്ടണിലും മൂവായിരത്തോളം പേരുടെ മരണത്തിൽ കലാശിച്ച ആക്രമണം അൽഖായ്ദ നടത്തിയത്. ലാദനെ സംബന്ധിച്ചിടത്തോളം പ്രസ്തുത ആക്രമണം തന്റെ ലക്ഷ്യം നേടാനുള്ള മാർഗം മാത്രമായിരുന്നു. അയാൾ എന്താഗ്രഹിച്ചോ അതേ രീതിയിൽ അമേരിക്ക പ്രതികരിച്ചു. ആദ്യം അഫ്ഗാനിസ്ഥാനിലും പിന്നീട് ഇറാഖിലും യു.എസ് ഭരണകൂടം നരനായാട്ട് നടത്തി. അത്രകണ്ട് അമേരിക്കയ്ക്കെതിരെ മുസ്ലിം രോഷം കത്തിജ്ജ്വലിപ്പിക്കുന്നതിൽ ബിൻ ലാദൻ വിജയിച്ചു.

അൽ ഖായ്ദയിൽനിന്നു പൊട്ടിമുളച്ച തീവ്രവാദ നാമ്പുകൾ തുടർവർഷങ്ങളിൽ ഇറാഖിലും സിറിയയിലുമൊക്കെയുണ്ടായി. അവയാണ് പിന്നീട് 'അൽ ഖായ്ദ ഇൻ ഇറാഖും' അതുകഴിഞ്ഞ് 'ഇസ്ലാമിക് സ്റ്റേറ്റ് ഓഫ് ഇറാഖും' അതിൽ പിന്നീട് 'ഇസ്ലാമിക് സ്റ്റേറ്റ് ഓഫ് ഇറാഖ് ആന്റ് സിറിയ'യുമൊക്കെയായി മാറിയത്. ലാദൻ രൂപം കൊടുത്ത അൽ ഖായ്ദ എന്നപോലെ അബൂബക്കർ ബാഗ്ദാദിയിലൂടെ വികസിച്ച ഐ.എസും കൃത്യമായ രാഷ്ട്രീയലക്ഷ്യം മുൻനിർത്തിയാണ് പ്രവർത്തിച്ചുപോന്നത്.

ആദ്യം അറബ് മേഖലയിലും തുടർന്നു സാധ്യമായ മറ്റു പ്രദേശങ്ങളിലും ഇസ്ലാമിക ഭരണം സ്ഥാപിക്കുക എന്നതാണ് ആ ലക്ഷ്യം. ആത്മീയതയല്ല, ഇസ്ലാമിക ഭരണ സംസ്ഥാപനത്തിൽ കുറഞ്ഞ മറ്റൊന്നുകൊണ്ടും തൃപ്തിപ്പെടാത്ത മതാത്മക രാഷ്ട്രീയമാണ് ഇസ്ലാമിക് സ്റ്റേറ്റിനെ പ്രചാദിപ്പിക്കുന്നത് എന്നു ചുരുക്കം.

ഇപ്പറഞ്ഞ മതാത്മക രാഷ്ട്രീയം അൽ ഖായ്ദയ്ക്കും ഐ.എസ്സിനും എവിടെനിന്നുകിട്ടി? ഈ അന്വേഷണം നമ്മെ കൊണ്ടെത്തിക്കുക ജിഹാദി സലഫിസത്തിൽ മാത്രമല്ല, ഈജിപ്തിലെ മുസ്ലിം ബ്രദർഹുഡ്ഡിലും അതിന്റെ സൈദ്ധാന്തികനായിരുന്ന സയ്യിദ് ഖുതുബിലും ഖുതുബിനെ ബൗദ്ധികമായി സ്വാധീനിച്ച മൗദൂദിയിലും കൂടിയാണ്. രാഷ്ട്രീയമില്ലാത്ത (ഇസ്ലാമിക ഭരണവാദമില്ലാത്ത) ഇസ്ലാം ജീവച്ഛവമാണ് എന്നു

വിധിയെഴുതിയ മുസ്ലിം ഫണ്ടമെന്റലിസ്റ്റ് ചിന്തകരത്രേ ഖുതുബും മൗദൂദിയും. ഉസാമ ബിൻ ലാദൻ, അയ്മനുൽ സവാഹിരി തുടങ്ങിയ അൽ ഖായ്ദ നേതാക്കളും അബു ഉമറുൽ ബാഗ്ദാദി, അബൂബക്കറുൽ ബാഗ്ദാദി എന്നീ ഐ.എസ് മേധാവികളും അവരുടെ ചിന്തകളാൽ ഗാഢമായി സ്വാധീനിക്കപ്പെട്ടവരാണ്.

ഖുതുബും മൗദൂദിയും തങ്ങളുടെ കൃതികൾ വഴി പ്രചരിപ്പിച്ച രാഷ്ട്രീയ ഇസ്ലാമിന്റെ കനത്ത സ്വാധീനം ദശാബ്ദങ്ങളായി കേരളത്തിലും നിലനിൽക്കുന്നുണ്ട്. ഇവിടെനിന്നായാലും മറ്റെവിടെനിന്നായാലും ഐ.എസ്സിലേക്കു ചേക്കേറുന്നവരെ പൊളിറ്റിക്കൽ ഇസ്ലാം അഥവാ ഇസ്ലാമിസം സ്വാധീനിച്ചിട്ടുണ്ടെന്നതും തർക്കമറ്റ യാഥാർത്ഥ്യമാണ്. ഈ അപ്രിയ സത്യം മൂടിവെക്കുകയും ഖുതുബിസ്റ്റ്-മൗദൂദിസ്റ്റ് വിചാരങ്ങൾ ഐ.എസ്സിൽ ചെലുത്തുന്ന സ്വാധീനം പുറംലോകം അറിയരുതെന്ന് ആഗ്രഹിക്കുകയും ചെയ്യുന്നവരാണ് മലയാളത്തിലെ ചാനൽ ചർച്ചകളിൽ 'ഇസ്ലാമിക് സ്റ്റേറ്റി'നെ ആത്മീയ തീവ്രവാദമായി ന്യൂനീകരിക്കാൻ പെടാപ്പാട് പെടുന്നത്. ഉദ്ബുദ്ധരായ പ്രേക്ഷകരെ ദീർഘകാലം കബളിപ്പിക്കാൻ തങ്ങൾക്കാവില്ലെന്നു ഗ്രഹിക്കാനുള്ള ബുദ്ധിപോലും അത്തരക്കാർ പ്രദർശിപ്പിക്കുന്നില്ല.

(ഒക്ടോബർ, 2016)

ഐ.എസ്സിന്റേത് സങ്കരപ്രത്യയശാസ്ത്രം

ഭീകരതയുടെ കാര്യത്തിൽ ഉസാമ ബിൻ ലാദന്റെ അൽഖെയ്ദയെ കടത്തിവെട്ടിയ പ്രസ്ഥാനമാണ് ഐ.എസ്. സംഘടനാശേഷിയിലും സൈനിക ബലത്തിലും അത് ലാദന്റെ ഭീകരവാദശൃംഖലയെക്കാൾ ഏറെ മുന്നിൽനിൽക്കുന്നു. കഴിഞ്ഞ രണ്ടു വർഷത്തിനിടയിൽ അബൂബക്കർ അൽ ബാഗ്ദാദിയുടെ 'ഇസ്ലാമിക് സ്റ്റേറ്റ്' നടത്തിയ അതിനിഷ്ഠൂര ക്രൂര കൃത്യങ്ങൾ അതിന്റെ ഹിംസാത്മകതയും രക്തക്കൊതിയും വെളിപ്പെടുത്തുന്നവയായിരുന്നു.

ആധുനിക സമൂഹം ഇന്നേവരെ കണ്ടതിൽ വെച്ചേറ്റവും മനുഷ്യത്വ രഹിതമെന്ന് വിശേഷിപ്പിക്കപ്പെടുന്ന ഈ ഭീകരപ്രസ്ഥാനത്തിന്റെ വേരുകൾ എവിടെക്കിടക്കുന്നു എന്നതു സംബന്ധിച്ച് പൊതുവിൽ അവ്യക്തത നിലനിൽക്കുന്നുണ്ട്. ദീർഘകാലമായി പ്രവർത്തനക്ഷമമായ ഭീകരവാദ ധാരകളുടെ തുടർച്ചയായാണ് ചിലർ ഐ.എസ്സിനെ വിലയിരുത്തുന്നത്. 2003-ൽ അമേരിക്ക, ഇറാഖിൽ നടത്തിയ ആക്രമണത്തോടും ആ രാജ്യത്ത് ഷിയാമുസ്ലിങ്ങൾക്ക് ഇറാൻ നൽകിയ പ്രോത്സാഹനത്തോടുമുള്ള പ്രതികരണമായി വേറൊരു വിഭാഗം ഐ.എസ്സിന്റെ ആവിർഭാവത്തെ കാണുന്നു. ഇസ്ലാമിക് സ്റ്റേറ്റ് പ്രകടിപ്പിക്കുന്ന അസഹിഷ്ണുതയുടെയും അതിനെ നയിക്കുന്ന പ്രത്യയശാസ്ത്രത്തിന്റെയും വേരുകൾ സലഫിസത്തിൽ കണ്ടെത്തുന്ന മൂന്നാമതൊരു വിഭാഗവും ഇസ്ലാമിസത്തിൽ (പൊളിറ്റിക്കൽ ഇസ്ലാമിൽ) കണ്ടെത്തുന്ന നാലാമതൊരു വിഭാഗവുമുണ്ട്.

ഐ.എസ്സിന്റെ പ്രത്യയശാസ്ത്രം ഏകമുഖമല്ല എന്നതാണ് യാഥാർത്ഥ്യം. ഏതെങ്കിലുമൊരു പ്രത്യേക വ്യക്തിയിലേക്കോ പ്രസ്ഥാനത്തിലേക്കോ ചരിത്രസംഭവത്തിലേക്കോ മാത്രമായി അതിനെ വെട്ടിച്ചുരുക്കാനാവില്ല. അതേസമയം, സുന്നി ഇസ്ലാമിന്റെ രാഷ്ട്രീയാധിപത്യം എന്ന സങ്കല്പം ഉയർത്തിപ്പിടിക്കുന്ന മതപണ്ഡിതരിലേക്കും മതപ്രസ്ഥാനങ്ങളിലേക്കും ചിന്താപദ്ധതികളിലേക്കുമെല്ലാം അതിന്റെ വേരുകൾ ഇറങ്ങിച്ചെല്ലുന്നുണ്ടുതാനും. ഏതെങ്കിലുമൊരു ഘടകത്തിൽനിന്നല്ല, പല ഘടകങ്ങളിൽനിന്ന് വായാവും വെള്ളവും വലിച്ചെടുത്താണ് ഇസ്ലാമിക് സ്റ്റേറ്റ് നിലവിൽവന്നതെന്ന് സാരം.

ആ ഘടകങ്ങളിൽ പ്രധാനപ്പെട്ടവയേതെന്ന് കണ്ടെത്താൻ ഐ.എസ്സിന്റെ അവകാശവാദത്തിലേക്ക് ആദ്യം കടന്നുചെല്ലണം. തങ്ങളുടെ സംഘടന 'ആധികാരിക ഇസ്ലാമി'ന്റെ പ്രതിനിധാനമാണെന്നാണ് ഇസ്ലാമിക് സ്റ്റേറ്റ് മേധാവികൾ അവകാശപ്പെടുന്നത്. ആധികാരിക ഇസ്ലാം എന്നുവെച്ചാൽ 'ശുദ്ധ ഇസ്ലാം' എന്നർഥം. ആദ്യകാല മുസ്ലിം തലമുറ പിന്തുടർന്ന ഇസ്ലാം മാത്രമാണ് ശുദ്ധ ഇസ്ലാം എന്ന് കരുതുന്നവരുണ്ട്. അവർ സലഫികളെന്നും അവരുടെ വിചാരപദ്ധതി സലഫിസമെന്നും അറിയപ്പെടുന്നു. ഐ.എസ്സുകാർ സ്വയം പരിചയപ്പെടുത്തുന്നത് തങ്ങൾ സലഫികളാണെന്നത്രേ.

സലഫിസത്തിന്റെ സംഘടിതരൂപം പതിനെട്ടാം നൂറ്റാണ്ടിൽ അറേബ്യയിൽ നിലവിൽവന്നു. മുഹമ്മദ് ഇബ്നു അബ്ദുൽ വഹാബ് എന്ന മതപണ്ഡിതൻ പ്രചരിപ്പിച്ച ചിന്തകളായിരുന്നു അതിന്റെ അടിസ്ഥാനം. തന്മൂലം അത് വഹാബിസം എന്ന പേരിൽക്കൂടി അറിയപ്പെട്ടു. അപര മതചിന്തകളും ചിഹ്നങ്ങളും മാത്രമല്ല, ഇസ്ലാമിനകത്തുള്ള സുന്നിയിതര ചിന്തകളും അനുവദിക്കപ്പെട്ടുകൂടാ എന്നതായിരുന്നു വഹാബിസത്തിന്റെ നിലപാട്. ഷിയാ മുസ്ലിങ്ങളെയും സൂഫി മുസ്ലിങ്ങളെയുമെല്ലാം അബ്ദുൽ വഹാബ് ഇസ്ലാമിനു വെളിയിൽ നിർത്തി. കർക്കശമായ സുന്നി ഏകസ്വരത ഉറപ്പിക്കുക മാത്രമല്ല, ചരിത്രപ്രവാഹത്തിൽനടന്ന സാംസ്കാരിക ആദാനപ്രദാനങ്ങളുടെ ഫലമായി മുസ്ലിങ്ങൾ സ്വാംശീകരിച്ച പല സാംസ്കാരികരീതികളും മൂല്യങ്ങളും ഏകദൈവ വിശ്വാസ(തൗഹീദ്)ത്തിന്റെ പേരിൽ അരിഞ്ഞുമാറ്റുകയും ചെയ്തു അദ്ദേഹം.

സലഫികൾ എന്ന അവകാശവാദം ഏതെങ്കിലും ഒരു വിഭാഗം മാത്രമല്ല ഉന്നയിക്കുന്നത്. കോളനീകരണാനന്തര ഇസ്ലാമിക പ്രസ്ഥാനങ്ങൾ പലതും തങ്ങൾ സലഫികളാണെന്ന് അവകാശപ്പെടുന്നവയാണ്. ഉദാഹരണത്തിന് ഈജിപ്തിലെ മുസ്ലിം ബ്രദർഹുഡ്, ഇന്ത്യൻ ഉപഭൂഖണ്ഡത്തിലെ ജമാഅത്തെ ഇസ്ലാമി തുടങ്ങിയ ഇസ്ലാമിസ്റ്റ് സംഘടനകൾ ആധികാരിക (ശുദ്ധ) ഇസ്ലാമിന്റെ വക്താക്കളാണ്. ആദ്യകാല ഇസ്ലാം ഏതോ അതേ ഇസ്ലാമാണ് തങ്ങൾ പിന്തുടരുന്നതെന്ന് അവർ വ്യക്തമാക്കുന്നു. തന്നെയുമല്ല, അപരമത, അപരസംസ്കാരചിഹ്നങ്ങളോട് വഹാബിസം (സലഫിസം) അനുവർത്തിക്കുന്ന അതേ നയമാണ് അവരും അനുവർത്തിക്കുന്നത്.

സൈദ്ധാന്തിക സലഫിസവും ഇസ്ലാമിസം എന്ന രാഷ്ട്രീയ ഇസ്ലാമും കൂടിക്കലർന്നുണ്ടായ ഒരു സങ്കര പ്രത്യയശാസ്ത്രമാണ് ഇസ്ലാമിക് സ്റ്റേറ്റിനെ പ്രചോദിപ്പിക്കുന്നതെന്ന് കാണാൻ കഴിയും. ഇസ്ലാമിസം കൂടുതൽ യാഥാസ്ഥിതികവത്കരിക്കപ്പെടുന്നതിനും സലഫിസം കൂടുതൽ രാഷ്ട്രീയവത്കരിക്കപ്പെടുന്നതിനും ഈ ബാന്ധവം ഇടവരുത്തി.

ഫലം, സാമ്പ്രദായിക സലഫിസത്തിന്റെ സ്ഥാനത്ത് ജിഹാദിസ്റ്റ് സലഫിസവും രാഷ്ട്രീയ തക്ഫീറിസവും വളർന്നുവന്നു എന്നതാണ്. തങ്ങൾ

വരച്ചിട്ട ഇസ്ലാമിക അതിർത്തികളിൽനിന്ന് വ്യതിചലിക്കുന്നവരെ മത ഭ്രഷ്ടരാക്കി ചിത്രീകരിക്കുകയും ശിക്ഷിക്കുകയും ചെയ്യുന്നതാണ് തക്ഫീറിസത്തിന്റെ രീതി. രാഷ്ട്രീയ തക്ഫീറിസമാകട്ടെ ഒരുപടികൂടി കടന്ന് ജിഹാദും ഖിലാഫത്തും ഇസ്ലാമിക ഭരണവുമൊക്കെ അതിന്റെ അജണ്ടയിൽ ഉൾപ്പെടുത്തി. സാമ്പ്രദായിക സലഫിസം രാഷ്ട്രീയ കലാപങ്ങൾക്കെതിരെയായിരുന്നെങ്കിൽ ജിഹാദിസ്റ്റ് സലഫിസവും രാഷ്ട്രീയ തക്ഫീറിസവും ഇസ്ലാമിക ഭരണസംസ്ഥാപനത്തിന് രാഷ്ട്രീയ കലാപം വേണമെന്ന് സിദ്ധാന്തിച്ചു. (ഇരുപതാം നൂറ്റാണ്ടിന്റെ പ്രഥമാർധത്തിൽ കേരളത്തിൽ വേരുപിടിക്കാൻ തുടങ്ങിയ സലഫിസം സാമ്പ്രദായിക സലഫിസത്തിന്റെ മൃദുരൂപമാണ്. മതഭരണവാദം അതി നില്ല).

സയ്യിദ് ഖുതുബ് (1906-66), സയ്യിദ് മൗദൂദി (1903-79) എന്നീ ഇസ്ലാ മിസ്റ്റ് സൈദ്ധാന്തികർ സർവാശ്ലേഷിയായ ഒരു തക്ഫീറി പ്രത്യയ ശാസ്ത്രം ആവിഷ്കരിക്കുന്നതിന് സലഫി ആശയത്തെ (ശുദ്ധ ഇസ്ലാം വാദത്തെ) കൂട്ടുപിടിച്ചു. ഖുതുബും മൗദൂദിയും പറഞ്ഞത് ആധുനികസ മൂഹം 'ജാഹാലിയ്യ' ഘട്ടത്തിൽ (പ്രാഗ് ഇസ്ലാമിക അജ്ഞാനഘട്ടത്തിൽ) തുടരുന്നു എന്നാണ്. ജനാധിപത്യം, മതനിരപേക്ഷത, ദേശീയത, മുത ലാളിത്തം, സോഷ്യലിസം, കമ്യൂണിസം തുടങ്ങിയവയെല്ലാം ജാഹിലി യ്യയുടെ ഭാഗമാണെന്നും അവ തുടച്ചുമാറ്റി 'ഹാക്കിമിയ്യ' (ദൈവിക പരമാ ധികാരം അഥവാ ദൈവികഭരണം) നിലവിൽ വരുത്തണമെന്നും അവർ സിദ്ധാന്തിച്ചു. ഹാക്കിമിയ്യ സാക്ഷാത്കരിക്കാനുള്ള മാർഗം ജിഹാദാ ണെന്ന് അവർ വ്യക്തമാക്കുകയും ചെയ്തു.

ജാഹിലിയ്യ, ഹാക്കിമിയ്യ എന്നീ ഖുതുബിസ്റ്റ്-മൗദൂദിസ്റ്റ് സങ്കല്പങ്ങൾ 20-ാം നൂറ്റാണ്ടിന്റെ ഉത്തരാർധത്തിൽ സലഫിസവുമായി വിളക്കിച്ചേർക്ക പ്പെട്ടു. അതിൽ മുഖ്യപങ്ക് വഹിച്ചത് അബ്ദുല്ല അസമും മുഹമ്മദ് സുറൂ റുമാണ്. 1980-കളിൽ ബിൻലാദനോടൊപ്പം അഫ്ഗാൻ ജിഹാദിൽ പങ്കെ ടുത്ത ജിഹാദിസ്റ്റാണ് അസം. സുറൂറാകട്ടെ സിറിയയിൽ മുസ്ലിം ബ്രദർഹുഡിന്റെ നേതൃസ്ഥാനത്ത് പ്രവർത്തിച്ച ഇസ്ലാമിസ്റ്റും.

അവരുടെ ഇടപെടൽ വഴി സലഫിസം ഖുതുബിസ്റ്റ് ആശയങ്ങളാൽ സ്വാധീനിക്കപ്പെട്ടപ്പോൾ സാമ്പ്രദായിക സലഫിസം ഹറാകി സലഫിസ (ആക്ടിവിസ്റ്റ് സലഫിസ)ത്തിന് വഴിമാറി. അറബ് ദേശങ്ങളിൽനിന്ന് ലാദ നടക്കം അഫ്ഗാൻ ജിഹാദിൽ പങ്കെടുക്കാൻ പോയവരെല്ലാം ജിഹാദി സത്തിൽ വിശ്വസിക്കുന്ന ഹറാകി സലഫികളായിരുന്നു. അവരോ, ഐ.എസ്സിന്റെ ആത്മീയപിതാവായി ഗണിക്കപ്പെടുന്ന അബു മുഹമ്മദുൽ മഖ്ദീസിപോലുമോ ഇസ്ലാമിസ്റ്റ് അശയങ്ങൾ തങ്ങളിൽ ചെലുത്തിയ സ്വാധീനം മറച്ചുവെച്ചില്ല. ജോർദാനിയനായ മഖ്ദിസിയായിരുന്നു ഐ. എസ്സിന്റെ മുൻരൂപമായ 'ഇസ്ലാമിക് സ്റ്റേറ്റ് ഇൻ ഇറാഖ്' (ഐ.എസ്.ഐ.) എന്ന ഭീകരസംഘടന രൂപവത്കരിച്ച അബു മുസബുൽ സർഖാവിയുടെ ഗുരു.

ഐ.എസ്. പ്രഖ്യാപിച്ച ഖിലാഫത്തിന്റെ ഭാവി എന്തുതന്നെയായിരുന്നാലും ആ സംഘടന നെഞ്ചേറ്റിയ പ്രത്യയശാസ്ത്രം ഒരു ദീർഘകാല വെല്ലുവിളിയായിത്തന്നെ വിലയിരുത്തപ്പെടണം. അറബ് മേഖലയിലെ സലഫിസത്തിൽ ഇടക്കാലത്ത് ശക്തിപ്പെട്ട ജിഹാദിസ്റ്റ് പ്രവണതകൾ ഇസ്ലാമിസവുമായി കൂടിച്ചേർന്നപ്പോൾ സാമ്പ്രദായിക സലഫിസം ദുർബലപ്പെടുകയും ഇസ്ലാമിസ്റ്റ് ആശയങ്ങളുടെ ആയുധമണിഞ്ഞ നവ സലഫിസം കരുത്താർജിക്കുകയും ചെയ്തു.

മറ്റുവിധത്തിൽ പറഞ്ഞാൽ ഇസ്ലാമിക് സ്റ്റേറ്റിന്റെ നിർമിതിയിൽ നിർണായക പങ്കുവഹിച്ചത് ഇസ്ലാമിസ്റ്റ് ആശയങ്ങളാണ്. ഈ വസ്തുത മുന്നിൽവെച്ചത്രേ യെമനി എഴുത്തുകാരനായ അബ്ദുല്ല ഹൈദർ ഷയെ തന്റെ ബ്ലോഗിൽ (4.8.2014) ഇപ്രകാരം കുറിച്ചത്. 'ഇസ്ലാമിക് സ്റ്റേറ്റിന്റെ രൂപരേഖ തയ്യാറാക്കിയത് സയ്യിദ് ഖുതുബും അതിന്റെ അധ്യാപനം നിർവഹിച്ചത് അബ്ദുല്ല അസമും അതിനെ ആഗോളീകരിച്ചത് ഉസാമ ബിൻലാദനും അതിനെ യാഥാർത്ഥ്യത്തിലേക്ക് പരിവർത്തിപ്പിച്ചത് അബു മുസബുൽ സർഖാവിയും അതിനെ പ്രയോഗത്തിൽ വരുത്തിയത് അബു ഉമർ ബാഗ്ദാദിയും അബൂബക്കർ ബാഗ്ദാദിയുമാണ്.'

(ആഗസ്റ്റ്, 2016)

മതഫാഷിസം ബംഗ്ലാദേശിൽ

അവിജിത്റോയ് എന്ന സ്വതന്ത്രചിന്തകൻ ബംഗ്ലാദേശിന്റെ തലസ്ഥാനമായ ധാക്കയിൽ കൊല്ലപ്പെട്ടത് ഇക്കഴിഞ്ഞ ഫെബ്രുവരി 26-ന്. ആ കേസിൽ പിടികൂടപ്പെട്ട മുഖ്യപ്രതിയുടെ പേര് ഷഫീഉർ റഹ്മാൻ ഫറാബി. അവിജിത് വധത്തിന് ഒരു മാസം മുമ്പ്, 2015 ജനുവരി 25-ന് അയാൾ ഫെയ്സ്ബുക്കിൽ കുറിച്ചു: 'അവിജിതിനെ കൊലപ്പെടുത്തുകയെന്നത് ബംഗാളി മുസ്ലിങ്ങളുടെ വിശുദ്ധ കടമയാണ്.' ഒരു സ്വതന്ത്ര സമൂഹത്തിലേക്ക് വികസിക്കുന്നതിന് ആവശ്യമായ സംവാദാന്തരീക്ഷം സൃഷ്ടിക്കുക എന്ന ലക്ഷ്യത്തോടെ ആരംഭിച്ച 'മുക്തോ മോന' (സ്വതന്ത്ര ചിന്തകൻ) എന്ന ബ്ലോഗിന്റെ സ്ഥാപകനായ അവിജിത്റോയ് വധിക്കപ്പെട്ട് അരമണിക്കൂറിനകം 'അൻസാർ ബംഗ്ല 7' എന്ന വിലാസത്തിൽ മറ്റൊരു പോസ്റ്റ് പ്രത്യക്ഷപ്പെട്ടു: 'അല്ലാഹു അക്ബർ! നമുക്ക് സാധിക്കും! ഉന്നമിട്ടവൻ ഇവിടെ ബംഗ്ലാദേശിൽ നിലംപൊത്തിയിരിക്കുന്നു.'

ഉത്പതിഷ്ണുവായ അവിജിത്റോയ് എന്ന എഴുത്തുകാരന്റെ കൊലയ്ക്കു പിന്നിൽ പ്രവർത്തിച്ചവരുടെ പോസ്റ്റുകളാണ് മുകളിൽ. ആ നിഷ്ഠുരവധത്തിൽ അഗാധമായി ദുഃഖിക്കുകയും അതിനെതിരിൽ ശക്തമായി പ്രതികരിക്കുകയും ചെയ്തവരും ബംഗ്ലാദേശിലുണ്ട്. അക്കൂട്ടത്തിൽ ഒരാളാണ് സൈഫ് കമാൽ എന്ന മുപ്പത്തിയൊന്നുകാരൻ. അയാൾ വേദനയും നിരാശയും കലർന്ന ഭാഷയിൽ എഴുതി: 'എന്റെ പ്രിയനാട് ബംഗ്ലാദേശിന് ഇത്ര അസഹിഷ്ണുവാകാൻ എങ്ങനെ സാധിച്ചു? ഞാൻ വളർന്നുവലുതായ ബംഗ്ലാദേശല്ല ഇത്. മറ്റു പല കുടുംബങ്ങളെയും പോലെ ഞങ്ങളും കലയും സംഗീതവും നൃത്തവുമൊക്കെയായിട്ടാണ് വളർന്നത്. രവീന്ദ്രനാഥ് ടാഗോറിന്റെ സംഗീതം ഞങ്ങളുടെ കർണങ്ങളിൽ നിറഞ്ഞുനിന്നിരുന്നു. നൂറ്റാണ്ടുകളായി സൂഫി ഗായകരുടെ സർവാശ്ലേഷിയായ ഗീതങ്ങൾകൊണ്ട് മുഖരിതമായ ദേശമാണിത്. പക്ഷേ, ഇപ്പോൾ ഒന്നുമില്ല. ഈ സമൂഹം ഇത്ര അസഹിഷ്ണുതാ നിർഭരമായതെങ്ങനെ? സ്വാഭിപ്രായങ്ങൾ പറയാൻ ഞങ്ങൾക്ക് അവസരം നിഷേധിക്കപ്പെടുന്നത് എന്തുകൊണ്ട്?' (ദ ഹിന്ദു, 10.03.2015).

സമകാലിക ബംഗ്ലാദേശിന്റെ രണ്ടു വ്യത്യസ്ത മുഖങ്ങളെ (വിചാരരീതികളെ)യാണ് ഷഫീഉർറഹ്മാൻ ഫറാബിയും സൈഫ് കമാലും പ്രതിനിധാനം ചെയ്യുന്നത്. ഫറാബി മതാന്ധതയുടെയും അഭിപ്രായ

സ്വാതന്ത്ര്യനിഷേധത്തിന്റെയും കട്ടപിടിച്ച അസഹിഷ്ണുതയുടെയും പ്രതീകമാണെങ്കിൽ മതനിരപേക്ഷ സംസ്കാരത്തിന്റെയും ബഹുസ്വരത യുടെയും തെളിഞ്ഞ സഹിഷ്ണുതയുടെയും പ്രതീകമാണ് കമാൽ. ഏതാനും വർഷങ്ങളായി ഫറാബികൾക്ക് ബംഗ്ലാദേശിൽ വീര്യവും ശൗര്യവും വർധിച്ചുകൊണ്ടിരിക്കുകയാണ്. ഭയത്തിന്റെ കാലാവസ്ഥയും അസഹിഷ്ണുതയുടെ സംസ്കാരവും രാജ്യത്ത് കടുത്തുകൊണ്ടിരിക്കെ, കമാലുകളുടെ ലിബറൽ ശബ്ദം അവിടെ അടിക്കടി അമർത്തപ്പെട്ടു കൊണ്ടിരിക്കുന്നു. പ്രതിലോമകരവും ആപത്കരവുമായ ഈ സ്ഥിതി വിശേഷം എങ്ങനെ വന്നുപെട്ടു?

ബംഗ്ലാദേശിന്റെ പിറവിയിലേക്കും പിൽക്കാല സംഭവവികാസങ്ങളി ലേക്കും കണ്ണയച്ചുകൊണ്ടുമാത്രമേ ഈ ചോദ്യത്തിന് ഉത്തരം കണ്ടെ ത്താനാവൂ. നാല്പത്തിനാല് വയസ്സ് പൂർത്തിയാക്കിയിരിക്കുന്നു ഷെയ്ഖ് മുജീബുർ റഹ്മാന്റെ രാഷ്ട്രം. പാകിസ്ഥാന്റെ ആവിർഭാവ യുക്തിയായ ദ്വിരാഷ്ട്രവാദത്തെ തകർത്തെറിഞ്ഞുകൊണ്ടാണ് 1971-ൽ ആ രാഷ്ട്രം ജന്മംകൊണ്ടത്. മുസ്ലിങ്ങളും ഹിന്ദുക്കളും പരസ്പരോദ്ഗ്രഥനം സാധ്യമല്ലാത്ത വിഭിന്ന ജനതകളാണെന്നത് മാത്രമായിരുന്നില്ല ദ്വിരാഷ്ട്ര വാദത്തിന്റെ കാതൽ. മുസ്ലിങ്ങൾ ഏകസംസ്കാരബദ്ധമായ ജനതയാ ണെന്ന സങ്കല്പവും അതിൽ ഉൾച്ചേർന്നിരുന്നു. വംശീയമോ വർഗ പരമോ ഭാഷാപരമോ പ്രദേശപരമോ ആയ എല്ലാ വൈജാത്യങ്ങളെയും മതം (ഇസ്ലാം) എന്ന ഘടകം അതിവർത്തിക്കുമെന്നായിരുന്നു ധാരണ. അശാസ്ത്രീയവും ചരിത്രപരമായി നിലനില്പില്ലാത്തതുമായ ആ ധാരണ യാണ്, പശ്ചിമ പാകിസ്താനിൽനിന്ന് വേർപെട്ട് പൂർവ പാകിസ്താൻ ബംഗ്ലാദേശ് എന്ന പേരിൽ ഒരു സ്വതന്ത്ര റിപ്പബ്ലിക്കായപ്പോൾ തിരുത്ത പ്പെട്ടത്.

ആ തിരുത്തിനെ ആവനാഴിയിലെ സർവാസ്ത്രങ്ങളുമുപയോഗിച്ച് ചെറുത്ത ഒരു വിഭാഗം ബംഗ്ലാദേശിലുണ്ടായിരുന്നു. മതേതര ജനാധി പത്യത്തെയും ദേശീയതയെയും നഖശിഖാന്തം എതിർത്തുപോന്ന ജമാ അത്തെ ഇസ്ലാമിക്കാർ ഉൾപ്പെടെയുള്ള ഇസ്ലാമിസ്റ്റുകളായിരുന്നു ആ വിഭാഗം. ജമാഅത്തിന്റെ പരമോന്നത ഗുരുവായ മൗദൂദി അവിഭജിത പാകിസ്താനെ 'ഇസ്ലാമിക രാഷ്ട്ര'മാക്കുക എന്ന ലക്ഷ്യത്തോടെയാണ് പ്രവർത്തിച്ചുകൊണ്ടിരുന്നത്. പാകിസ്താൻ ഇസ്ലാമിക ഭരണമില്ലാത്ത വെറും 'മുസ്ലിം രാഷ്ട്ര'മായാൽ പോരാ, ഇസ്ലാമിക ഭരണം നില നിൽക്കുന്ന രാഷ്ട്രമാകണം എന്നായിരുന്നു അദ്ദേഹത്തിന്റെ വിട്ടുവീഴ്ച യില്ലാത്ത നിലപാട്. അതിന് കടകവിരുദ്ധമായ വീക്ഷണമാണ് ഷെയ്ഖ് മുജിബുർ റഹ്മാനും അദ്ദേഹത്തിന്റെ പാർട്ടിയായ അവാമി ലീഗും സ്വീക രിച്ചിരുന്നത്. കിഴക്കൻ പാകിസ്താനെ സമസ്താർഥത്തിൽ മതേതര ജനാധിപത്യ രാഷ്ട്രമായി പരിവർത്തിപ്പിക്കുക എന്നതായിരുന്നു മുജീ ബിന്റെ ലക്ഷ്യം.

ബംഗ്ലാദേശിന്റെ വിമോചനപ്പോരാട്ടഘട്ടത്തിൽ മാത്രമല്ല, അതിനു മുമ്പ് 1952-ൽ പൂർവ പാകിസ്താനിൽ ബംഗാളി ഭാഷാ പ്രക്ഷോഭം നടന്ന സന്ദർഭത്തിലും ജമാഅത്തെ ഇസ്ലാമിയുടെ സ്ഥാപക നേതാവ് നിഷേധാത്മക നിലപാടാണ് കൈക്കൊണ്ടിരുന്നത്. പടിഞ്ഞാറൻ പാകിസ്താനിൽ എന്നപോലെ ബംഗാളി മാതൃഭാഷയായ കിഴക്കൻ പാകിസ്താനിലും ഉറുദു ഭാഷയ്ക്കു മാത്രമേ ദേശീയ ഭാഷാപദവി നൽകപ്പെട്ടിരുന്നുള്ളൂ. ഭരണകക്ഷിയായ മുസ്ലിംലീഗ് തികച്ചും വിവേചനപരമായ ആ നിലപാടിൽ ഉറച്ചുനിന്നപ്പോൾ ബംഗാളി ഭാഷയ്ക്ക് ദേശീയാംഗീകാരം നൽകണമെന്നാവശ്യപ്പെട്ട് കിഴക്കൻ പാകിസ്താനിലെ ജനങ്ങൾ തെരുവിലിറങ്ങി. ആ പ്രക്ഷോഭത്തെ എതിർക്കുന്നതിൽ ഭരണകക്ഷിയായ മുസ്ലീംലീഗിനോടൊപ്പം മൗദൂദിയും മുൻനിരയിലുണ്ടായിരുന്നു. തന്റെ 'തർജുമാനുൽ ഖുർആൻ' എന്ന ജേണലിൽ ബംഗാളി ഭാഷ ദേശീയ ഭാഷയായി അംഗീകരിക്കപ്പെട്ടുകൂടാ എന്ന വാദവുമായി അദ്ദേഹം രംഗത്തുവന്നു. അതിനു പറയപ്പെട്ട കാരണമായിരുന്നു വിചിത്രം: ബംഗാളി ഭാഷയ്ക്ക് ദേശീയാംഗീകാരം നൽകിയാൽ ബംഗാളികൾ പിന്നെ ഉറുദു ഭാഷ പഠിക്കുകയില്ല; ഉറുദു പഠിക്കാതിരുന്നാൽ അവർ ഇസ്ലാമിനെക്കുറിച്ച് ഒന്നും മനസ്സിലാക്കാതെ പോകും; അങ്ങനെ വന്നാൽ അവർ പടിഞ്ഞാറൻ പാകിസ്താനിൽനിന്ന് അകലുകയും ഹിന്ദുക്കളോട് അടുക്കുകയും ചെയ്യും. (See Kalim Bahadur, 'The Emergence of Jamaati-Islami in Bangladesh; quoted in Maidul Islam, Limits of Islamism, 2015, p.193)

നാലുവർഷം കഴിഞ്ഞ് തന്റെ ബംഗാളി ഭാഷാവിരോധം ജമാഅത്ത് ഗുരു അല്പം മയപ്പെടുത്തി. എങ്കിലും ഉറുദു ഭാഷയെ മുകൾത്തട്ടിൽ സ്ഥാപിക്കുന്ന സ്വഭാവം അദ്ദേഹം ഉപേക്ഷിച്ചില്ല. ബംഗാളി മുസ്ലിങ്ങൾ ഉറുദു പഠിച്ചേ തീരൂ എന്ന ശാഠ്യം മൗദൂദി നിലനിർത്തി. 'ഇസ്ലാമിക സാഹിത്യ'ത്തിലേക്ക് കടന്നുചെല്ലാൻ ഉറുദു അത്യന്താപേക്ഷിതമാണെന്നതായിരുന്നു വാദം. 1956-ൽ കിഴക്കൻ പാകിസ്താൻ സന്ദർശിച്ച അദ്ദേഹം അവിടെ നടത്തിയ പ്രസംഗത്തിൽ ആ വാദം ആവർത്തിച്ചു. ഹിന്ദു വിരോധവും കമ്യൂണിസ്റ്റ് വിരോധവും മുഴച്ചുനിന്ന പ്രസംഗത്തിൽ ബംഗാളി ദേശീയ പ്രസ്ഥാനത്തിനു പിന്നിലുള്ളത് ഹിന്ദുക്കളും കമ്യൂണിസ്റ്റുകാരുമടങ്ങിയ 'അവിശുദ്ധ സഖ്യ'മാണെന്നും അവർ പൂർവ പാകിസ്താനിലെ പ്രതിസന്ധിയിൽനിന്ന് രാഷ്ട്രീയ മുതലെടുപ്പ് നടത്തുകയാണെന്നും ആരോപിക്കുകയും ചെയ്തു ജമാഅത്ത് മേധാവി.

1950-കൾ തൊട്ട് മൗമൂദിയുടെ നായകത്വത്തിൽ ജമാഅത്തെ ഇസ്ലാമി ബംഗാളി ദേശീയവാദികൾക്കും കമ്യൂണിസ്റ്റുകാർക്കും ഹിന്ദു ന്യൂനപക്ഷത്തിനുമെതിരെ ശത്രുതാപരമായ ഭിത്തികൾ നിർമിക്കുകയായിരുന്നു എന്നാണ് മേൽച്ചൊന്ന വസ്തുതകളിൽനിന്നും വ്യക്തമാകുന്നത്. മൗദൂദിസ്റ്റ് പ്രസ്ഥാനം പ്രസരിപ്പിച്ച ന്യൂനപക്ഷവിരോധം പിൽക്കാലത്ത് പലപ്പോഴും ബംഗ്ലാദേശിൽ ഹിന്ദുക്കൾക്കുനേരെയുള്ള കയ്യേറ്റങ്ങളും

ആക്രമണങ്ങളുമായി രൂപാന്തരപ്പെടുകയുണ്ടായി. 2013 മാർച്ച് 6-ന് ആംനസ്റ്റി ഇന്റർനാഷണൽ പുറത്തിറക്കിയ പത്രക്കുറിപ്പ് ഇത് വെളിവാക്കുന്നുണ്ട്. ഹിന്ദുക്കൾക്കുനേരെ ജമാഅത്തെ ഇസ്ലാമിയിൽ നിന്ന് ഹിംസാത്മക ആക്രമണങ്ങളുടെ പരമ്പരകൾ തന്നെയുണ്ടാകാറുണ്ട് എന്നാണ് ആ പത്രക്കുറിപ്പിൽ പറയുന്നത്. (See Badrudding Umar, The Emergence of Bangladesh', Vol.2, p.238 quoted in Madiul Islam)

2013 നവംബറിൽ 'ദ ഹിന്ദു'വിൽ വന്ന ഒരു ധാക്ക റിപ്പോർട്ട് ഇതോട് ചേർത്തുവായിക്കേണ്ടതാണ്. ജമാഅത്തെ ഇസ്ലാമിയുടെയും അതിന്റെ വിദ്യാർഥി വിഭാഗമായ 'ഇസ്ലാമി ഛത്ര ശിബിറി'ന്റെയും പ്രവർത്തകർ എന്നു പറയപ്പെടുന്ന ഒരു വിഭാഗം ന്യൂനപക്ഷ സമുദായത്തിൽപ്പെട്ട ഹിന്ദുക്കൾക്കെതിരെ പത്ഗ്രാമിൽ ആക്രമണമഴിച്ചുവിട്ടു. ഈ മാസം രണ്ടാം തവണയാണ് ഇവിടെ ആക്രമണമുണ്ടാകുന്നത്. ഗോഷ്പാര ഗ്രാമത്തിലാകട്ടെ അക്രമിസംഘം സ്ത്രീകളെയും കുട്ടികളെയും മർദ്ദിക്കുകയും കടകൾക്കും വീടുകൾക്കും തീവെക്കുകയും ചെയ്തു. ശാഫിനഗർ ഗ്രാമത്തിൽ ഒക്ടോബർ 27-ന് ജമാഅത്ത്-ശിബിർ പ്രവർത്തകർ നടത്തിയ ആക്രമണത്തിൽ പന്ത്രണ്ട് സ്ത്രീകൾ മർദ്ദനങ്ങൾക്കിരയായി (ദ ഹിന്ദു, 30-11-2013).

ഹിന്ദു ന്യൂനപക്ഷം മാത്രമല്ല ബംഗ്ലാദേശിൽ മൗദൂദിസ്റ്റുകളുടെ തേർവാഴ്ചയ്ക്ക് വിധേയരാകുന്നത്. ബൗദ്ധ ന്യൂനപക്ഷവും അവരാൽ ആക്രമിക്കപ്പെടുന്നുണ്ട്. 2012 സെപ്തംബറിൽ ചിറ്റഗോങ്, കോക്സ് ബസാർ എന്നീ ജില്ലകളിൽ പന്ത്രണ്ട് ബൗദ്ധക്ഷേത്രങ്ങളും മഠങ്ങളും അമ്പതിലേറെ വീടുകളും ആക്രമിക്കപ്പെട്ടു. ഈ ആക്രമണങ്ങളിൽ മ്യാൻമറിൽനിന്നു കുടിയേറിയ റോഹിംഗ്യ മുസ്ലിങ്ങളും പങ്കെടുക്കുകയുണ്ടായി. ജമാഅത്തെ ഇസ്ലാമിയുമായി ബന്ധമുള്ള റോഹിംഗ്യകളാണ് ആക്രമണങ്ങൾ നടത്തിയതെന്ന് ആഭ്യന്തരമന്ത്രി ഡോ.മൊഹിയുദ്ദീൻ ഖാൻ ആലംഗീർ വെളിപ്പെടുത്തി (ദ ഹിന്ദു, 02-10-2012).

ഭാഷാ പ്രക്ഷോഭത്തെത്തുടർന്ന് മറ്റൊരു ആവശ്യവും കിഴക്കൻ പാക്കിസ്താനിൽ വേരുപിടിച്ചുതുടങ്ങിയിരുന്നു. പ്രാദേശിക സ്വയംഭരണം വേണമെന്നതായിരുന്നു അത്. രാജ്യത്തിന്റെ 'ഇസ്ലാമിക സ്വത്വം' സംരക്ഷിക്കുന്നതിൽ ദത്തശ്രദ്ധനായിരുന്ന മൗദൂദിക്കും അദ്ദേഹത്തിന്റെ സംഘടനയ്ക്കും ഒട്ടും സ്വീകാര്യമല്ലാത്ത ആശയമായിരുന്നു അത്. 'ഇസ്ലാമികത' എന്ന മത സങ്കൽപ്പത്തിൽ നിന്ന് 'ബംഗാളി ദേശീയത' എന്ന 'വൃത്തികെട്ട' മതേതര സങ്കല്പത്തിലേക്കുള്ള വ്യതിചലനമായി അവരതിനെ വിലയിരുത്തി.

പ്രാദേശിക സ്വയംഭരണവാദം 1960-കളുടെ മധ്യത്തോടെ ഷെയ്ഖ് മുജീബുർ റഹ്മാന്റെ നേതൃത്വത്തിൽ അനുക്രമം ശക്തിപ്രാപിക്കാനും ജനപ്രീതിയാർജിക്കാനും തുടങ്ങി. മുജീബിന്റെ സ്വയം ഭരണവാദം 'ഇസ്ലാമുറ്റോപിയ' (Islamutopia)യുടെ മായിക ലോകത്തിൽ വിരാജിക്കുന്ന

മൗദൂദിയുടെ ദൃഷ്ടിയിൽ വിഘടനവാദമല്ലാതെ മറ്റൊന്നുമായിരുന്നില്ല. പാകിസ്താനെ പിളർക്കാനാണ് അവാമി ലീഗ് ശ്രമിക്കുന്നത് എന്ന ആരോപണവുമായി ജമാഅത്ത് ഗുരു അരങ്ങിലിറങ്ങി. പഞ്ചാബി മുസ്ലിങ്ങളുടെയും മുഹാജിർ മുസ്ലിങ്ങളുടെയും അപ്രതിരോധ്യ മേധാവിത്വം നിലനിൽക്കുന്ന പാകിസ്താനിൽ ബംഗാളികൾ നിർഭയം അവഗണിക്കപ്പെട്ടതിനോടുള്ള സ്വാഭാവിക പ്രതികരണമായി സ്വയംഭരണവാദത്തെ കാണാൻ അദ്ദേഹത്തിനു സാധിച്ചതേയില്ല.

അവിഭജിത പാകിസ്താനിലെ അവസാനത്തെ പാർലമെന്റ് തെരഞ്ഞെടുപ്പ് 1970 ഡിസംബറിൽ നടന്നു. പശ്ചിമ പാകിസ്താനിലെ 138 സീറ്റുകളിൽ 83 എണ്ണം സുൽഫിക്കർ അലി ഭൂട്ടോയുടെ പാകിസ്താൻ പീപ്പിൾസ് പാർട്ടി (പി.പി.പി.) നേടിയപ്പോൾ പൂർവ പാകിസ്താനിൽ മുജീബിന്റെ അവാമി ലീഗ് 162-ൽ 160 സീറ്റ് കരസ്ഥമാക്കി. അവാമി ലീഗായിരുന്നു ഏറ്റവും വലിയ കക്ഷി. ആ നിലയ്ക്ക് സർക്കാർ രൂപവത്കരിക്കുന്നതിന് മുജീബുർ റഹ്മാൻ ക്ഷണിക്കപ്പെടണമായിരുന്നു. പ്രസിഡണ്ടായ ജനറൽ യഹ്യാഖാൻ അത് ചെയ്തില്ല. ഭൂട്ടോ ഒരു നിർദ്ദേശം മുന്നോട്ടുവെച്ചു. പശ്ചിമ പാകിസ്താനിൽ ഭൂരിപക്ഷം നേടിയ പി.പി.പി. അവിടെയും പൂർവ പാക്കിസ്താനിൽ ഭൂരിപക്ഷം സ്വന്തമാക്കിയ അവാമി ലീഗ് അവിടെയും മന്ത്രിസഭകളുണ്ടാക്കട്ടെ എന്നതായിരുന്നു നിർദേശം. മൗദൂദിയുടെ പാർട്ടി അതിനെ ശക്തമായി എതിർക്കുകയാണുണ്ടായത്.

ഭൂട്ടോയുടെ പാകിസ്താൻ പീപ്പിൾസ് പാർട്ടിയുടെ സോഷ്യലിസ്റ്റ് ചായ്‌വായിരുന്നു മൗദൂദിസ്റ്റുകളുടെ എതിർപ്പിനുള്ള മുഖ്യകാരണം. 1968 -70 കാലത്ത് സോഷ്യലിസ്റ്റ് വിരുദ്ധ പ്രചാരണം സംഘടിപ്പിച്ച പാർട്ടിയാണ് ജമാഅത്തെ ഇസ്ലാമി. അന്ന് അവരുടെ പ്രധാന മുദ്രാവാക്യം 'സോഷ്യലിസം കുഫ്ര് ഹേ' (സോഷ്യലിസം സത്യനിഷേധമാണ്) എന്നതായിരുന്നു. 1970 ഫെബ്രുവരിയിൽ പൂർവ പാകിസ്താനിലെ ജമാഅത്ത് മേധാവിയായ ഗുലാം അസമാകട്ടെ സോഷ്യലിസത്തെ മാത്രമല്ല, മതേതര ബംഗാളി ദേശീയതയെയും അതിരൂക്ഷമായി അപലപിക്കുന്നതിൽ നിർവൃതി കണ്ടെത്തി.

മതേതര ദേശീയതയെയും ജനാധിപത്യത്തെയും സോഷ്യലിസത്തെയും തള്ളിക്കളഞ്ഞ മൗദൂദിസ്റ്റ് പാർട്ടിയും ജനറൽ യഹ്യാഖാനും ജനവിധി മാനിക്കാതിരിക്കുക എന്ന അപരാധം മാത്രമല്ല ചെയ്തത്. കിഴക്കൻ പാകിസ്താനെ ശത്രുദേശമായി വീക്ഷിക്കുകയും ചെയ്തു അവർ. 1971 മാർച്ചിൽ പശ്ചിമ പാകിസ്താൻ സേന പൂർവപാകിസ്താനെ ആക്രമിച്ചപ്പോൾ പാക്സേനയോടൊപ്പം ചേർന്നു ജമാഅത്തെ ഇസ്ലാമി. പൂർവ പാകിസ്താനിലെ സ്വാതന്ത്ര്യപ്പോരാളികളുടെ 'മുക്തി ബാഹിനി' എന്ന സംഘത്തെ നേരിടാൻ മൗദീദിസ്റ്റ് സംഘടന അൽ ബദർ, അൽ ശാസ് എന്നീ ഗറില്ലാ ഗ്രൂപ്പുകൾക്ക് രൂപം നൽകുകയും ചെയ്തു.

ബംഗ്ലാദേശിലെ വിമോചനപ്പോരാളികളെ നേരിടുന്ന സൈനികരുടെ മനസ്സിൽ വംശീയ വിഷം കുത്തിക്കയറ്റുക എന്ന ഹീനകൃത്യം പാക് ജനറൽമാർ നടത്തിയതായി താരീഖ് അലി എഴുതിയിട്ടുണ്ട്. സൈനിക രിൽ വംശീയ വിദ്വേഷം ആളിക്കത്തിക്കാൻ പട്ടാളമേധാവികൾ കൊണ്ടുപിടിച്ചു ശ്രമിച്ചു. ബംഗാളി മുസ്ലിങ്ങൾ സമീപകാലത്ത് ഇസ്ലാമിലേക്ക് മാറിയവരാണെന്നും അവരിൽ ഹിന്ദുരക്തമാണുള്ളതെന്നും അതുകൊണ്ടാണ് അവർ പാകിസ്താനിൽനിന്നു വിട്ടുപോകാൻ ശ്രമിക്കുന്നതെന്നുമായിരുന്നു ജനറൽമാർ സൈനികരോട് പറഞ്ഞത്. ബംഗാളി സ്ത്രീകളെ ബലാത്സംഗത്തിനിരയാക്കാൻ അവർ നിർദ്ദേശിക്കപ്പെടുകയും ചെയ്തു. ഹിന്ദു ബംഗാളി ജീനിന്റെ ഉൾപരിവർത്തനമായിരുന്നു ലക്ഷ്യം. പഞ്ചാബി മുസ്ലിം സൈനികർ ആ കൃത്യം ഭംഗിയായി നിർവഹിക്കുകയും ചെയ്തു. (See Tariq Ali, The Clash of Fundamentalisms, 2007, p.187)

ബംഗാളി മുസ്ലിങ്ങളുടെ ധമനികളിൽ പ്രവഹിക്കുന്ന 'ഹിന്ദുരക്തം' അചിരേണ 'മുസ്ലിം രക്ത'മായി പരിവർത്തിപ്പിക്കുന്നതിന് സ്ത്രീകളുടെ മാനഭംഗം എന്ന മാർഗം അവലംബിച്ച പാക് സൈന്യത്തോട് സഖ്യത്തിലേർപ്പെട്ട ജമാഅത്തെ ഇസ്ലാമിക്കാർ ഏറെ വൈകും മുമ്പ് അഭിമുഖീകരിച്ചത് മതേതര ബംഗ്ലാദേശ് എന്ന യാഥാർഥ്യമാണ്. മൗദീദിസ്റ്റുകളുടെ പരമാചാര്യൻ പല്ലും നഖവുമുപയോഗിച്ച് എതിർത്തുപോന്ന സകല ആശയങ്ങളെയും അടിസ്ഥാനതത്ത്വങ്ങളായി അംഗീകരിക്കുന്ന ഭരണഘടനയാണ് ഷെയ്ഖ് മുജീബുർ റഹ്മാന്റെ ബംഗ്ലാദേശ് 1972-ൽ അംഗീകരിച്ചത്. ജനാധിപത്യവും സോഷ്യലിസവും മതനിരപേക്ഷതയും ദേശീയതയും 'ജനങ്ങളുടെ പരമാധികാര റിപ്പബ്ലിക്കി'ന്റെ ഭരണഘടനയിൽ മൂലപ്രമാണങ്ങൾ എന്ന നിലയിൽ ഇടം നേടി. മൗദൂദി ഇസ്ലാംവിരുദ്ധം എന്ന് വിലയിരുത്തി തള്ളിക്കളഞ്ഞ ആശയങ്ങളായിരുന്നു അവയെല്ലാം.

സൈനിക അട്ടിമറിയിലൂടെ 1975-ൽ മുജീബുർ റഹ്മാൻ കൊല്ലപ്പെട്ടതോടെ ഇസ്ലാമിസ്റ്റുകൾ ആവേശഭരിതരായി. സൈനികമേധാവിയായ ജനറൽ സിയാവുർ റഹ്മാൻ (1976-81) അധികാരം പിടിച്ചെടുത്തു. ജമാഅത്തെ ഇസ്ലാമി ഉൾപ്പെടെയുള്ള ഇസ്ലാമിസ്റ്റുകളെ പ്രീതിപ്പെടുത്തുന്ന സമീപനമാണ് സിയാവുർ റഹ്മാൻ പിന്തുടർന്നത്. ഇസ്ലാമിസത്തിന് സൈനിക രക്ഷാധികാരിത്വം ലഭിച്ചുതുടങ്ങിയ കാലയളവായിരുന്നു അത്. ബംഗ്ലാദേശിൽ ജമാഅത്തെ ഇസ്ലാമി കൂടുതൽ കരുത്താർജിക്കാൻ തുടങ്ങിയത് സൈനികഭരണത്തിന്റെ നാളുകളിലാണ്.

മതത്തെ ആധാരമാക്കുന്ന രാഷ്ട്രീയപാർട്ടികൾക്ക് മുജീബുർ റഹ്മാന്റെ കാലത്ത് ഏർപ്പെടുത്തിയിരുന്ന വിലക്ക് ജനറൽ സിയാവുർ റഹ്മാൻ എടുത്തുകളഞ്ഞു. 1977 ഏപ്രിലിൽ അദ്ദേഹം ഭരണഘടനയിൽ മതമൗലികവാദികളെ പ്രീണിപ്പിക്കുംവിധമുള്ള ഭേദഗതികൾ വരുത്തുകയും ചെയ്തു. ഭരണഘടനയുടെ പ്രാരംഭവാക്യം 'ബിസ്മില്ലാഹി റഹ്മാനിർറഹീം' (ദയാവാരിധിയായ അല്ലാഹുവിന്റെ പേരിൽ) എന്നായി.

'മതനിരപേക്ഷത' യുടെ സ്ഥാനത്ത് സർവശക്തനായ അല്ലാഹുവിൽ സമ്പൂർണ വിശ്വാസം' എന്നു ചേർക്കപ്പെട്ടു. 'സോഷ്യലിസ'ത്തിനു പകരം 'സാമ്പത്തിക-സാമൂഹിക നീതി' കയറിവന്നു. ചുരുക്കത്തിൽ, മതേതര ഭരണഘടനയുടെ ഇസ്ലാമീകരണം നടന്നു ജന. സിയയുടെ കാലത്ത്.

1981-ൽ സിയ വധിക്കപ്പെടുകയും പിറ്റേ വർഷം ജനറൽ ഹുസൈൻ മുഹമ്മദ് ഇർഷാദ് (1982-90) ഭരണം കൈവശപ്പെടുത്തുകയും ചെയ്തു. ഇസ്ലാമിസ്റ്റുകളെ സുഖിപ്പിക്കുന്ന നയം തന്നെയാണ് ഇർഷാദും അനുവർത്തിച്ചത്. സ്കൂളുകളിൽ ഇസ്ലാം മത വിദ്യാഭ്യാസം പ്രോത്സാഹിപ്പിക്കപ്പെട്ടു. സ്വകാര്യ മദ്രസാ വിദ്യാഭ്യാസത്തിനും ഭരണതലത്തിൽ സഹായ സഹകരണങ്ങൾ നൽകപ്പെട്ടു. രാഷ്ട്രീയത്തിൽ സജീവമായി ഇടപെടാൻ മതനേതാക്കൾക്ക് അവസരം ലഭിക്കുകയും ചെയ്തു. ഈ കാലാവസ്ഥയിലാണ് ജമാഅത്തെ ഇസ്ലാമി സംഘടനാപരമായും രാഷ്ട്രീയമായും ബംഗ്ലാദേശിൽ അഭൂതപൂർവമായ വളർച്ച കൈവരിച്ചത്. ഏറെത്താമസിയാതെ രാജ്യത്തിലെ നാലാമത്തെ ഏറ്റവും വലിയ പാർട്ടിയായി അതുയർന്നു. 1991-ലും 2001-ലും യഥാക്രമം 18-ഉം 17-ഉം സീറ്റു നേടി ഖാലിദ സിയയുടെ നേതൃത്വത്തിലുള്ള ബംഗ്ലാദേശ് നാഷണലിസ്റ്റ് പാർട്ടി (ബി.എൻ.പി) ഗവണ്മെന്റിനെ അവർ പിന്തുണയ്ക്കുകയും ചെയ്തു.

2008-ൽ നടന്ന പാർലമെന്റ് തിരഞ്ഞെടുപ്പിൽ ഷെയ്ഖ് ഹസീനയുടെ നേതൃത്വത്തിൽ അവാമി ലീഗ് അധികാരത്തിലേറിയതാണ് മൗദൂദിസ്റ്റുകൾക്ക് വിനയായത്. 1971-ൽ വിമോചനപ്പോരാളികളെ കൂട്ടക്കൊല ചെയ്തവരെ വിചാരണ ചെയ്യുന്നതിന് ഹസീന ഭരണകൂടം 2010-ൽ ഇന്റർനാഷണൽ ക്രൈംസ് ട്രൈബ്യൂണലി'ന് രൂപം നൽകി. ജമാഅത്തെ ഇസ്ലാമിയിലും ഇസ്ലാമി ഛത്ര ശിബിറിലും പ്രവർത്തിച്ചിരുന്ന ഒട്ടേറെ പേർ വിചാരണ ചെയ്യപ്പെട്ടു. ട്രൈബ്യൂണലിന്റെ വിധിന്യായം 2013 ജനുവരിയിൽ വരാൻ തുടങ്ങിയതോടെ ജമാഅത്ത് നേതൃത്വത്തിലുള്ള ഇസ്ലാമിസ്റ്റുകൾ അക്രമാസക്തരാകാൻ തുടങ്ങി. മറുഭാഗത്ത് മതേതരവാദികൾ യുദ്ധക്കുറ്റവാളികൾക്ക് വധശിക്ഷതന്നെ നൽകണമെന്ന ആവശ്യവുമായി രംഗത്ത് വന്നു. അവർ 2013 ഫിബ്രവരി 5-ന് ഷഹബാഗിൽ വൻ റാലി സംഘടിപ്പിക്കുകയും ജമാഅത്തെ ഇസ്ലാമിയെ നിരോധിക്കണമെന്ന ആവശ്യം ഉയർത്തുകയും ചെയ്തത് മൗദൂദിസ്റ്റുകളെ കൂടുതൽ ക്ഷുഭിതരാക്കി. 'ബ്ലോഗർ ആൻഡ് ഓൺ ലൈൻ ആക്റ്റിവിസ്റ്റ് നെറ്റ് വർക്ക്' എന്ന കൂട്ടായ്മ, മതം തീർത്തും സ്വകാര്യവിഷയമായി നിലനിൽക്കുന്ന ജനാധിപത്യസമൂഹം സൃഷ്ടിക്കാനുള്ള ആഹ്വാനം പുറപ്പെടുവിച്ചതും ഇസ്ലാമിസ്റ്റ് പ്രഭൃതികളെ പ്രകോപിപ്പിച്ചു.

യുദ്ധക്കുറ്റവാളികൾക്കെതിരെയുള്ള നിയമപരമായ നീക്കങ്ങൾക്കും ജമാഅത്തിനെ നിരോധിക്കണമെന്ന ആവശ്യത്തിനും മതത്തിന് രാഷ്ട്രീയത്തിൽ യാതൊരു പങ്കുമില്ലാത്ത സമൂഹം കെട്ടിപ്പടുക്കണമെന്ന

ആഹ്വാനത്തിനുമുള്ള മറുപടി മൗദൂദിസ്റ്റുകൾ നൽകിയത് രണ്ടുവിധത്തിലാണ്. ജമാഅത്തിന്റെയും ഇസ്ലാമി ഛത്ര ശിബിറിന്റെയും പ്രവർത്തകർ ചേർന്ന് നാട്ടിൽ കലാപമഴിച്ചുവിടുക എന്നതായിരുന്നു ഒന്ന്. രണ്ടാമത്തേത് 2010-ൽ നിലവിൽ വന്ന 'ഹിഫാസത്തെ ഇസ്ലാം' എന്ന നവ ഫാസിസ്റ്റ് സംഘത്തെ തെരുവിലിറക്കുക എന്നതും.

'ഇസ്ലാമിനെ സംരക്ഷിക്കുക' എന്ന മുദ്രാവാക്യവുമായി പിറവിയെടുത്ത ഹിഫാസത്തിന്റെ പ്രവർത്തകർ മതയാഥാസ്ഥിതികത്വവും മതമൗലിക വാദവും മാത്രം അഭ്യസിപ്പിക്കുന്ന മദ്രസകളിലെ വിദ്യാർത്ഥികളാണ്. ജമാഅത്തിന്റെയും ബി.എൻ.പിയുടെയും പിന്തുണയുള്ള അവർ ഷഹബാഗ് പ്രസ്ഥാനത്തിൽ ഭാഗഭാക്കായ 'നിരീശ്വര ബ്ലോഗർ'മാരെയും 'മതനിഷേധികളാ'യ എഴുത്തുകാരെയും വധിക്കുക എന്ന ആവശ്യവുമായി കവലകളിലിറങ്ങി. പുതിയ മതനിന്ദാ നിയമം ആവിഷ്കരിക്കണമെന്നും സ്ത്രീപുരുഷ സങ്കലനം നിരോധിക്കണമെന്നും ഖാദിയാനി വിഭാഗത്തിൽപ്പെട്ട മുസ്ലിങ്ങളെ അമുസ്ലിങ്ങളായി പ്രഖ്യാപിക്കണമെന്നും അവർ ആവശ്യപ്പെട്ടു.

ജമാഅത്തിനും ശിബിറിനും പുറമെ ഹിഫാസത്തെ ഇസ്ലാം കൂടി അരങ്ങിലെത്തിയപ്പോൾ ന്യൂനപക്ഷ സമുദായക്കാർക്കെതിരെയെന്ന പോലെ മതേതരവാദികളായ സ്വതന്ത്ര ചിന്തകന്മാർക്കും ബ്ലോഗർമാർക്കും എഴുത്തുകാർക്കുമെതിരെയും ആക്രമണങ്ങൾ ആസൂത്രിതമായി നടക്കാൻ തുടങ്ങി. മീർപൂരിൽ അഹമദ് റജീബ് ഹൈദർ എന്ന എഴുത്തുകാരൻ കൊല്ലപ്പെട്ടത് 2013 ഫെബ്രുവരി 16നായിരുന്നു. മതമൗലിക വാദത്തിലടങ്ങിയ മനുഷ്യത്വവിരുദ്ധത തുറന്നുകാട്ടിയ പ്രൊഫ. ഹുമയൂൺ ആസാദ് വർഷങ്ങൾക്കു മുമ്പ് 2004-ൽ ആക്രമിക്കപ്പെട്ടിരുന്നു. ജർമനിയിൽ ചികിത്സയിലിരിക്കെ അദ്ദേഹം മരണമടഞ്ഞു. 2013-ലെ ഷഹബാഗ് റാലിക്കുശേഷം ഒട്ടേറെ എഴുത്തുകാർക്കും ബോഗർമാർക്കും നേരെ ഇസ്ലാമിസ്റ്റ് ഫാസിസത്തിന്റെ വെട്ടുകത്തികൾ നീണ്ടുചെല്ലുകയുണ്ടായി. തുടക്കത്തിൽ പരാമർശിച്ച അവിജിത് റോയിക്ക് പുറമെ പ്രൊഫ. ഷഫിഉൽ ഇസ്ലാം, ആസിഫ് മൊഹിയുദ്ദീൻ, ഒയാസിർ റഹ്മാൻ ബാബു, അനന്ദ ബിജോയ് ദാസ്, നീലാദ്രി ചതോപാധ്യയ തുടങ്ങിയവർ ആ പട്ടികയിൽ വരുന്നു.

സ്വതന്ത്ര ബുദ്ധിജീവികൾക്കും സാംസ്കാരിക പ്രവർത്തകർക്കും നേരെ ഇസ്ലാമിസ്റ്റ് ഫാസിസ്റ്റുകൾ നടത്തുന്ന ഹിംസ അവിടെ അവസാനിച്ചില്ല. ഒക്ടോബർ 31-ന് ഫൈസൽ ആരഫിൻ ദിപൻ എന്ന പുസ്തക പ്രസാധകൻ ധാക്കയിൽ വധിക്കപ്പെട്ടു. അവിജിത് റോയിയുടെ 'ബിശ്വാസർ വൈറസ് (വിശ്വാസ വൈറസ്) എന്ന പുസ്തകം പ്രസിദ്ധപ്പെടുത്തിയത് ദിപനായിരുന്നു. അതേദിവസംതന്നെ മറ്റൊരു പ്രസാധകനും എഴുത്തുകാരനുമായ അഹമദുർ റഷീദ് ടുറ്റ്ലും ബ്ലോഗർമാരായ റാണദിപം ബസുവും താരിഖ് റഹീമും ആക്രമിക്കപ്പെടുകയുണ്ടായി.

റോയിയുടെ 'ശൂന്യ തെകേ മഹാബിശ്വ' എന്ന പുസ്തകത്തിന്റെ പ്രസാധനം നിർവഹിച്ചത് റഷീദ് ടുറ്റ്ൽ ആയിരുന്നു. ഇതേ കാലയളവിൽ ജപ്പാൻകാരനായ കുനിയോ ഹോഷിയെ തീവ്രവാദികൾ രാഗ്പൂരിൽ കൊലചെയ്തു. ഷിയാ മുസ്ലിങ്ങൾക്കുനേരെയുമുണ്ടായി ഇസ്ലാമിസ്റ്റുകളുടെ ആക്രമണം. ബോംബേറിൽ രണ്ടു ഷിയാക്കൾ മരിക്കുകയും എൺപതിലേറെപേർക്ക് പരിക്കേൽക്കുകയുമുണ്ടായി.

ജമാഅത്തെ ഇസ്ലാമിയിൽനിന്നും ബംഗ്ലാദേശ് നാഷണലിസ്റ്റ് പാർട്ടിയിൽനിന്നും വ്യത്യസ്തമായി, മതനിരപേക്ഷതയോടും ബഹുസ്വരതയോടും പ്രതിജ്ഞാബദ്ധത പുലർത്തന്നു എന്നവകാശപ്പെടുന്ന അവാമി ലിഗ് രാജ്യം ഭരിക്കുമ്പോഴാണ് പുരോഗമനാശയക്കാരായ എഴുത്തുകാർക്കും സ്വതന്ത്രവീക്ഷണക്കാർക്കും ന്യൂനപക്ഷ സമുദായക്കാർക്കും നേരെ കഴിഞ്ഞ രണ്ടു വർഷത്തിലേറെയായി ആക്രമണങ്ങൾ അരങ്ങേറിക്കൊണ്ടിരിക്കുന്നത്. അവാമി ലീഗിന്റെ ഭാഗത്തുനിന്നുള്ള ചില വീഴ്ചകളും ഇതിനു കാരണമാകുന്നില്ലേ എന്നാലോചിക്കേണ്ടതുണ്ട്. മതമൗലികവാദികളുടെ ചില നിലപാടുകളോട് അയഞ്ഞ സമീപനം ഷെയ്ഖ് ഹസിനയും അവരുടെ പാർട്ടിയും ഭരണകൂടവും സ്വീകരിച്ചത് കാണാം. ഉദാഹരണത്തിന്, ബ്ലോഗെഴുത്തുകാരൻ ആസിഫ് മൊഹിയുദ്ദീൻ ആക്രമിക്കപ്പെടുകയും ഗുരുതരമായി പരിക്കേൽക്കുകയും ചെയ്തപ്പോൾ ആക്രമണം നടത്തിയവരെ പിടികൂടി തുറുങ്കിലടയ്ക്കുന്നതിനുപകരം ആസിഫിനെ ജയിലിലടയ്ക്കുകയാണ് ഹസീനയുടെ ഭരണകൂടം ചെയ്തത്. മരണത്തോട് മല്ലിടുന്ന അയാളെ ജയിലിൽ താമസിപ്പിച്ചുകൂടെന്ന് ഡോക്ടർമാർ പറഞ്ഞിട്ടും പ്രയോജനമൊന്നുമുണ്ടായില്ല. 'നിരീശ്വരവാദി'യായ ബ്ലോഗർ തടവറയിൽ കഴിയണമെന്ന തീവ്രവാദികളുടെ ആവശ്യത്തിന് വഴങ്ങുകയായിരുന്നു ഭരണകൂടം.

സ്വതന്ത്രബുദ്ധിജീവികളെ സംരക്ഷിക്കുന്നതിന് മതിയായ കെട്ടുറപ്പുള്ള ഒരു രാഷ്ട്രീയ-അധികാരഘടന ബംഗ്ലാദേശിലില്ല എന്നതാണ് നേര്. മതതീവ്രവാദികൾ പുരോഗമനാശയങ്ങൾക്കും സ്വതന്ത്രചിന്തയ്ക്കും എതിർനിൽക്കുന്നവരാണ് എന്നതിനാൽ സ്വതന്ത്രചിന്തകരെ പ്രോത്സാഹിപ്പിക്കുന്നതിൽനിന്നു പലപ്പോഴും ഭരണകൂടം ഉൾവലിയുന്നു. 2014-ൽ ബർലിനിൽ അവിജിത് റോയിയുയുടെ 'മുക്തോ മോന' എന്ന ബ്ലോഗ് ഏറ്റവും മികച്ച ബ്ലോഗിനുള്ള 'ബെസ്റ്റ് ഓഫ് ബ്ലോഗ്സ്' അവാർഡിന് നാമനിർദ്ദേശം ചെയ്യപ്പെട്ടപ്പോൾ ഹസീന ഗവൺമെന്റ് അത് കണ്ടതായിപോലും ഭാവിച്ചില്ല. ശാസ്ത്രബോധം വളർത്തുകയും ശാസ്ത്രവീക്ഷണം പൊക്കിപ്പിടിക്കുകയും ചെയ്യുന്ന യുക്തിവാദികൾക്ക് ലഭിക്കുന്ന അംഗീകാരം മതമൗലികവാദികൾ അവഗണിക്കുന്നതുപോലെ മതേതര ഭരണകൂടവും അവഗണിച്ചു.

1972-ൽ ഷെയ്ഖ് മുജീബുർ റഹ്മാന്റെ കാലത്ത് അംഗീകരിച്ച പ്രഥമ ഭരണഘടന തിരിച്ചുപിടിക്കുമെന്ന് അവാമി ലീഗ് ജനങ്ങൾക്ക് വാഗ്ദാനം നൽകിയിരുന്നു. ആ വാഗ്ദാനം പൂർണാർഥത്തിൽ നിറവേറ്റാൻ ഷെയ്ഖ്

ഹസീനയോ അവരുടെ പാർട്ടിയോ തയ്യാറായിട്ടില്ല. ജനറൽ സിയാവുർ റഹ്മാൻ 1977-ൽ ഭരണഘടനയുടെ ആമുഖത്തിൽ തുന്നിച്ചേർത്ത 'ബിസ്മില്ലാഹിർറഹ്മാനി റഹിം' എന്ന വാക്യം ഇപ്പോഴും അതേപടി അവിടെ നിലനിൽക്കുന്നു. മതസിംബലുകൾ എടുത്തുമാറ്റാനുള്ള അധൈര്യം, അഥവാ മതയാഥാസ്ഥിതികരെ അലോസരപ്പെടുത്താനുള്ള വൈമുഖ്യം മതേതരപാർട്ടിയായ അവാമി ലീഗിൽ വേണ്ടുവോളമുണ്ട് എന്നതിനുള്ള തെളിവാണിത്.

ഭരണകക്ഷിയുടെ ഈദൃശ ദൗർബല്യങ്ങളെല്ലാം മുതലെടുത്താണ് ഇസ്ലാമിസ്റ്റ് തീവ്രവാദികൾ തങ്ങളുടെ ഫാസിസ്റ്റ് അജൻഡയുമായി ബംഗ്ലാദേശിൽ മുന്നോട്ടുപോകുന്നത്. മതരാഷ്ട്രീയത്തിനും മതഭരണവാദത്തിനും എതിർ നിൽക്കുന്നവരെയും രാഷ്ട്രീയ ഇസ്ലാമിന്റെ വ്യവഹാരങ്ങളിൽ വിമർശനാത്മകമായി ഇടപെടുന്നവരെയും തങ്ങൾ വെച്ചു പൊറുപ്പിക്കുകയില്ല എന്ന സന്ദേശം പ്രൊഫ. ഹുമയൂൺ ആസാദിന്റെ വധം തൊട്ട് ഫൈസൽ ആരഫിൻ ദിപന്റെ ഉന്മൂലനം വരെയുള്ള രാക്ഷസീയ കൃത്യങ്ങൾ വഴി അവർ നൽകിക്കഴിഞ്ഞിരിക്കുന്നു. അസഹിഷ്ണുതയുടെ ബീഭത്സമുഖം ഇന്ത്യയിൽ മാത്രമല്ല, മതമൗലികവാദത്തിനു വേരോട്ടമുള്ള എല്ലായിടങ്ങളിലും പത്തിവിടർത്തുന്നുണ്ട് എന്നതിന്റെ നേർസാക്ഷ്യമായി വർത്തമാനകാല ബംഗ്ലാദേശിൽ നടക്കുന്ന അരുംകൊലകളെ വിലയിരുത്താവുന്നതാണ്.

(ഡിസംബർ, 2015)

വിയോജനസ്വാതന്ത്ര്യത്തിന് ദേശദ്രോഹമുദ്ര നൽകുമ്പോൾ

ജവഹർലാൽ നെഹ്റു യൂണിവേഴ്സിറ്റിയുടെ വിദ്യാർത്ഥി യൂണിയൻ അധ്യക്ഷനായ കനയ്യകുമാറിനെ ദേശദ്രോഹക്കുറ്റം ചുമത്തി അറസ്റ്റു ചെയ്തതിൽ പ്രതിഷേധിച്ച് നോം ചോംസ്കിയും ഒർഹാൻ പാമുക്കും ഉൾപ്പെടെ 64 പ്രമുഖ ബുദ്ധിജീവികൾ ചേർന്നു പുറപ്പെടുവിച്ച പ്രസ്താവനയിൽ ഇന്ത്യയിലെ ദേശദ്രോഹ നിയമം പരാമർശിക്കപ്പെടുന്നുണ്ട്. ബ്രിട്ടീഷ് അധിനിവേശകാലത്ത് നടപ്പാക്കപ്പെട്ടതാണ് ആ നിയമം. തങ്ങൾക്കെതിരെ ശബ്ദമുയർത്തുന്നവരെ അടിച്ചമർത്താൻ കൊളോണിയൽ ഭരണാധികാരികൾ പ്രസ്തുത നിയമം (1860-ലെ ഇന്ത്യൻ ശിക്ഷാ നിയമത്തിൽ 1870-ൽ കൂട്ടിച്ചേർക്കപ്പെട്ട 124-എ വകുപ്പ്) ഉപയോഗിച്ചുപോന്നു.

ബ്രിട്ടീഷ് ഇന്ത്യയിൽ സെക്ഷൻ 124-എയുടെ ഇരകളായിരുന്നു ബാലഗംഗാധര തിലകനും മഹാത്മാ ഗാന്ധിയും. 1922-ലാണ് ഗാന്ധിക്കെതിരെ ഈ വകുപ്പ് പ്രയോഗിക്കപ്പെടുന്നതും ദേശദ്രോഹിയായി അദ്ദേഹം ചിത്രീകരിക്കപ്പെടുന്നതും. അഡ്വ.സുഹ്റിത് പാർത്ഥസാരഥിയെ ഉദ്ധരിക്കുകയാണെങ്കിൽ, അന്ന് ഗാന്ധി പ്രതികരിച്ചത് ഇങ്ങനെ: "എനിക്കെതിരെ കുറ്റം ചാർത്താൻ ഉപയോഗിക്കപ്പെട്ട 124-എ വകുപ്പ് പൗരസ്വാതന്ത്ര്യം അടിച്ചൊതുക്കുന്നതിന് ഇന്ത്യൻ ശിക്ഷാ നിയമത്തിൽ ചേർക്കപ്പെട്ട രാഷ്ട്രീയവകുപ്പുകളിലെ രാജകുമാരനാണ്." (ദ ഹിന്ദു, 16-02-2016)

രാജ്യം സ്വാതന്ത്ര്യം പ്രാപിക്കുന്നതിനു മുമ്പുള്ള കഥയാണിത്. സ്വാതന്ത്ര്യം യാഥാർത്ഥ്യമാവുകയും 1950-ൽ സ്വതന്ത്ര ഇന്ത്യയുടെ ഭരണഘടന നിലവിൽ വരുകയും ചെയ്തതിനുശേഷവും ദേശദ്രോഹ നിയമത്തിൽ മാറ്റമേതുമുണ്ടായില്ല. ഇരുണ്ട കൊളോണിയൽ കാലഘട്ടത്തിലെ കറുത്ത നിയമം എന്ന നിലയിൽ 124-എ വകുപ്പ് നീക്കം ചെയ്യപ്പെടേണ്ടതായിരുന്നു. വീക്ഷണ ബഹുത്വവും എതിർസ്വര സ്വാതന്ത്ര്യവും ഉറപ്പുനൽകുന്ന ഭരണഘടനയുടെ ആത്മസത്തയുമായി പൊരുത്തപ്പെടാത്തതാണ് ആ വകുപ്പ്. അത് നിലനിർത്തിക്കൂടാ എന്ന പക്ഷക്കാരനായിരുന്നു പ്രഥമ പ്രധാനമന്ത്രി നെഹ്റു. 'നാം കൊണ്ടുവരുന്ന നിയമവ്യവസ്ഥയിൽ സെക്ഷൻ 124-എ ഉൾപ്പെടുത്തിക്കൂടാ' എന്നും 'എത്ര പെട്ടെന്ന് അത് ഒഴിവാക്കുന്നുവോ അത്രയും നന്ന്' എന്നും അദ്ദേഹം അഭിപ്രായപ്പെട്ടിരുന്നു.

പക്ഷേ, ഭരണഘടന നിലവിൽ വന്ന് ആറര പതിറ്റാണ്ടു പിന്നിട്ടിട്ടും ഇന്ത്യൻ പീനൽകോഡിലെ 124-എ വകുപ്പ് ഊനം തട്ടാതെ ഇപ്പോഴും തുടരുന്നു. അതിന്റെ നിരങ്കുശമായ ഉപയോഗത്തിനെതിരെ പരമോന്നത ന്യായാസനം ഇടപെടലുകൾ നടത്തിയിട്ടില്ല എന്നല്ല. പൊതുസമാധാനത്തെ പ്രതികൂലമായി ബാധിക്കാത്ത അഭിപ്രായ പ്രകടനങ്ങൾ പരാമൃഷ്ട വകുപ്പിന്റെ പരിധിയിൽ വരില്ലെന്നു സുപ്രീംകോടതി ചില സന്ദർഭങ്ങളിൽ വ്യക്തമാക്കിയിട്ടുണ്ട്.

പക്ഷേ, നിയമപുസ്തകത്തിൽ 124-എ വകുപ്പ് നിലനിൽക്കെ ഭരണകൂടത്തിനു ഹിതകരമല്ലാത്ത അഭിപ്രായങ്ങൾ പ്രകടിപ്പിക്കുകയും വിയോജനശബ്ദം പ്രോത്സാഹിപ്പിക്കുകയും ചെയ്യുന്നവരെ നിഷ്ക്രിയമാക്കാൻ ഈ ദേശദ്രോഹനിയമം ഭരണകർത്താക്കൾക്ക് പ്രയോജനപ്പെടുത്താൻ സാധിക്കുമെന്നത് വസ്തുതയാണ്. ഇത് പറയുമ്പോൾ രാജ്യദ്രോഹത്തിലേർപെടുന്നവരെ പിടികൂടാൻ നിയമം വേണ്ട എന്ന വിവക്ഷ ഇവിടെയില്ല. സ്വതന്ത്രഭാഷണവും വിയോജനസ്വരവും രാജ്യദ്രോഹത്തിന്റെ പരിധിയിൽപെടില്ല എന്നു നിസ്സംശയം വ്യക്തമാക്കപ്പെടണമെന്നാണ് സൂചിപ്പിക്കുന്നത്. രാജ്യത്തിന്റെ സുരക്ഷയ്ക്കും നിലനില്പിനും പൊതുസമാധാനപാലനത്തിനുമെതിരായ ചൊല്ലും ചെയ്തിയും മാത്രമാകണം ദേശദ്രോഹനിയമത്തിന്റെ പരിധിയിൽ വരുന്നത്.

മേൽച്ചൊന്ന ഉപാധിയുടെ (തത്ത്വത്തിന്റെ അടിസ്ഥാനത്തിൽ) നോക്കുമ്പോൾ ജെ.എൻ.യു സംഭവത്തിൽ 124-എ വകുപ്പ് പ്രയോഗിക്കപ്പെടുന്നതിനു ന്യായീകരണമുണ്ടോ? അവിടെ കനയ്യകുമാർ എന്ന വിദ്യാർത്ഥി യൂണിയൻ നേതാവ് കേന്ദ്രഭരണകൂടത്തെ വിമർശിച്ചിരിക്കാം; കേന്ദ്രം ഭരിക്കുന്ന പാർട്ടിയുടെ നയങ്ങളെ വിമർശിച്ചിരിക്കാം; ആ പാർട്ടിയുടെ വിദ്യാർത്ഥി വിഭാഗത്തിന്റെ നടപടികളെ ചോദ്യം ചെയ്തിരിക്കാം. അവയൊന്നും ദേശദ്രോഹത്തിന്റെ പരിധിയിൽ വരുന്നതോ 124-എ വകുപ്പ് ചാർത്തപ്പെടാവുന്നതോ ആയ കൃത്യങ്ങളല്ല. കനയ്യകുമാർ എന്ന വിദ്യാർത്ഥിയാകട്ടെ, ഏതെങ്കിലും തീവ്രവാദ-വിഘടനവാദ സംഘടനയ്ക്കു കീഴിൽ പ്രവർത്തിക്കുന്ന ആളുമല്ല. സി.പി.ഐയുടെ വിദ്യാർത്ഥി വിഭാഗമായ എ.ഐ.എസ്.എഫിന്റെ പ്രവർത്തകനാണ് കനയ്യ. സി.പി.ഐ. ദേശിവിരുദ്ധ പാർട്ടിയാണെന്നു ബി.ജെ.പിക്കാർപോലും പറയില്ല. അത്തരം രാഷ്ട്രീയ പശ്ചാത്തലമുള്ള വിദ്യാർത്ഥിനേതാവിന്റെ പ്രസംഗത്തിൽ ദേശവിരുദ്ധത ആരോപിക്കപ്പെടുന്നതിന്റെ യുക്തിയെന്താണ്?

ജെ.എൻ.യു. കാമ്പസിൽ ഫെബ്രുവരി ഒമ്പതിന് പത്തുപേർ മാത്രമടങ്ങുന്ന ഒരു ചെറുസംഘം വിദ്യാർത്ഥികൾ അഫ്സൽ ഗുരു അനുസ്മരണം നടത്തിയിരുന്നു. 2001-ലെ പാർലമെന്റ് ആക്രമണക്കേസിലുൾപ്പെട്ട് തൂക്കിലേറ്റപ്പെട്ട അഫ്സൽ ഗുരുവിന്റെ മൂന്നാംചരമവാർഷികവുമായി ബന്ധപ്പെട്ട ആ ചടങ്ങിൽ കനയ്യ പ്രസംഗിച്ചിട്ടില്ല. അതിന്റെ സംഘാടനത്തിൽ അയാൾക്കു പങ്കുമില്ല. ദേശവിരുദ്ധം എന്നു വിശേഷിപ്പിക്കപ്പെടുന്ന പരാമർശങ്ങളും മുദ്രാവാക്യങ്ങളും മുഴങ്ങിയത് ആ പരിപാടിയിലാണ്. അതിന് ഉത്തരവാദികൾ ആരെന്നു കണ്ടെത്തി അവരെ നിയമത്തിനു

മുമ്പിൽ ഹാജരാക്കുകതന്നെ വേണം. പക്ഷേ, കട്ടവനെ കിട്ടിയില്ലെങ്കിൽ കണ്ടവനെ പിടിക്കുക എന്നത് ശരിയായ നടപടിയല്ലതന്നെ.

രാജ്യം ഭരിക്കുന്നവരുടെ ദേശീയതാ സങ്കല്പം വിമർശനരഹിതമായി എല്ലാവരും അംഗീകരിച്ചുകൊള്ളണമെന്ന ശാഠ്യം ഭരണകൂടവും അതിനെ പിന്താങ്ങുന്നവരും പ്രകടിപ്പിക്കുന്നുണ്ട് എന്നതും കൂട്ടത്തിൽ ശ്രദ്ധിക്കേണ്ടതുണ്ട്. ഇന്ത്യൻ ദേശീയത സമം ഹിന്ദുദേശീയത എന്നതത്രേ ആർ.എസ്.എസ്.-ബി.ജെ.പി. ദ്വയത്തിന്റെ കാഴ്ചപ്പാട്. കോൺഗ്രസ്സും ഇടതുപക്ഷവുമുൾപ്പെടെ രാജ്യത്ത് പ്രവർത്തിക്കുന്ന പല മതേതര പാർട്ടികളും ഇന്ത്യൻ ദേശീയതയെ ഹിന്ദു ദേശീയതയായി ന്യൂനീകരിക്കുന്നതിനോട് ഒട്ടും യോജിക്കാത്തവരാണ്. ഇന്ത്യൻ ദേശീയത മതേതരവും സങ്കരവുമായ ദേശീയത (Secular composite nationalism) യാണ് എന്നതാണവയുടെ അസന്ദിഗ്ദ്ധ നിലപാട്. സംഘപരിവാറിന്റെ ദേശീയതാ സങ്കൽപ്പം മതേതര പാർട്ടികളുടെ ദേശീയതാ സങ്കല്പവുമായി ഒരുതരത്തിലും ഒത്തുപോവില്ലെന്നു സാരം.

തങ്ങൾ ഉയർത്തിക്കാട്ടുന്ന ദേശീയതാ സങ്കല്പത്തോട് വിയോജിക്കുന്നവരെ ദേശവിരുദ്ധരായി ചാപ്പകുത്താൻ കിണഞ്ഞു ശ്രമിച്ചുപോന്നതാണ് (പോരുന്നതാണ്) പരിവാർ സംഘടനകളുടെ ചരിത്രം. വിയോജിക്കുന്നവർക്കെതിരെ പ്രയോഗിക്കാവുന്ന കരുത്തുറ്റ ആയുധമായി ഐ.പി.സിയിലെ 124-എ വകുപ്പിനെ അക്കൂട്ടർ കാണുകയും ചെയ്യുന്നു. അവരുടെ പ്രതിനിധികളാണ് ജെ.എൻ.യുവിന്റെ വടക്കൻ കവാടത്തിലും ഡൽഹിയിലെ പട്യാല ഹൗസ് കോടതിവളപ്പിലും നിയമം കൈയിലെടുക്കുകയും വിദ്യാർത്ഥികളെയും അധ്യാപകരെയും മാധ്യമപ്രവർത്തകരെയും തല്ലിച്ചതയ്ക്കുകയും ചെയ്തത്. തങ്ങൾ ചൂണ്ടിക്കാണിക്കുന്ന ദേശീയതാ സങ്കല്പം മാത്രമാണ് ശരിയെന്നും അത് അംഗീകരിക്കാത്തവർ ഇന്ത്യാ വിരുദ്ധരാണെന്നുമുള്ള തലതിരിഞ്ഞ ബോധത്തിന്റെ തടവുകാരാണവർ. താലിബാനിസ്റ്റുകളുടെ ഇന്ത്യൻ പതിപ്പായ അവരെ ജി. സമ്പത്തിന്റെ വാക്കുകൾ കടമെടുത്തു പറഞ്ഞാൽ, 'ഗുണ്ടാ ദേശീയത'യുടെ പ്രയോക്താക്കൾ എന്നു വിശേഷിപ്പിക്കാം.

സമഗ്രാധിപത്യ വിചാരരീതിയിൽ നിന്നാണ് ഗുണ്ടാ ദേശീയത കിളിർക്കുന്നത്. 'ഒരു പാർട്ടി, ഒരു ചിന്ത, ഒരു ശബ്ദം' എന്നത് സമഗ്രാധിപത്യത്തിന്റെ ശൈലിയാണ്. സമഗ്രാധിപത്യവാദികൾക്ക് മറുചിന്തകളോ മറുശബ്ദങ്ങളോ പൊറുപ്പിക്കാനാവില്ല. എതിർസ്വരങ്ങൾക്ക് അവർ ദേശദ്രോഹമുദ്ര നൽകും. തങ്ങൾ വിതരണം ചെയ്യുന്ന 'ദേശീയതാ സർട്ടിഫിക്കറ്റു'കൾക്ക് അർഹത നേടുന്നവരെ മാത്രമേ അവർ ഉൾക്കൊള്ളൂ. പാർട്ടിയിലും ചിന്തയിലും ശബ്ദത്തിലും ബഹുത്വം അനുവദിക്കുന്ന വ്യവസ്ഥയുടെ പേര് ബഹുസ്വര ജനാധിപത്യം എന്നാണ്. ആ വ്യവസ്ഥ സ്വാംശീകരിക്കാൻ സ്വയം സേവകസംഘക്കാർക്ക് സാധിക്കില്ല എന്നതിന്റെ ഏറ്റവും ഒടുവിലത്തെ തെളിവു മാത്രമാണ് കനയ്യ വേട്ട.

(ഫെബ്രുവരി, 2016)

ഇങ്ങനെ പോയാൽ ഹിന്ദുക്കൾ ന്യൂനപക്ഷമാകും

അറുപതു വർഷം മുമ്പ്, 1956 ഒക്ടോബറിലാണ് അംബേദ്കർ ആയിര ക്കണക്കിൽ അനുയായികളോടൊപ്പം ഹിന്ദുമതം ഉപേക്ഷിച്ച് ബുദ്ധമത ത്തിലേക്കു കടന്നുപോയത്. ഡോ. അംബേദ്കറുടെ മതപരിവർത്തന ത്തിന്റെ ഇരുപത്തിയഞ്ചാം വാർഷികത്തിൽ മൂന്നുലക്ഷത്തോളം ദളിതർ ഹിന്ദുമതത്തോടു വിടചൊല്ലി ബൗദ്ധരായി മാറി. സവർണ ഹിന്ദുമേധാ വിത്വം കണ്ണിൽചോരയില്ലാതെ പിന്തുടരുന്ന ജാതീയമർദ്ദന സമ്പ്രദായ ത്തോടുള്ള പ്രതികരണമായിരുന്നു അംബേദ്കറുടെയും അനുയായി വൃന്ദത്തിന്റെയും മതംമാറ്റം.

ഇരുപതാംനൂറ്റാണ്ടിൽ ജീവിച്ച അംബേദ്കറുടെ കാലത്തു മാത്ര മല്ല കീഴ്ജാതിക്കാർ എന്നു വ്യവഹരിക്കപ്പെടുന്നവർ സ്വമതം തിര സ്കരിച്ച് അന്യമതത്തിലേക്കു ചേക്കേറിയത്. ബൗദ്ധ-ജൈന മതങ്ങൾ തൊട്ടു ക്രൈസ്തവ-ഇസ്ലാമിക മതങ്ങൾ വരെ സ്വീകരിച്ച അനേകർ അക്കൂട്ടത്തിലുണ്ട്. ഹിന്ദുമതം എന്നു പിൽക്കാലത്തു വിശേഷി പ്പിക്കപ്പെട്ട ജീവിതവ്യവസ്ഥയിൽനിന്ന് അപരമതങ്ങളിലേക്കു കുടിയേറി യതിനു പല കാരണങ്ങൾ ചൂണ്ടിക്കാണിക്കപ്പെടാറുണ്ടെങ്കിലും ആ കുടി യേറ്റത്തിന്റെ മുഖ്യഹേതു ബ്രാഹ്മണിക്കൽ ഹിന്ദുമതം അന്നും ഇന്നും മുറുകെ പിടിക്കുന്ന ജാതിവ്യവസ്ഥയാണെന്നതു തർക്കമറ്റ വസ്തുത യാണ്.

ഹിന്ദുമതം എന്ന ഒന്നില്ലെന്നും അത് ഒരു സംസ്കാരമാണെന്നും ആർ.എസ്.എസ്സും അതിന്റെ പ്രത്യയശാസ്ത്ര സഹോദരരും പറയാറുണ്ട്. സംഗതി ശരിയാണ്. ബൗദ്ധ-ജൈനമതങ്ങൾപോലെയോ സെമിറ്റിക് മത ങ്ങൾപോലെയോ ഉള്ള മതമല്ല ഹിന്ദുയിസം. മതത്തിനല്ല, ജാതിക്കാണ് അവിടെ പ്രസക്തി. ഹൈന്ദവ സമൂഹത്തിൽ മത സമുദായം എന്ന ഒന്നില്ല. ഉള്ളതു ജാതി സമുദായങ്ങൾ മാത്രമാണ്. അവയോരോന്നും തങ്ങളുടെ ഭാഗമല്ലാത്ത ജനവിഭാഗങ്ങളെ അപരജാതിക്കാരായും ശത്രു വിഭാഗക്കാരായിപ്പോലും പരിഗണിച്ചുപോന്നിട്ടുണ്ട്. അതുകൊണ്ടത്രേ 'വിശാല ഹിന്ദു' എന്ന പരികല്പനയുമായി ആർ.എസ്.എസ്സിന് ഊരു തെണ്ടേണ്ടിവരുന്നത്.

ഇതിനർത്ഥം ഹിന്ദുസമൂഹത്തിൽ ജാതിശ്രേണിയേയുള്ളൂവെന്നും മനുഷ്യസമത്വം എന്ന ആശയം പ്രയോഗതലത്തിൽ ഇല്ല എന്നുമാണ്. എപ്പോഴെല്ലാം കീഴ്ജാതിക്കാർ ഹിന്ദുമതത്തോടു വിടപറഞ്ഞിട്ടുണ്ടോ അപ്പോഴെല്ലാം അവർ അങ്ങനെ ചെയ്തതു ജാതി വിവേചനത്തോടുള്ള കടുത്ത അമർഷം മൂലമാണ്. താഴെത്തട്ടിൽ നിൽക്കുന്ന ജാതിക്കാർക്കു സാമൂഹികമായ അന്തസ്സുപോയിട്ട്, മേൽജാതിക്കാരെ ഭയക്കാതെയും അവരുടെ ഭേദ്യം സഹിക്കാതെയും ജീവിക്കാൻപോലും സാധിക്കില്ല എന്ന ദുരവസ്ഥ മൂലമാണ് പഴയ ശംബൂകൻ തൊട്ടു പുതിയ രോഹിത് വെമുല വരെയുള്ളവർ തങ്ങളുടേതായ സവിശേഷരീതികളിൽ ഹൈന്ദവ വർണ വ്യവസ്ഥയോടു പ്രതികരിച്ചത്.

അംഗസംഖ്യാടിസ്ഥാനത്തിൽ നോക്കുമ്പോൾ ഹിന്ദുമതം അനുക്രമം ക്ഷയിച്ചുകൊണ്ടിരുന്നു എന്നതാണ് ഈ വർണ(ജാതി) വ്യവസ്ഥയുടെ ബാക്കിപത്രം. അമാനവികമായ വർണ വ്യവസ്ഥയോടുള്ള കലാപം എന്ന നിലയിൽ ജൈനമതവും ബുദ്ധമതവും പ്രത്യക്ഷപ്പെട്ടപ്പോൾ ബ്രാഹ്മണ മതം അത്രകണ്ടു ദുർബലമായി. പിന്നീട് ക്രിസ്തുമതവും ഇസ്ലാംമതവും ഇന്ത്യയിൽ കാലുകുത്തിയപ്പോൾ ആ ദൗർബല്യത്തിന് ആക്കം കൂടി.

തൊട്ടുകൂടായ്മ കല്പിക്കപ്പെട്ടവർ വൈദേശികമതങ്ങളായ ക്രിസ്തുമതത്തിലേക്കും ഇസ്ലാമിലേക്കും മാറുന്നതോടെ തൊടാവുന്നവരായി മാറി. പരസ്പരം തൊടാവുന്നവർ (ഇടപഴകാവുന്നവർ) എന്ന അവസ്ഥയിലേക്കുള്ള പരിവർത്തനം ഇന്ത്യകണ്ട ഏറ്റവും വലിയ സാമൂഹിക വിപ്ലവമായിരുന്നു.

ആ വിപ്ലവത്തിന്റെ പ്രഭാവവും പ്രസക്തിയും ഇരുപത്തിയൊന്നാം ശതകത്തിലെത്തിയിട്ടും ഹിന്ദുത്വവാദികൾക്കു മനസ്സിലാകാതെ പോകുന്നു. മനുഷ്യാന്തസ്സിനു നിരക്കാത്ത ജാതീയമായ ഉച്ചനീചത്വം നിലനിർത്തിയും കീഴ്ജാതിക്കാരെ അടിമസമാനരായി വീക്ഷിച്ചും അടിച്ചമർത്തിയും മുന്നോട്ടുപോകാമെന്ന വ്യാമോഹമാണ് ഇപ്പോഴും സംഘപരിവാരക്കാർ വെച്ചുപുലർത്തുന്നത്. അതിന്റെ ഏറ്റവും ഒടുവിലെ ഉദാഹരണമാണ് ഗുജറാത്തിലെ ഗിർ സോമനാഥ് ജില്ലയിൽ ഉന താലൂക്കിൽ മോതസംധാലിയ ഗ്രാമത്തിൽ ജൂലൈ 11ന് അരങ്ങേറിയ കിരാതത്വം.

സംഭവത്തിലെ വില്ലന്മാർ 'പശുസംരക്ഷകരാ'ണ്. മേൽച്ചൊന്ന ഗ്രാമത്തിലെ നാലു ദളിത യുവാക്കൾ പശുവിനെ കൊന്നു തോലുരിച്ചു എന്നാരോപിച്ച് ഹിന്ദുത്വവാദികളായ 'ഗോ സംരക്ഷക സമിതി'ക്കാർ യുവാക്കളുടെ കുടുംബാംഗങ്ങളെ മർദ്ദിക്കുക മാത്രമല്ല, ആ ചെറുപ്പക്കാരെ കാറിൽ ബന്ധനസ്ഥരാക്കി ഉന പട്ടണത്തിൽ കൊണ്ടുപോവുകയും അവിടെ ഒരു പൊലീസ് സ്റ്റേഷനു സമീപം പൊതുജനമധ്യത്തിൽ തല്ലിച്ചതയ്ക്കുകയും ചെയ്തു. അഷ്ടിക്കു വകയില്ലാത്ത ദളിത് യുവാക്കൾ ചത്തുകിടക്കുന്ന പശുവിന്റെ തോലാണ് നീക്കം ചെയ്തതെന്ന വസ്തുത പശു സംരക്ഷകർ കണക്കിലെടുത്തില്ല.

ഗുജറാത്ത് മാത്രമല്ല, കേന്ദ്രവും ഭരിക്കുന്നത് തങ്ങളുടെ പാർട്ടിയാണെന്ന ഹുങ്കിൽ ഗോസംരക്ഷകർ തങ്ങളുടെ 'വീരകൃത്യം' വീഡിയോയിൽ പകർത്തി സാമൂഹിക മാധ്യമങ്ങളിലൂടെ പ്രചരിപ്പിക്കാനും മുന്നോട്ടുവന്നു. ബി.ജെ.പി. നാടുഭരിക്കുമ്പോൾ തങ്ങളെ ശിക്ഷിക്കാൻ ആരും മുതിരുകയില്ല എന്ന വിശ്വാസമാണ് അവരെ അതിനു പ്രേരിപ്പിച്ചത്. പക്ഷേ, ആ ദളിത് മർദ്ദനദൃശ്യം വൈറലായപ്പോൾ വിവിധ കേന്ദ്രങ്ങളിൽ രൂക്ഷമായ പ്രതികരണങ്ങളുണ്ടായി. സംസ്ഥാനത്തിലെ രോഷാകുലരായ ദളിത് സമുദായാംഗങ്ങൾ തീക്ഷ്ണ പ്രതിഷേധവുമായി തെരുവുകളിലിറങ്ങി.

ഇത് ഒറ്റപ്പെട്ട സംഭവമല്ല ഗുജറാത്തിൽ. കഴിഞ്ഞ മേയിൽ അംറേലി ജില്ലയിലെ റജുലയിൽ പശുസംരക്ഷകർ ഒരു ദളിത് കോളനിയിൽ തേർവാഴ്ച നടത്തിയത് റിപ്പോർട്ടു ചെയ്യപ്പെട്ടിരുന്നു. പശു സംരക്ഷണത്തിന്റെ പേരിൽ അല്ലാതെയും പട്ടികജാതിക്കാർക്കെതിരെയുള്ള പീഡനം സംസ്ഥാനത്ത് പലപ്പോഴും നടന്നിട്ടുണ്ട്. ദളിത് മർദ്ദനത്തിൽ ഏറ്റവും മുന്നിൽ നിൽക്കുന്ന അഞ്ച് സംസ്ഥാനങ്ങളിൽ ഒന്നത്രേ പതിനഞ്ചു വർഷമായി ഭാരതീയ ജനതാ പാർട്ടി ഭരിക്കുന്ന ഗുജറാത്ത്.

ആ സംസ്ഥാനത്തിനു പുറമെ തെക്ക് തമിഴ്നാട് തൊട്ട് വടക്ക് ഹരിയാന വരെയുള്ള സംസ്ഥാനങ്ങളിൽ ദളിതർ നിഷ്ഠൂരം ആക്രമിക്കപ്പെടുകയും വധിക്കപ്പെടുകയും ചെയ്യുന്ന സ്ഥിതിവിശേഷം നിലവിലുണ്ട്. 2002 ഒക്ടോബർ 15ന് ഹരിയാനയിലെ ജജ്ജാറിലുണ്ടായ സംഭവം ഇവിടെ ഓർക്കാം. അവിടെയും ഗോ സംരക്ഷകരായിരുന്നു പ്രതികൾ. പശുവിനെ കൊന്നു തോലുരിച്ചു എന്നു വ്യാജമായി ആരോപിച്ച് അഞ്ചു ദളിതരെയാണ് ദുലിന പൊലീസ് സ്റ്റേഷനു മുന്നിലിട്ട് അന്ന് ഹിന്ദുത്വവാദികൾ തീയിട്ടുകൊന്നത്. ആളുകളെ കൊല ചെയ്തവർക്കെതിരെ കേസെടുക്കുന്നതിനു പകരം ദുലിനയിലെ പൊലീസ് ഗോവധ നിരോധന നിയമത്തിന്റെ പിൻബലത്തിൽ കേസെടുത്തത് കൊല്ലപ്പെട്ട ദളിതർക്കെതിരെയായിരുന്നു!

നൂറ്റാണ്ടുകളായി കീഴ്ജാതിക്കാർക്കെതിരെ സവർണജാതി ഭ്രാന്തന്മാർ നടത്തുന്ന ഹിംസ സ്വതന്ത്ര ജനാധിപത്യ ഭാരതത്തിലും മാറ്റമേതുമില്ലാതെ തുടരുന്നു എന്നതാണ് അസ്വാസ്ഥ്യജനകമായ യാഥാർത്ഥ്യം. ദേശീയ പട്ടികജാതി കമ്മീഷൻ തയ്യാറാക്കിയ കണക്കുകൾ പ്രകാരം 2011-2014 കാലയളവിൽ അഖിലേന്ത്യാതലത്തിൽ പട്ടികജാതിക്കാർക്കെതിരെയുള്ള കുറ്റകൃത്യങ്ങളിൽ 40 ശതമാനം വർധനയുണ്ടായിട്ടുണ്ട്. 2015ൽ ഏറ്റവും ഉയർന്ന കുറ്റകൃത്യനിരക്കു രേഖപ്പെടുത്തിയത് ഗുജറാത്തിലാണ്. 163.3 ശതമാനം വർധനയുണ്ടായി അവിടെ. തൊട്ടുതാഴെ ഛത്തീസ്ഗഢും രാജസ്ഥാനും വരുന്നു. നാഷണൽ ക്രൈം റെക്കോഡ്സ് ബ്യൂറോയുടെ വെളിപ്പെടുത്തലനുസരിച്ച് 2014-ൽ അഖിലേന്ത്യാതലത്തിൽ പട്ടികജാതിക്കാർക്കെതിരെ 47064 കുറ്റകൃത്യങ്ങൾ റിപ്പോർട്ടു ചെയ്യപ്പെട്ടിരിക്കുന്നു (See Frontline, 19-08-2016)

നടേ സൂചിപ്പിച്ചതുപോലെ, ഇന്ത്യയിൽ കീഴ്ജാതിക്കാർ അപരമതങ്ങളിലേക്കു മാറാൻ പ്രേരിതരായതിൽ എല്ലാക്കാലത്തും മുഖ്യപങ്കു വഹിച്ചത് മേൽജാതിക്കാർ അനുവർത്തിച്ച ജാതീയ ഹിംസയാണ്. മർദ്ദനത്തിൽനിന്നും നീചമായ സാമൂഹിക വിവേചനത്തിൽനിന്നും മോചനം തേടിയാണ് പലരും ഇസ്ലാമിലേക്കും ക്രിസ്തുമതത്തിലേക്കും ബുദ്ധമതത്തിലേക്കുമെല്ലാം മാറിയത്. 1981ൽ തമിഴ്നാട്ടിലെ മീനാക്ഷിപുരത്ത് ദളിതർ ഇസ്ലാമിലേക്ക് കൂട്ടമതപരിവർത്തനം നടത്തിയതിനു പിന്നിലുണ്ടായിരുന്നതും സവർണ്ണ പ്രഭുക്കളുടെ പീഡനംതന്നെ. ആ കാപാലികത്വം ഇന്നത്തെ രീതിയിൽ തുടർന്നാൽ ഇന്ത്യയിൽ പല സംസ്ഥാനങ്ങളിലും ഹിന്ദുക്കൾ ന്യൂനപക്ഷമാകാൻ ഒരു നൂറ്റാണ്ടു തികച്ചുവേണ്ടി വരില്ല.

(ആഗസ്റ്റ്, 2016)

ശബരിമലയിൽ ഗാന്ധിജി വന്നാൽ

വണ്ട് മഹാത്മാഗാന്ധി കേരളത്തിൽ വന്നിട്ടുണ്ട്. പക്ഷേ, അദ്ദേഹത്തിന് ശബരിമലയിൽ പോകാനോ അവിടത്തെ ആചാരമര്യാദകൾ സൂക്ഷ്മമായി ഗ്രഹിക്കാനോ സാധിച്ചിരുന്നില്ല. സാധിച്ചിരുന്നെങ്കിൽ, അയ്യപ്പസന്നിധിയിൽ പെൺപ്രജകളോട് കാണിക്കുന്ന വിവേചനത്തെക്കുറിച്ച് അദ്ദേഹം എങ്ങനെയായിരുന്നിരിക്കും പ്രതികരിക്കുക? ചോദ്യം തികച്ചും സാങ്കല്പികമാണ്. പക്ഷേ, ക്ഷേത്രപ്രവേശനത്തിൽ അനേകം നൂറ്റാണ്ടുകളായി കീഴ്ജാതിക്കാരോട് കാണിച്ചുപോന്ന നീതീകരണലേശമില്ലാത്ത വിവേചനത്തിനെതിരെ അദ്ദേഹം സ്വീകരിച്ച നിലപാട് വെച്ചുനോക്കിയാൽ, ശബരിമലയിൽ സ്ത്രീകൾക്കുള്ള വിലക്ക് തുടരണമെന്ന സമീപനം ഗാന്ധിജി കൈക്കൊള്ളുമായിരുന്നില്ല എന്ന് കട്ടായം.

ഇത്ര തറപ്പിച്ച് ഇതു പറയാൻ പ്രത്യേക കാരണമുണ്ട്. ബ്രാഹ്മണവലതുപക്ഷത്തിന്റെ ചിന്താധാരകളെ പ്രതിനിധീകരിക്കുന്ന ഗീതാപ്രസ്സും അതിന്റെ 'കല്യാൺ' എന്ന മാസികയും അരങ്ങിലെത്തുന്നത് 1926-ൽ. ഹനുമാൻ പ്രസാദ് പോദർ ആയിരുന്നു അവയുടെ സ്ഥാപക പത്രാധിപർ. അവർണവിരോധത്തിലും അഹിന്ദുദ്വേഷത്തിലുമധിഷ്ഠിതമായ വികാരങ്ങളുടെ മൂർത്തിമദ്ഭാവമായിരുന്നു പോദർ എന്നപോലെ ഗീതാപ്രസ്സും കല്യാണും. സനാതന ഹിന്ദു സ്വത്വത്തിന്റെ അടിക്കല്ല് വർണാശ്രമധർമമാണെന്നതായിരുന്നു പോദറുടെ അചഞ്ചല വീക്ഷണം. 'അസ്പൃശ്യനായ' ബി.ആർ. അംബേദ്കറെയും ജാതീയമായ ഉച്ചനീചത്വം അരുതെന്നു പറഞ്ഞ ഗാന്ധിജിയെയും ഗീതാപ്രസ്സിന്റെ സ്ഥാപകൻ അവജ്ഞയോടെ മാത്രമെ കണ്ടിരുന്നുള്ളൂ.

പോദർക്കും ഗീതാപ്രസ്സിനും ഗാന്ധിജിയോടുള്ള എതിർപ്പിന്റെ തുടക്കം 1932-ലാണ്. ഹരിജനങ്ങൾക്ക് ക്ഷേത്രപ്രവേശന സ്വാതന്ത്ര്യം നൽകണമെന്നും അവരോടൊപ്പം മിശ്രഭോജനം നടത്താൻ മേൽജാതിക്കാർ തയ്യാറാകണമെന്നും മഹാത്മാവ് ആവശ്യപ്പെട്ടപ്പോഴാണ് പോദർ കടുത്ത ഗാന്ധിവിരുദ്ധനായി മാറിയത്. 1933ൽ ക്ഷേത്രപ്രവേശന ബില്ലിനും ഗാന്ധിക്കുമെതിരെ ഗീതാപ്രസ്സും അതിയാഥാസ്ഥിതിക 'വർണാശ്രമ സ്വരാജ്യസംഘും' അരയും തലയും മുറുക്കി രംഗത്തുവന്നു. മഹാത്മാവ് പക്ഷേ, തന്റെ നിലപാടിൽ നിന്നു തെല്ലും പിന്മാറിയില്ല.

പോദറുടെ പത്രാധിപത്യത്തിലുള്ള ഗീതാപ്രസ്സ് അന്നു ഗാന്ധിയെ ക്കുറിച്ച് പറഞ്ഞതിങ്ങനെ: "പാശ്ചാത്യപുണ്യവാളന്മാരാലും പരി ഷ്കർത്താക്കളാലും സ്വാധീനിക്കപ്പെട്ട വ്യക്തിയാണ് ഗാന്ധി." (See Seminar, January 2016) ഗാന്ധിയുടെ അനുയായികൾ മതശാസ്ത്രവിരുദ്ധ ചെയ്തികളിൽ അദ്ദേഹത്തെ അനുകരിക്കുമെന്ന ആശങ്കയും ഗീതാപ്രസ്സ് രേഖപ്പെടുത്തി. കാര്യങ്ങൾ അവിടെ അവസാനിച്ചില്ല. അയിത്തത്തെ ന്യായീകരിക്കാൻ ആധുനിക ശാസ്ത്രത്തെ കൂട്ടുപിടിക്കാനുള്ള ശ്രമം പോലും പോദറുടെ ഗീതാപ്രസ്സ് നടത്തി. "തലമുറകളായി കക്കൂസുകൾ വൃത്തിയാക്കുന്ന ഭാംഗികളുടെ (കീഴ്ജാതിക്കാരുടെ) ശരീരങ്ങളിൽ രോഗാണുക്കളുണ്ടാകുമെന്നാണ് മഹർഷിമാർ തങ്ങളുടെ സൂക്ഷ്മനേത്ര ങ്ങളിലൂടെ കണ്ടെത്തിയതെന്നും അതിനാൽ അവരിൽനിന്ന് അകന്നു നിൽക്കാൻ അയിത്തം ആചരിച്ചേ തീരൂ" എന്നുമത്രേ ഗീതാപ്രസ്സ് വാദി ച്ചത്.

ഇത്തരം വാദമുഖങ്ങൾ ഫലിക്കാതെ വന്നപ്പോൾ പോദറും സമാന ചിന്താഗതിക്കാരും ഭൂതകാലത്തെയും 'കർമഫല'ത്തെയും കൂട്ടുപിടി ക്കാൻ തുടങ്ങി. മുജ്ജന്മത്തിൽ തങ്ങൾ ചെയ്ത പാപങ്ങൾ കാരണമാണ് തങ്ങൾക്ക് ക്ഷേത്രപ്രവേശനം നിഷിദ്ധമായിത്തീരുന്നതെന്ന് അയിത്ത ജാതിക്കാർ മനസ്സിലാക്കണമെന്നും ക്ഷേത്രത്തിൽ പോവുകയല്ല, തങ്ങ ളുടെ പാപങ്ങളിൽ പശ്ചാത്തപിക്കുകയാണ് അവർ ചെയ്യേണ്ടതെന്നും 'കല്യാൺ' മാസികയിലൂടെ പോദർ വെളിപ്പെടുത്തി.

ഗാന്ധിജി 'ദൈവത്തിന്റെ ആളുകൾ' (ഹരിജൻ) എന്ന് ആദരപൂർവം നാമകരണം ചെയ്ത വിഭാഗത്തിനു ദേവാലയ പ്രവേശനം നിഷേധിക്കാൻ മതശാസ്ത്രത്തെയും ജീവശാസ്ത്രത്തെയും കർമഫലത്തെയും ആചാര മര്യാദകളേയുമൊക്കെ യാഥാസ്ഥിതികർ ഉപയോഗപ്പെടുത്തിയിരുന്നു എന്നു കാണിക്കാനാണ് ഇത്രയും എഴുതിയത്. ഇപ്പോൾ സ്ത്രീകളുടെ ശബരിമല പ്രവേശനത്തിന് അനുകൂലമായി പരമോന്നത ന്യായാസനം ചില നിരീക്ഷണങ്ങൾ നടത്തിയപ്പോൾ അതിനെതിരെയും യാഥാസ്ഥി തിക പക്ഷം രംഗത്തുവരുന്നത് മതശാസ്ത്രവും ആചാരമര്യാദകളും ഉദ്ധരിച്ചുകൊണ്ടാണ്.

പത്തുവയസ്സിനും അൻപത് വയസ്സിനുമിടയിലുള്ള സ്ത്രീകൾക്ക് ശബരിമലയിൽ പ്രവേശിക്കുന്നതിനുള്ള വിലക്ക് ഭരണഘടനാപരമായി സാധുവല്ലെന്നാണ് സുപ്രീംകോടതി വ്യക്തമാക്കിയത്. സ്ത്രീകളുടെ ശബരിമല പ്രവേശന സ്വാതന്ത്ര്യം ആർക്കും തടയാനാവില്ലെന്നും കോടതി പറയുകയുണ്ടായി. ഗാന്ധിജിയെപ്പോലുള്ളവർ ഇടംവലം നോക്കാതെ സ്വാഗതം ചെയ്യുമായിരുന്ന അത്തരം ഒരു കോടതിനിരീക്ഷണത്തിനെ തിരെ പുതിയ കാലത്തെ പോദർമാർ മുന്നോട്ടു വന്നാൽ അതിൽ ആർക്കും അദ്ഭുതം തോന്നില്ല. പക്ഷേ, ഗാന്ധിയൻ മൂല്യങ്ങളോട് ചേർന്നു നിൽക്കുന്നതായി പൊതുസമൂഹം വിലയിരുത്തുന്ന പ്രശസ്ത കവയിത്രി

സുഗതകുമാരിയെപ്പോലുള്ളവർ പരമോന്നത ന്യായപീഠത്തിന്റെ നിരീക്ഷണത്തോട് കലഹിക്കുന്നത് അതിശയകരമെന്നേ പറയാനാകൂ.

പ്രായഭേദമെന്യേ എല്ലാ സ്ത്രീകൾക്കും ശബരിമലയിൽ പോവാൻ അവകാശമുണ്ടെന്നു കോടതി പറഞ്ഞതിനോട് സുഗതകുമാരി പ്രതികരിച്ചത് ഇപ്രകാരം: "അയ്യപ്പനെ പ്രാർത്ഥിക്കേണ്ടവർക്ക് പുറത്ത് ഇഷ്ടം പോലെ ക്ഷേത്രങ്ങളുണ്ട്. ഉന്നതമായ പീഠം പറഞ്ഞാലും തെറ്റ് തെറ്റാണ്. മര്യാദകൾ പാലിക്കാൻ എല്ലാവരും ബാധ്യസ്ഥരാണ്." (മാതൃഭൂമി. 13.01.2016)

സുഗതകുമാരി ഉന്നയിക്കുന്ന ഇതേ ന്യായമാണ് പത്തൊമ്പതാം നൂറ്റാണ്ടിൽ രാജാറാം മോഹൻറോയ് മനുഷ്യത്വവിരുദ്ധമായ സതി എന്ന ദുരാചാരത്തിനെതിരെ ശബ്ദമുയർത്തിയപ്പോൾ അന്നത്തെ യാഥാസ്ഥിതിക വിഭാഗം മുന്നോട്ടുവെച്ചതെന്ന വസ്തുത ഓർക്കേണ്ടതുണ്ട്.

ദേവദാസി സമ്പ്രദായത്തെയും ശിശുവിവാഹത്തെയും വിധവാവിവാഹ വിലക്കിനെയുമെല്ലാം വെള്ളപൂശാനും 'മര്യാദകൾ' കാലാകാലങ്ങളിൽ ഉപയോഗപ്പെടുത്തപ്പെട്ടിട്ടുണ്ട്. ലിംഗസമത്വവും മനുഷ്യാവകാശങ്ങളും ഉൾപ്പെടെയുള്ള ആധുനിക സാമൂഹിക സങ്കല്പങ്ങൾക്കും ഭാരതത്തിന്റെ മതേതര ഭരണഘടനാ മൂല്യങ്ങൾക്കും എതിർനിൽക്കുന്ന ആചാരമര്യാദകൾ ഉപേക്ഷിക്കപ്പെടുമ്പോഴാണ് സമൂഹം കൂടുതൽ മാനവികതയിലേക്ക് വളരുന്നത്.

ഉന്നതന്യായാസനം എന്തു പറഞ്ഞാലും മര്യാദകൾ പാലിക്കാൻ എല്ലാവരും ബാധ്യസ്ഥരാണെന്ന സുഗതകുമാരിയുടെ അഭിപ്രായപ്രകടനത്തിന്, മൂന്നു പതിറ്റാണ്ടുമുമ്പ് മറ്റൊരു കേസിൽ സുപ്രീംകോടതി പുറപ്പെടുവിച്ച വിധിന്യായത്തിനെതിരെ മുസ്ലിം യാഥാസ്ഥിതിക-മതമൗലിക വിഭാഗം നടത്തിയ പ്രതികരണത്തോട് ഗാഢമായ സാമ്യമുണ്ട്. ഏറെ കോളിളക്കവും രാഷ്ട്രീയ ഭൂകമ്പവും സൃഷ്ടിച്ച ഷാബാനു ബീഗം-മുഹമ്മദ് അഹമ്മദ്ഖാൻ കേസിൽ 1985-ൽ പുറത്തുവന്ന കോടതി വിധിയാണ് ഇവിടെ സൂചിപ്പിക്കുന്നത്. മുസ്ലിങ്ങളുടെ വേദപുസ്തകത്തിലെ പ്രസക്ത സൂക്തങ്ങൾ ഉദ്ധരിച്ചുകൊണ്ട് അന്നു പരമോന്നത നീതിപീഠം പറഞ്ഞത് വിവാഹമോചിതയായ മുസ്ലിം സ്ത്രീക്ക് ജീവനാംശം നൽകാൻ മുൻ ഭർത്താവ് ബാധ്യസ്ഥനാണ് എന്നായിരുന്നു. ആ വിധിക്കെതിരെ ആക്രാമകമായി രംഗത്തിറങ്ങിയ മൗലവി-മുസല്യാർ വൃന്ദം അന്ന് ആക്രോശിച്ചത് മുസ്ലിങ്ങളുടെ മതനിയമങ്ങളിൽ (ആചാരമര്യാദകളിൽ) ഇടപെടാൻ മതേതരകോടതിക്ക് അർഹതയോ അവകാശമോ ഇല്ലെന്നത്രേ. ശബരിമലയിലെ സ്ത്രീപ്രവേശന വിഷയത്തിൽ സുപ്രീംകോടതിക്കെതിരെ ഇപ്പോൾ സുഗതകുമാരി പ്രതികരിച്ചതുപോലെ, "ഉന്നത നീതിപീഠം പറഞ്ഞാലും തെറ്റ് തെറ്റാണ്" എന്ന മട്ടിൽ തന്നെയായിരുന്നു ഇസ്ലാമിക വലതുപക്ഷത്തിന്റെയും അക്കാലത്തെ പ്രതികരണം.

സുഗതകുമാരിയും മുസ്ലിം പുരോഹിതവർഗവും തമ്മിൽ വീക്ഷണങ്ങളുടെയും സമീപനങ്ങളുടെയും കാര്യത്തിൽ ഒത്തിരി വ്യത്യാസമുണ്ടാകുമെന്നാണ് ഇതെഴുതുന്നവനടക്കം പലരും ഇക്കാലം വരെ കരുതിപ്പോന്നിരുന്നത്. ഗാന്ധിയൻ മൂല്യങ്ങളോട് ആഭിമുഖ്യമുള്ള കവയിത്രി മതശാസ്ത്രത്തിന്റെ പെൺവിരുദ്ധതയ്ക്കെതിരെ ധീരമായ നിലപാടെടുക്കുമെന്നു മതേതര ജനാധിപത്യ കേരളം ന്യായമായും പ്രതീക്ഷിച്ചു. മുപ്പതു വർഷം മുമ്പ് ഷാബാനുബീഗം വിധി വന്നപ്പോൾ കേരളത്തിലെ അറിയപ്പെടുന്ന ഗാന്ധിയനും മുൻ വിദ്യാഭ്യാസമന്ത്രിയുമായിരുന്ന പി.പി. ഉമ്മർകോയ കോടതിവിധിയോടൊപ്പമാണ് (പെണ്ണവകാശങ്ങളോടൊപ്പമാണ്) നിലകൊണ്ടിരുന്നത്. ഉമ്മർകോയയുടെ തലത്തിലേക്ക് ഉയരുന്നതിനു പകരം ഹനുമാൻ പ്രസാദ് പോദറുടെ തലത്തിലേക്ക് താഴുകയത്രേ സുഗതകുമാരി ചെയ്തത്.

(ഫെബ്രുവരി, 2016)

'ദേശദ്രോഹി'യിൽനിന്ന് 'സമുദായ ദ്രോഹി'യിലേക്കുള്ള ദൂരം

ഇന്ത്യക്ക് ഒരു വിശുദ്ധഗ്രന്ഥമുണ്ടോ, ഉണ്ടെങ്കിൽ ഏതാണത് എന്ന ചോദ്യം സമീപകാലത്ത് ഉയരുകയുണ്ടായി. ഗീത ഇന്ത്യയുടെ വിശുദ്ധ ഗ്രന്ഥമാണെന്ന അവകാശവാദം ചില കോണുകളിൽനിന്നു പുറപ്പെട്ട പ്പോളായിരുന്നു ആ ചോദ്യം ഉദ്ഭവിച്ചത്. മതഗ്രന്ഥങ്ങൾ ഒന്നിനും ഇന്ത്യ യുടെ വിശുദ്ധഗ്രന്ഥം എന്ന പദവിക്ക് അർഹതയില്ലെന്നും വല്ല ഗ്രന്ഥ ത്തിനും ആ പദവി നല്കാമെങ്കിൽ അത് ഇന്ത്യയുടെ മതേതര ഭരണ ഘടനയ്ക്കു മാത്രമാണെന്നും ചില പത്രങ്ങളും ബുദ്ധിജീവികളിൽ ചിലരും അന്ന് അഭിപ്രായപ്പെടുകയുണ്ടായി. അല്പം വൈകിയാണെങ്കിലും പ്രധാനമന്ത്രി മോദി തന്നെ ആ നിരീക്ഷണം ശരിവെക്കുകയും ചെയ്തു.

ഇന്ത്യയുടെ വിശുദ്ധഗ്രന്ഥം എന്നു വാഴ്ത്തപ്പെടാൻ നമ്മുടെ ഭരണ ഘടനയെ അർഹമാക്കുന്ന ഘടകങ്ങൾ പലതുമുണ്ട്. അവയിൽ ഏറ്റവും പ്രധാനപ്പെട്ട ഒന്ന് ആ ഗ്രന്ഥം (രേഖ) ഉദ്ഘോഷിക്കുന്ന അഭിപ്രായ സ്വാതന്ത്ര്യമാണ്. ജനാധിപത്യത്തിന്റെ പ്രാണവായുവാണ് അഭിപ്രായ പ്രകടന സ്വാതന്ത്ര്യം. ഭരണത്തിന്റെ ഉത്തുംഗശ്രേണിയിൽ നിൽക്കുന്ന വരെ മാത്രമല്ല ഭരണഘടനയെത്തന്നെ ചോദ്യം ചെയ്യാൻ ഇന്ത്യൻ ഭരണ ഘടന പൗരന്മാർക്കു സ്വാതന്ത്ര്യം നൽകുന്നു. ആരും വിമർശനത്തിന് അതീതരല്ല എന്നതു നമ്മുടെ ഭരണഘടനയുടെ അടിസ്ഥാനമൂല്യങ്ങളുടെ ഭാഗമാണ്.

എപ്പോഴെല്ലാം ഭരണഘടന ഉറപ്പുനൽകുന്ന ഭാഷണ-അഭിപ്രായ സ്വാതന്ത്ര്യത്തിന്റെ പരിധിയെയും പരിമിതികളെയുംകുറിച്ച് ഭിന്നാഭിപ്രായ ങ്ങൾ ഉണ്ടായിട്ടുണ്ടോ അപ്പോഴെല്ലാം സുപ്രീംകോടതി പൊതുവിൽ സ്വീകരിച്ചത് അഭിപ്രായ സ്വാതന്ത്ര്യത്തിനു കടഞ്ഞാണിടുന്നതു ഭരണ ഘടനാപരമല്ല എന്ന സമീപനമാണ്. ഏതെങ്കിലും സാഹിത്യകൃതിയോ സിനിമ ഉൾപ്പെടെയുള്ള കലാവിഷ്ക്കാരങ്ങളോ ചിന്താപദ്ധതികളോ ഏതെങ്കിലും വിഭാഗത്തിന്റെ വികാരം വ്രണപ്പെടുത്തുന്നുവെന്നും അതു ക്രമസമാധാനത്തകർച്ചയിലേക്കു നയിക്കുന്നുവെന്നും ചൂണ്ടിക്കാണിക്ക പ്പെട്ട സന്ദർഭങ്ങളിൽ ക്രമസമാധാനം ഉറപ്പാക്കേണ്ടതു ഭരണകർത്താ ക്കളുടെ അനുപേക്ഷ്യ ബാധ്യതയാണെന്നും അതിന്റെ പേരിൽ ഭാഷണ

-ആവിഷ്കാര സ്വാതന്ത്ര്യം ഹനിക്കാവതല്ലെന്നും പരമോന്നത ന്യായാസനം തറപ്പിച്ചുപറഞ്ഞ കേസുകൾ ഒന്നിലേറെയുണ്ട്.

ഇതിനു കാരണം ഇന്ത്യൻ ഭരണഘടന 19(1)-എ വകുപ്പുവഴി പൗരന്മാർക്കു നൽകുന്ന അഭിപ്രായസ്വാതന്ത്ര്യം 'നിരുപദ്രവ അഭിപ്രായ സ്വാതന്ത്ര്യം' (Freedom of inoffensive expression) അല്ല എന്നതാണ്. ആരെയും നോവിപ്പിക്കാത്തതായിരിക്കണം അഭിപ്രായ സ്വാതന്ത്ര്യം എന്നു ഭരണഘടന നിഷ്കർഷിക്കുന്നില്ല. വല്ലവരെയും നോവിപ്പിക്കുന്ന അഭിപ്രായങ്ങൾ (offensive expression) പ്രകടിപ്പിക്കാനുള്ള സ്വാതന്ത്ര്യവും കൂടി ഉൾക്കൊള്ളുന്നതാണത്. അഭിപ്രായ സ്വാതന്ത്ര്യം അർത്ഥവത്താകണമെങ്കിൽ, മറ്റുള്ളവർ കേൾക്കാനാഗ്രഹിക്കാത്തതും മറ്റുള്ളവർക്കു രുചിക്കാത്തതും മറ്റുള്ളവരുടെ വികാരങ്ങളെ വ്രണപ്പെടുത്താവുന്നതുമായ അഭിപ്രായങ്ങൾ പോലും രേഖപ്പെടുത്താനുള്ള സ്വാതന്ത്ര്യം ഉറപ്പു നൽകപ്പെടണമെന്നു നിരീക്ഷിച്ച ജോർജ് ഓർവെലിന്റെ ചിന്തകളോട് ഒട്ടൊക്കെ അടുത്തുനിൽക്കുന്നുണ്ട് ഇന്ത്യൻ ഭരണഘടനയിൽ പ്രതിപാദിക്കപ്പെട്ട അഭിപ്രായസ്വാതന്ത്ര്യം.

നിർഭാഗ്യകരമെന്നു പറയട്ടെ, നമ്മുടെ ഭരണഘടനയെ വിശുദ്ധമാക്കുന്ന 19(1)-എ വകുപ്പിനെ നിരങ്കുശം വെല്ലുവിളിക്കുംവിധമുള്ള ചെയ്തികൾ അടുത്തകാലത്തായി രാജ്യത്തിന്റെ വിവിധ ഭാഗങ്ങളിൽനിന്നു റിപ്പോർട്ട് ചെയ്യപ്പെടുന്നുണ്ട്. ധബോൽക്കർമാർക്കും പൻസാരെമാർക്കും കൽബുർഗിമാർക്കും താന്താങ്ങളുടെ മതസംബന്ധ വിചാരങ്ങൾ പ്രകാശിപ്പിക്കാനുള്ള സ്വാതന്ത്ര്യത്തിനുനേരെ വെടിയുണ്ടകൾ ചീറിപ്പായുന്നു. അമർത്ത്യാസെന്നിനും അനന്തമൂർത്തിക്കും സ്വാഭിപ്രായങ്ങൾ നിർഭയം പ്രകടിപ്പിക്കാൻ സാധിക്കാത്ത സ്ഥിതിവിശേഷത്തിനും നമുക്കു സാക്ഷികളാകേണ്ടിവന്നു. അധ്യാപകരായ നിവേദിത മേനോനും വിവേക് കുമാറിനും നേരെ അസഹിഷ്ണുക്കൾ ചാടിവീഴുന്ന സംഭവങ്ങളും സമീപനാളുകളിലുണ്ടായി. ജെ.എൻ.യുവിലെ പ്രൊഫ.പ്രാണിനിക്കും ജെ.എൻ.യുവിൽനിന്നു വിരമിച്ച പ്രൊഫ.ചമൻലാലിനും ഇന്ത്യൻ യൂണിവേഴ്സിറ്റികളിൽ പ്രഭാഷണങ്ങൾ നടത്താൻ വിലക്കുവന്നത് ആഴ്ചകൾക്കു മുമ്പാണ്. സിന്ധു സൂര്യകുമാർ എന്ന മാധ്യമപ്രവർത്തകയും ശാസ്ത്രജ്ഞനായ ഗൗഹർ റസയും തങ്ങളുടെ നിലപാടുകളുടെ പേരിൽ ദേശദ്രോഹികളായി ചിത്രീകരിക്കപ്പെടുന്നതും നാം കണ്ടു. കനയ്യകുമാറും അനിർബൻ ഭട്ടാചാര്യയും ഉമർ ഖാലിദുമടക്കമുള്ള വിദ്യാർത്ഥികളുടെ മേൽ ദേശദ്രോഹമുദ്ര ചാർത്തപ്പെട്ടതും അടുത്ത നാളുകളിൽത്തന്നെ.

രാജ്യസ്നേഹം, ദേശീയത എന്നീ പരികല്പനകളെക്കുറിച്ചു തങ്ങൾ വെച്ചുപുലർത്തുന്ന ധാരണകളോടു വിയോജിക്കുന്നവരെ സവർക്കറിസത്തിന്റെയും ഗോൾവൽക്കറിസത്തിന്റെയും കർമഭടന്മാരാണ് ദേശദ്രോഹികളായി ചിത്രീകരിക്കുന്നത്. ഹിന്ദുമഹാസഭയും രാഷ്ട്രീയ സ്വയം സേവക സംഘവും അവതരിപ്പിക്കുന്ന ആശയങ്ങളെ അംഗീകരിക്കാൻ

വിസമ്മതിക്കുന്നവർ എല്ലാം തീവ്ര ഹൈന്ദവ വലതുപക്ഷത്തിന്റെ ദൃഷ്ടിയിൽ രാജ്യദ്രോഹികളും വഞ്ചകരുമാണ്. ഉന്മൂലനം ഉൾപ്പെടെയുള്ള ശിക്ഷ അവർക്കു നൽകുന്നതു ധാർമികമായി ശരിയാണെന്ന് അവർ വിലയിരുത്തുകയും ചെയ്യുന്നു.

ഹൈന്ദവ മതമൗലിക-തീവ്രവാദ വിഭാഗങ്ങൾ 'ദേശദ്രോഹി'കളെ പരതിനടക്കുമ്പോൾ മുസ്ലിം മതമൗലിക-തീവ്രവാദ ആശയങ്ങളുടെ വാഹകരും പ്രചാരകരും വെറുതെയിരിക്കുന്നില്ല. അവർ ഏറെക്കാലമായി വേട്ടയാടിപ്പോരുന്നത് 'സമുദായ ദ്രോഹി'കളെയാണ് എന്ന വ്യത്യാസം മാത്രമേയുള്ളൂ. സമുദായദ്രോഹി എന്നതിന് മുസ്ലിം സമുദായത്തെ ദ്രോഹിക്കുന്നവൻ, വഞ്ചിക്കുന്നവൻ എന്നെല്ലാമാണ് അവർ അർത്ഥമാക്കുന്നത്. പത്തൊമ്പതാം നൂറ്റാണ്ടിൽ അലിഗഢിൽ മുസ്ലിം സർവകലാശാലയ്ക്കു ബീജാവാപം നൽകിയ സയ്യിദ് അഹമ്മദ്ഖാനെപ്പോലും അവർ ചിത്രീകരിച്ചത് ഇസ്ലാംമതദ്രോഹിയും മുസ്ലിം സമുദായദ്രോഹിയുമായിട്ടാണ്. മുസ്ലിങ്ങളെ ആധുനിക വിദ്യാഭ്യാസത്തിലേക്കു കൈപിടിച്ചുയർത്താൻ ശ്രമിച്ച അഹമ്മദ്ഖാൻ 'കാഫിർ' (ഇസ്ലാം മതനിഷേധി) ആണെന്നുപോലും അക്കാലത്തെ മുസ്ലിം വലതുപക്ഷം ആരോപിക്കുകയുണ്ടായി.

സ്വാതന്ത്ര്യസമരം കൊടുമ്പിരികൊണ്ട കാലയളവിൽ കേരളത്തിൽ മുസ്ലിം മതാന്ധരുടെ ദൃഷ്ടിയിൽ ഏറ്റവും വലിയ സമുദായദ്രോഹി ഇന്ത്യൻ നാഷണൽ കോൺഗ്രസ്സിനോടൊപ്പം നിന്ന മുഹമ്മദ് അബ്ദുറഹിമാൻ സാഹിബ് എന്ന ദേശീയവാദിയായിരുന്നു. സ്വാതന്ത്ര്യലബ്ധിക്കുശേഷം അഖിലേന്ത്യാതലത്തിൽ മുസ്ലിം യാഥാസ്ഥിതികരെയും മതമൗലികവാദികളായ ഇസ്ലാമിസ്റ്റുകളെയും വിമർശിക്കാൻ മുന്നോട്ടുവന്ന മുസ്ലിം ബുദ്ധിജീവികളും രാഷ്ട്രീയനേതാക്കളും എഴുത്തുകാരുമെല്ലാം 'സമുദായദ്രോഹി'കൾ എന്ന ചാപ്പകുത്തിനു വിധേയരായി. പ്രൊഫ.എം.ഹബീബ്, പ്രൊഫ.റഷീദുദ്ദീൻ ഖാൻ, പ്രൊഫ.മോയിൻ ശക്കീർ, എം.സി.ഛഗ്ല, ഹമീദ് ദൽവായ്, ഡോ.എസ്.ജീലാനി, ഡോ. യാസിൻ, ഡോ.അത്തർ അബ്ബാസ് റിസ്വി, മൗലവി ചേകന്നൂർ തുടങ്ങിയവരെയെല്ലാം കൊടുംശത്രുക്കളായ സമുദായ ദ്രോഹികളുടെ പട്ടികയിലാണ് തീവ്ര മുസ്ലിം വലതുപക്ഷം ചേർത്തത്.

സാർവദേശീയതലത്തിൽ മുസ്ലിം പ്രതിലോമകാരികൾ സൽമാൻ റുഷ്ദി, തസ്ലിമ നസ്റിൻ എന്നീ നോവലിസ്റ്റുകളെ വധാർഹരായി കണക്കാക്കുകയും അവർക്കെതിരെ ഫത്വകൾ പുറപ്പെടുവിക്കുകയും ചെയ്തത് കാൽശതകം മുമ്പാണ്. അന്നും ഇന്നും പ്രസ്തുത എഴുത്തുകാരെ മറ്റു പല ദേശങ്ങളിലേയുമെന്നപോലെ ഇന്ത്യയിലെയും ഇസ്ലാമിക വലതുപക്ഷ ശക്തികൾ കടുത്ത മതദ്രോഹികളും സമുദായ ദ്രോഹികളുമായാണ് അവതരിപ്പിക്കുന്നത്. സാമ്പ്രദായിക ഹിന്ദുധാരണകളെ വിമർശനാത്മകമായി സമീപിക്കുന്നവരെ എമ്മട്ടിൽ ഹൈന്ദവ

തീവ്രവാദികൾ വെറുക്കുന്നുവോ അമ്മട്ടിൽ സാമ്പ്രദായിക ഇസ്ലാമിന്റെ വിമർശകരെ മുസ്ലിം തീവ്രവാദികളും വെറുക്കുന്നു എന്നതാണ് യാഥാർത്ഥ്യം.

കേരളത്തിലേക്കു ചുരുങ്ങിനിന്നാൽ, 'സമുദായത്തിന്റെ പള്ളയ്ക്കു കുത്തുന്നവർ' എന്ന ഒരു പ്രയോഗം ഇടയ്ക്കിടെ നമുക്കു വായിക്കാനാവും. മുസ്ലിം മതമൗലിക-യാഥാസ്ഥിതിക പ്രസ്സിൽ പലപ്പോഴും ആവർത്തിക്കപ്പെടുന്നതാണ് ആ വാക്കുകൾ. മുസ്ലിം സമുദായ പശ്ചാത്തലമുള്ള എഴുത്തുകാർ മുസ്ലിം വർഗീയ-മതരാഷ്ട്രവാദ നിലപാടുകളെ ചോദ്യം ചെയ്യുമ്പോൾ അവർക്കെതിരെ മറുപക്ഷം പ്രയോഗിക്കുന്ന ആയുധമാണത്. രണ്ടുമാസം മുമ്പ് കോഴിക്കോട്ട് നടന്ന കേരള സാഹിത്യോത്സവത്തിലേക്കു പ്രസംഗകരായി ക്ഷണിക്കപ്പെട്ട ചില എഴുത്തുകാർക്കെതിരെപോലും ഇച്ചൊന്ന ഇസ്ലാമിക വർഗീയപക്ഷം രംഗത്തു വരികയുണ്ടായി. 'മുസ്ലിം സമുദായദ്രോഹി'കളായ എഴുത്തുകാരെ സാഹിത്യോത്സവത്തിൽ പങ്കെടുപ്പിക്കുന്നതിന് എതിരെയായിരുന്നു അവരുടെ അങ്കം. ഇന്ത്യയിൽ ഇസ്ലാം ന്യൂനപക്ഷ മതമായതുകൊണ്ട് 'സമുദായദ്രോഹി' എന്ന ശകാരവാക്കിൽ മുസ്ലിം ഗോൾവൽക്കറിസ്റ്റുകൾ ഒതുങ്ങുന്നു. മറിച്ചായിരുന്നെങ്കിൽ (ഇന്ത്യയിൽ ഇസ്ലാം ഭൂരിപക്ഷ മതമായിരുന്നെങ്കിൽ) മേൽ സൂചിപ്പിച്ച എഴുത്തുകാർക്കു ചാർത്തിക്കിട്ടുക 'ദേശദ്രോഹി' എന്ന ശകാരമുദ്രയായേനെ.

(ഏപ്രിൽ, 2016)

മുസ്സോളിനിമാർ നടത്തുന്ന ഫാഷിസ്റ്റ് വിരുദ്ധ സംഗമങ്ങൾ

ഇറ്റലിയിലെ ബെനിറ്റോ മുസോളിനിയും ജർമനിയിലെ അഡോൾഫ് ഹിറ്റ്ലറും ഒരു കാര്യത്തിൽ മാന്യത പുലർത്തിയിട്ടുണ്ട്. തങ്ങൾ നെഞ്ചേറ്റുകയും പ്രാവർത്തികമാക്കുകയും ചെയ്ത ആശയങ്ങൾക്കെതിരെ സമ്മേളനങ്ങളും സംഗമങ്ങളും നടത്താൻ അവർ മുന്നോട്ടുവന്നിട്ടില്ല. മുസോളിനിയുടെ 'ഫാസിസ്മോ' എന്ന സംഘമോ ഹിറ്റ്ലറുടെ 'നാഷണൽ സോഷ്യലിസ്റ്റ്' പാർട്ടിയോ ഫാസിസത്തെയോ ഹിറ്റ്ലറിസത്തെയോ എതിർത്ത് ഒരു വാക്കുപോലും ഉച്ചരിച്ചിട്ടില്ല. ഇരുകൂട്ടരും മുഖംമൂടിയണിഞ്ഞ് ആളുകളെ പറ്റിക്കാൻ മുന്നിട്ടിറങ്ങിയിരുന്നില്ല എന്നു സാരം.

വർത്തമാന കേരളത്തിൽ നേരെ തിരിച്ചാണ് സ്ഥിതി. ഇവിടത്തെ മുസോളിനിമാരും ഹിറ്റ്ലർമാരും മുഖകവചങ്ങളണിഞ്ഞാണ് നടപ്പ്. യഥാർത്ഥ മുഖം ബെനിറ്റോയുടേതും അഡോൾഫിന്റേതുമാണെങ്കിലും പുറമെ അബ്രഹാം ലിങ്കണേക്കാൾ വലിയ ജനാധിപത്യവാദികളും മഹാത്മാഗാന്ധിയേക്കാൾ വലിയ അഹിംസാവാദികളുമാണെന്നു വരുത്തിത്തീർക്കാനുള്ള അഭിനയകൗശലം അവർ സ്വായത്തമാക്കിയിട്ടുണ്ട്. രണ്ടു പതിറ്റാണ്ടു മുമ്പ് ജനാധിപത്യം, മതേതരത്വം എന്നീ വാക്കുകൾ കേൾക്കുന്ന മാത്രയിൽ ഓക്കാനം വരുന്ന അവർ ഇപ്പോൾ ആ പദങ്ങൾ നെറ്റിത്തടത്തിലൊട്ടിച്ചാണ് നടക്കുന്നത്. ഏതാനും വർഷങ്ങളായി ഫാസിസ്റ്റ് വിരുദ്ധ സമ്മേളനങ്ങളും സെമിനാറുകളും സംഗമങ്ങളും നടത്തുന്നതിൽ മുൻപന്തിയിലുള്ളതും അവർ തന്നെ.

മുഖാവരണങ്ങളിട്ട് നിരങ്ങുന്ന ഈ കേരളീയ മുസോളിനിമാരും ഹിറ്റ്ലർമാരും ആരാണെന്നു മിക്ക വായനക്കാർക്കും എളുപ്പത്തിൽ മനസ്സിലാവും. മനസ്സിലാകാത്തവർ വല്ലവരുമുണ്ടെങ്കിൽ അവർക്കുവേണ്ടി ഒരു സൂചന നൽകാം. ഡിസംബർ 20ന് കൊച്ചിയിൽ 'പീപ്പ്ൾ എഗൈനസ്റ്റ് ഫാസിസം' എന്ന പേരിൽ നടന്ന ഫാസിസ്റ്റ് വിരുദ്ധ മാനവസംഗമത്തിനെതിരെ അതേ നാളിൽ കോഴിക്കോട് കടപ്പുറത്ത് 'അമാനവ സംഗമം' നടത്തിയത് ഇപ്പറഞ്ഞ കക്ഷികളാണ്. സംഗതി ഇപ്പോൾ ഏതാണ്ട് എല്ലാവർക്കും പിടികിട്ടിക്കാണും. ഇനിയും പിടികിട്ടാത്തവരുണ്ടെങ്കിൽ അവർക്കുവേണ്ടി ഒന്നുകൂടി തെളിച്ചുപറയാം. അധ്യാപക കൈവെട്ട് ഫെയിം 'പോപ്പുലർ ഫ്രന്റ് ഓഫ് ഇന്ത്യ'യുടെ രാഷ്ട്രീയഹസ്തമായ

എസ്.ഡി.പി.ഐയും ജമാഅത്തെ ഇസ്ലാമിയുടെ ആൺയുവജനസംഘമായ സോളിഡാരിറ്റിയുമാണ് കോഴിക്കോട്ട് അമാനവസംഗമം സംഘടിപ്പിച്ചത്. അവരും അവരുടെ ഗോഡ്ഫാദർമാരായ ജമാഅത്ത്-പി.എഫ്.ഐ. നേതൃനിരയുമടങ്ങിയതാണ് കേരളത്തിലെ മുഖകവചിത മുസോളിനി-ഹിറ്റ്ലർ വ്യൂഹം.

ഇത്രയും വായിച്ചുകഴിയുമ്പോൾ ചിലരുടെ നാവിൻതുമ്പിൽ പറന്നെത്തുന്ന ചോദ്യം (സംശയം) ഇതെഴുതുന്നവനു കേൾക്കാൻ സാധിക്കുന്നുണ്ട്. ജമാഅത്ത്-പി.എഫ്.ഐ പ്രഭൃതികൾ മാത്രമാണോ കേരളത്തിലെ മുസോളിനി-ഹിറ്റ്ലർ കൂട്ടുകെട്ടിൽ പെടുന്നവർ എന്നതാണ് ആ സംശയം. അല്ലെയല്ല എന്നാണ് ഉറച്ച മറുപടി. നിശ്ചയമായും സംഘപരിവാറികളും ആ ജനുസ്സിൽപ്പെടും. പക്ഷേ, അവർ മുഖാവരണമണിഞ്ഞു നടക്കുകയോ ഫാസിസ്റ്റ് വിരുദ്ധ സംഗമങ്ങൾ നടത്തുകയോ ചെയ്യാറില്ല. സംഘപരിവാറികൾക്കും ജമാഅത്ത് പരിവാറികൾക്കും പുറമെ വേറെ ചില മുസോളിനിമാരും ഇവിടെയില്ലേ എന്നു ചോദിക്കുന്നവരുണ്ടാവും. സംശയമില്ല. അത്തരക്കാരുമുണ്ട് നമ്മുടെ കേരം തിങ്ങും നാട്ടിൽ. അവർ ആരെന്നു വഴിയേ സൂചിപ്പിക്കാം.

കൊച്ചിയിൽ നടത്തപ്പെട്ട ഫാസിസ്റ്റ് വിരുദ്ധ പരിപാടിയിലേക്ക് തങ്ങളെ ക്ഷണിച്ചില്ല എന്നു ആധികൊണ്ടാണ് എസ്.ഡി.പി.ഐ-സോളിഡാരിറ്റി പ്രവർത്തകർ പ്രതിഷേധസൂചകമെന്നോണം കോഴിക്കോട്ട് അമാനവ സംഗമം നടത്തിയത്. ഫാസിസത്തിനെതിരെ സംഘടിപ്പിക്കപ്പെട്ട കൂട്ടായ്മയിൽ സംഘപരിവാറുകാർ ക്ഷണിക്കപ്പെട്ടിട്ടില്ല എന്ന വസ്തുത അവർ കാണാതിരുന്നു. ആർ.എസ്.എസ്സിന്റെയും വി.എച്ച്.പിയുടെയും ആശയപ്രപഞ്ചത്തിൽ വിഹരിക്കുന്നവർക്ക് ക്ഷണമില്ലാത്തിടത്ത് ജമാഅത്തെ ഇസ്ലാമിയുടെയും പി.എഫ്.ഐയുടെയും ആശയലോകത്തിൽ അഭിരമിക്കുന്നവർക്ക് എങ്ങനെ ക്ഷണമുണ്ടാകും? രണ്ടുകൂട്ടരും തമ്മിൽ പേരുകളിലല്ലാതെ സത്തയിൽ വ്യത്യാസമെന്തിരിക്കുന്നു?

വ്യത്യാസമുണ്ടെന്നു വാദിക്കാൻ ജമാഅത്ത് പരിവാറികൾ തുനിയും. കാരണം, കേരളത്തിലെ മുഖ്യധാരാ ഇടതുപക്ഷത്തിന്റെ കൂടെനിൽക്കുന്ന ഒരു വിഭാഗം ജമാഅത്ത്-പി.എഫ്.ഐ. ഫാസിസ്റ്റുകളെ ഒക്കത്തിരുത്തി ഓമനിക്കുകയും അവർ ഇരകളുടെ പ്രതിനിധാനങ്ങളാണെന്ന പെരും നുണ പ്രചരിപ്പിക്കാൻ അഹോരാത്രം പരിശ്രമിക്കുകയും ചെയ്തു പോന്നിട്ടുണ്ട്. ഇമ്മട്ടിലുള്ള കപട ഇടതുപക്ഷക്കാരുടെ പിൻബലത്തിലാണ് ജമാഅത്തെ ഇസ്ലാമിയും പോപ്പുലർ ഫ്രണ്ടും അനുബന്ധ സംഘടനകളും ജനാധിപത്യ-മനുഷ്യാവകാശ നാട്യങ്ങളുമായി അരങ്ങു കൊഴുപ്പിച്ചുപോരുന്നത്. ഇടതുകപടർ തങ്ങളുടെ ഫാസിസ വിമർശനം സംഘപരിവാറിൽ കേന്ദ്രീകരിക്കുക മാത്രമല്ല ചെയ്യാറുള്ളത്. മൗദൂദിസ്റ്റ് മുസോളിനിമാർ നടത്തുന്ന 'ഫാസിസ്റ്റ് വിരുദ്ധ സമ്മേളന'ങ്ങളിൽ ഉദ്ഘാടകരുടെയോ മുഖ്യപ്രഭാഷകരുടെയോ റോളുകളിൽ അവർ നിറഞ്ഞാടുകയും

ചെയ്യും. അതോടെ തങ്ങളുടെ ഫാസിസത്തിനുമേൽ 'ഇരകളുടെ പ്രതിരോധം' എന്ന കസവ് പുതപ്പിക്കുക എന്ന മൗദൂദിസ്റ്റുകളുടെ സൂത്രം ഫലം കാണുന്നു.

പക്ഷേ, ഈ കള്ളസൂത്രത്തിന്റെ കള്ളി പ്രബുദ്ധ കേരളം മനസ്സിലാക്കാതെ പോകുന്നില്ല. ജമാഅത്തെ ഇസ്ലാമിയെയും പോപ്പുലർ ഫ്രണ്ടിനെയും പ്രചോദിപ്പിക്കുന്ന മൗദൂദിസ്റ്റ്-ഖുതുബിസ്റ്റ് സാഹിത്യത്തിലൂടെ കണ്ണോടിക്കുന്നവർക്ക് ഇരുസംഘടനകളുടെയും തനിനിറം പെട്ടെന്നു ബോധ്യപ്പെടും. ജനാധിപത്യത്തിന്റെ ആത്മസത്തയായ വിയോജന സ്വാതന്ത്ര്യത്തെ ഗളഹസ്തം ചെയ്ത പാരമ്പര്യമാണ് മൗദൂദിക്കും ഖുതുബിനുമുള്ളത്.

മതം മാറുന്ന മുസ്ലിമിന് നൽകേണ്ട കുറഞ്ഞ ശിക്ഷ വധമാണെന്നു തീർത്തുപറഞ്ഞ മതാചാര്യനാണ് മൗദൂദി. ഇസ്ലാമിക ഭരണം നിലനിൽക്കുന്ന ദേശങ്ങളിൽ അപരമതങ്ങൾക്ക് പ്രചാരണസ്വാതന്ത്ര്യം അനുവദനീയമല്ലെന്നും ആചാര്യൻ വ്യക്തമാക്കിയിട്ടുണ്ട്. ഈ വിഷയത്തിൽ മുസോളനിയെയും ഹിറ്റ്ലറെയും കടത്തിവെട്ടിയിട്ടുണ്ട് ജമാഅത്ത് മേധാവി എന്നു ന്യായമായി പറയാം.

ഖുർആൻ സൂക്തങ്ങളെയും പ്രവാചകമൊഴികളെയും വക്രീകരിച്ചാണ് മൗദൂദിയും അനുചരന്മാരും ഇസ്ലാംമതം വിട്ടുപോയവനെ കൊല്ലണം എന്ന കാടൻനിയമത്തിലെത്തിച്ചേർന്നത് എന്നു പല ഇസ്ലാമികചിന്തകരും നിയമജ്ഞരും വെളിപ്പെടുത്തിയത് കാണാം. ഈജിപ്ഷ്യൻ ചിന്തകനും ഗ്രന്ഥകാരനുമായ മുഹമ്മദ് ഗസാലി, ഇറാനിലെ ഇസ്ലാമികപണ്ഡിതൻ മുർതസ മുതഹരി, ഗ്രന്ഥകാരനും ബ്രിട്ടീഷ് പൗരനുമായ സിയാവുദ്ദീൻ സർദാർ, അഹമ്മദിയ്യാ പ്രസ്ഥാനത്തിന്റെ നാലാം ഖലീഫ ഹസ്റത്ത് മിർസ താഹിർ, പാകിസ്താനിലെ മുൻ ചീഫ് ജസ്റ്റിസ് എസ്.എം. റഹ്മാൻ തുടങ്ങിയവർ അക്കൂട്ടത്തിൽപെടും.

വിയോജന സ്വാതന്ത്ര്യവും അഭിപ്രായ ബഹുസ്വരതയും നിഷേധിക്കാൻ ഇസ്ലാമിക പ്രമാണങ്ങളെ വളച്ചൊടിച്ച ജമാഅത്ത് ഗുരുവാൽ ആവിഷ്കരിക്കപ്പെട്ട ഇസ്ലാമിക സംഘടനാ (ഭരണ) സങ്കല്പത്തിലും ഫാസിസ്റ്റ് മൂല്യങ്ങൾ മുഴച്ചുനില്പുണ്ട്. 1941 ആഗസ്റ്റിൽ ജമാഅത്തെ ഇസ്ലാമിയുടെ രൂപവത്കരണ സമ്മേളനത്തിൽ മൗദൂദി നടത്തിയ പ്രസംഗം ശ്രദ്ധിച്ചാൽ ഇത് ബോധ്യപ്പെടും. പാശ്ചാത്യ രാഷ്ട്രങ്ങളിലെ ഭരണാധികാരികളെപ്പോലെ 'തോന്ന്യവാസി'കളാവില്ല ഇസ്ലാമിക പ്രസ്ഥാനത്തിന്റെ (ഇസ്ലാമിക രാഷ്ട്രത്തിന്റെ) നേതാവും ഭരണാധികാരിയുമെന്നു വ്യക്തമാക്കിയശേഷം ജമാഅത്ത് സ്ഥാപകൻ പറഞ്ഞതിങ്ങനെ: "പാശ്ചാത്യ ഭരണഘടനയിൽ ഭരണാധികാരികൾക്കെതിരെയുള്ള നിയന്ത്രണങ്ങളൊന്നും നമ്മുടെ അമീറിനെ (നേതാവിനെ) നിയന്ത്രിക്കാനായി ഭരണഘടനയിൽ ഉൾപ്പെടുത്തേണ്ടതില്ല." (റൂദാദ് ജമാഅത്തെ ഇസ്ലാമി-ഭാഗം ഒന്ന്, രണ്ട്, 2003, പു. 23).

ലക്ഷണമൊത്ത ഫാസിസ്റ്റ് ഭരണകർത്താവായാണ് മൗദൂദി തന്റെ സങ്കല്പത്തിലുള്ള അമീറിനെ അവതരിപ്പിക്കുന്നത് എന്നു മേൽവാക്യത്തിൽനിന്നു തെളിയുന്നു. അമിതാധികാരത്തോടുകൂടിയ, ആരാലും നിയന്ത്രിക്കപ്പെട്ടുകൂടാത്ത സ്വേച്ഛാധിപതിയാണ് മൗദൂദിയുടെ അമീർ. അമീർ പറയുന്നത് അനുസരിക്കുക മാത്രമാണ് ജനങ്ങളുടെ ജോലി. ഭരണാധികാരികൾ എന്ന നിലയിൽ ബെനിറ്റോ മുസോളിനിയും അഡോൾഫ് ഹിറ്റ്ലറും തങ്ങളെ സ്വയം എങ്ങനെ കണ്ടോ അതേരീതിയിൽ തന്നെയാണ് അബുൽ അഅ്ലാ മൗദൂദി ജമാഅത്ത് അമീറിനെയും (ഇസ്ലാമിസ്റ്റ് ഭരണാധികാരിയെയും) കണ്ടത്. ആ നിലയ്ക്ക് അദ്ദേഹത്തിന്റെ അരുമശിഷ്യർ ഫാസിസ്റ്റ് വിരുദ്ധ സംഗമങ്ങൾ നടത്തുന്നത് കടുവകൾ ആടുസംരക്ഷണ സംഗമങ്ങൾ നടത്തുന്നതുപോലെ പരിഹാസ്യമാണ്.

സംഘപരിവാറികൾക്കും ജമാഅത്ത് പരിവാറികൾക്കും പുറമെ വേറെയും ചില മുസോളിനിമാർ നാട്ടിലില്ലേ എന്ന ചോദ്യത്തിലേക്ക് ഇനി കടക്കാം. അങ്ങനെയും ചിലരുണ്ട് എന്ന വസ്തുതയിലേക്ക് കൊച്ചി സംഗമത്തിൽ ചിലർ കൈ ചൂണ്ടുകയുണ്ടായി. സി.പി.ഐ.എമ്മിന്റെ പി.ബി. അംഗം കൂടി പങ്കെടുക്കുന്ന സംഗമവേദിക്കു മുന്നിൽ, കൊല ചെയ്യപ്പെട്ട ആർ.എം.പി. നേതാവ് ടി.പി. ചന്ദ്രശേഖരന്റെ ചിത്രം ഉയർത്തിപ്പിടിച്ചു നിന്നവരാണ് അതു ചെയ്തത്. മതഫാസിസ്റ്റുകൾ മാത്രമല്ല, ചന്ദ്രശേഖരനെ വധിച്ച രാഷ്ട്രീയ ഫാസിസ്റ്റുകളും അസ്സൽ ഫാസിസ്റ്റുകൾ തന്നെയെന്നു നിശ്ശബ്ദമായി വിളിച്ചോതുകയായിരുന്നു അവർ.

പക്ഷേ, ഒരു കാര്യം അവർ മറന്നുകളഞ്ഞു. ചന്ദ്രശേഖരൻ വധത്തിനു രണ്ടു മാസത്തോളം മുമ്പ് കണ്ണൂർ ജില്ലയിൽ അരിയിൽ ഷുക്കൂർ കൊല്ലപ്പെട്ടിരുന്നു. അന്നു ചന്ദ്രശേഖരനോ അദ്ദേഹത്തിന്റെ പാർട്ടിക്കാരോ ആ അരുംകൊലയ്ക്കു പിന്നിൽ ഫാസിസ്റ്റ് പ്രവണത ദർശിച്ചില്ല. ആ നിഷ്ഠൂര വധത്തിനെതിരെ അവർ പ്രതികരിച്ചതുമില്ല. അസഹിഷ്ണുതയുടെയും വിയോജന ശബ്ദത്തിന്റേയും കൊടുവാൾ തങ്ങൾക്കെതിരെ ഉയരുമ്പോൾ മാത്രം ഫാസിസത്തിനെതിരെ പ്രതികരിച്ചാൽ പോരെന്ന് എല്ലാവരും ഓർക്കേണ്ടതുണ്ട്.

(ജനുവരി, 2016)

വെളിച്ചത്തെ വെറുക്കുന്ന ഇസ്ലാമിക മതമൗലികവാദം

രാഷ്ട്രീയ തട്ടകം മുസ്‌ലിം ലീഗാണെങ്കിലും എം.കെ. മുനീർ സാംസ്കാരികതലത്തിൽ പുരോഗമനാശയങ്ങളോടു ചേർന്നുനിൽക്കാൻ ശ്രമിക്കുന്ന അപൂർവ്വം ചില ലീഗ് നേതാക്കളിൽ ഒരാളാണ്. മതമൗലിക വാദത്തോടെന്നപോലെ സാംസ്കാരിക മൗലികവാദത്തോടും പൊരുതാനുള്ള പ്രവണത സി.എച്ച്. മുഹമ്മദ് കോയയുടെ പുത്രനിൽ കാണാം. വോട്ടുഗണിത സമ്മർദ്ദം മൂലം ഇടതുപക്ഷക്കാർപോലും മുസ്‌ലിം മത മൗലിക വാദികളോടു മൃദുസമീപനം സ്വീകരിക്കുമ്പോൾ ജമാഅത്തെ ഇസ്‌ലാമിയെയും അതിന്റെ എക്സ്റ്റെൻഷനായ പോപ്പുലർ ഫ്രണ്ടിനെയും തീണ്ടാപ്പാടകലെ നിർത്തിയതാണ് ഡോ. മുനീറിന്റെ ചരിത്രം.

മുസ്‌ലിം മതമൗലിക, തീവ്രവാദാശയങ്ങൾ പ്രസരിപ്പിക്കുന്ന സംഘടനകളുടെ വോട്ടുവാങ്ങി നിയമസഭയിൽ അംഗത്വം സമ്പാദിക്കാൻ ആഗ്രഹമില്ലെന്നു വെളിപ്പെടുത്തിയ മൂന്നേ മൂന്നുപേരാണ് കേരളത്തിലുള്ളത്. ഒന്നു മുനീറാണെങ്കിൽ മറ്റെയാൾ കെ.എം. ഷാജിയും മൂന്നാമത്തെയാൾ ആര്യാടൻ ഷൗക്കത്തുമാണ്. സ്വാതന്ത്ര്യലബ്ധിക്കു മുമ്പേ ഇന്ത്യയിൽ ഇസ്‌ലാമിക ഭരണം എന്ന ആശയം പ്രചരിപ്പിക്കാൻ തുടങ്ങിയ ജമാഅത്തെ ഇസ്‌ലാമിയും പിൽക്കാലത്ത് അതേ ആശയം കൂടുതൽ ആക്രാമകമായി അവതരിപ്പിച്ച 'സിമി'യിലൂടെ കടന്നുവന്ന് എൻ.ഡി.എഫായി മാറി ഒടുവിൽ പോപ്പുലർ ഫ്രണ്ടായി രൂപാന്തരപ്പെട്ട മതതീവ്രവാദ പ്രസ്ഥാനവും രാജ്യത്തിനും മുസ്‌ലിം സമുദായത്തിനും ദോഷം മാത്രമേ വരുത്തിവയ്ക്കൂ എന്നു തുറന്നടിക്കാൻ മടിച്ചിട്ടില്ലാത്തവരാണ് മുനീർ-ഷാജി-ഷൗക്കത്തുമാർ.

എപ്പോഴെല്ലാം മുനീറിനെയും ഷാജിയെയും ഷൗക്കത്തിനെയും 'ശരിപ്പെടുത്താൻ' അവസരം കൈവന്നിട്ടുണ്ടോ അന്നേരമെല്ലാം മൂന്നു പേരെയും പൊളിച്ചടുക്കി മൂലയ്ക്കിരുത്താനുള്ള സർവ്വതന്ത്രങ്ങളും ഇരു മൗദൂദിസ്റ്റ് സംഘടനകളും പ്രയോഗിച്ചുപോന്നിട്ടുണ്ട്. ഇപ്പോൾ ഏറ്റവും ഒടുവിൽ എം.കെ. മുനീർ ശിവസേനാ വേദിയിൽ നടത്തിയ നിലവിളക്കു കൊളുത്താണ് ജമാഅത്ത് പ്രഭൃതികൾ മുനീർവേട്ടയ്ക്കുള്ള കൊടുവാളാക്കിയിരിക്കുന്നത്.

മൗദൂദിസ്റ്റ് പത്രമായ 'മാധ്യമ'ത്തിൽ അതിയാഥാസ്ഥിതിക മുസ്‌ല്യാർ മനക്കൂട്ടുള്ള ഒരു മധ്യവയസ്ക മൗദൂദിസ്റ്റ് ഡോ. മുനീറിനെതിരെ ആഞ്ഞടിച്ചു. ശിവസേനക്കാർ സംഘടിപ്പിച്ച ഗണേശോത്സവത്തിൽ പങ്കെടുത്തു നിലവിളക്കു കൊളുത്തിയ മുനീറിനോടും അദ്ദേഹത്തിനെതിരെ നടപടി സ്വീകരിക്കാത്ത ലീഗ് നേതൃത്വത്തോടുമുള്ള അരിശമാണ് മാനസികമായി പതിനെട്ടാം നൂറ്റാണ്ടിൽ ജീവിക്കുന്ന ജമാഅത്ത് ലേഖകൻ പ്രകടിപ്പിച്ചത്. ഓണവും ക്രിസ്തുമസും ഉൾപ്പെടെയുള്ള അമുസ്‌ലിം ആഘോഷങ്ങളിൽ മുസ്‌ലിങ്ങൾ പങ്കെടുക്കരുതെന്നും മുസ്‌ലിങ്ങളല്ലാത്തവരോടൊപ്പം മുസ്‌ലിങ്ങൾ താമസിക്കുകയോ അവരോടു ചിരിക്കുകയോ അവരെ സ്വന്തം സ്ഥാപനങ്ങളിൽ ജോലിക്കു നിർത്തുകയോ ചെയ്യരുതെന്നുമൊക്കെ ഒരു മതാന്ധ മുസ്‌ലിം പണ്ഡിതൻ പ്രസംഗിച്ചതിലൊന്നും ഇപ്പറഞ്ഞ ലേഖകൻ അരിശംകൊണ്ടതായി കണ്ടിട്ടില്ല. ശിവസേനക്കാരുടെ വേദിയിൽ മുനീർ പോയതും വിളക്കു കൊളുത്തിയതും മാത്രമാണ് ടിയാനെ അലട്ടുന്ന പ്രശ്നം!

തീവ്രമതവലതുപക്ഷ സംഘടനയായ ശിവസേനയുടെ പരിപാടികളിൽ പങ്കെടുക്കുന്നവരെല്ലാം വിമർശിക്കപ്പെടേണ്ടവരാണെങ്കിൽ മറ്റു തീവ്രമത വലതുപക്ഷ സംഘടനകളുടെ പരിപാടികളിൽ ഭാഗഭാക്കാകുന്നവരും അതേ അളവിൽ വിമർശിക്കപ്പെടേണ്ടവരല്ലേ എന്ന ചോദ്യം ഇവിടെ ഉയരുന്നുണ്ട്. ആർ.എസ്.എസ്സിനെയും ശിവസേനയെയും പോലെ തന്നെ തീവ്രമതവലതുപക്ഷ സ്വഭാവമുള്ള സംഘടനകളാണ് ജമാഅത്തെ ഇസ്‌ലാമിയും പോപ്പുലർ ഫ്രണ്ടും. ഇച്ചൊന്ന സംഘടനകളുടെ പരിപാടികളിൽ ഗ്രോ വാസു ഉൾപ്പെടെയുള്ള മുൻ നക്സലൈറ്റുകളും സി.ആർ. നീലകണ്ഠനെപ്പോലുള്ള സാമൂഹിക പ്രവർത്തകരും ചില ഇടതു സാംസ്കാരിക പരികർമ്മികളും ഏതാനും ലീഗ് നേതാക്കളുമൊക്കെ പങ്കെടുത്തു പോന്നതിനു കേരളം സാക്ഷിയാണ്. ആ പ്രക്രിയ ഇപ്പോഴും തുടരുകയും ചെയ്യുന്നു. തീവ്രമുസ്‌ലിം വലതുപക്ഷ വേദികളിൽ മതേതര നേതാക്കളോ ലീഗ് നേതാക്കളോ സംബന്ധിക്കുന്നതു ശരിയും തീവ്രഹൈന്ദവ വലതുപക്ഷ വേദികളിൽ അത്തരക്കാർ സംബന്ധിക്കുന്നതു തെറ്റുമാകുന്നതെങ്ങനെ?

ജമാഅത്തെ ഇസ്‌ലാമിയും അതിന്റെ പരിവാർ അംഗങ്ങളായ എസ്.ഐ.ഒ., ജി.ഐ.ഒ., സോളിഡാരിറ്റി, വെൽഫെയർ പാർട്ടി, എഫ്.ഡി.സി.എ., ജസ്റ്റീഷ്യ തുടങ്ങിയ സംഘടനകളും നടത്തുന്ന പല സമ്മേളനങ്ങളിലും ഇടതു-വലതു വ്യത്യാസമെന്യേ മതേതര പാർട്ടിക്കാർ പ്രസംഗകരായി പങ്കെടുക്കാറുണ്ട്. മൗദൂദിസ്റ്റുകൾ നടത്തുന്ന 'ഇഫ്താർ' അടക്കമുള്ള പരിപാടികളിലും സെക്യുലർ പാർട്ടികളുടെ സാരഥികൾ ക്ഷണിക്കപ്പെടുകയും അവർ സസന്തോഷം ക്ഷണം സ്വീകരിക്കുകയും ചെയ്യുന്നതും കഴിഞ്ഞ കുറേ വർഷങ്ങളായി മലയാളികൾ കണ്ടുവരുന്നു. ശിവസേനയും ആർ.എസ്.എസ്സും മതേതരക്കാർക്കു വർജ്യമായിരിക്കണമെന്നു

പറയുന്നവർ പോപ്പുലർ ഫ്രണ്ടും ജമാഅത്തെ ഇസ്‌ലാമിയും കൂടി അവർക്കു വർജ്യമാകേണ്ടതാണെന്നു പറയാത്തതെന്ത്?

തങ്ങൾ ആർ.എസ്.എസ്സിൽ നിന്നും അമ്മാതിരി ഹൈന്ദവ വലതുപക്ഷ സംഘങ്ങളിൽനിന്നും ഭിന്നരാണെന്നാണ് മൗദൂദിസ്റ്റുകളുടെ വാദമെങ്കിൽ, പ്രത്യയശാസ്ത്രതലത്തിൽ ജമാഅത്തെ ഇസ്‌ലാമിയും രാഷ്ട്രീയ സ്വയം സേവക്സംഘവും തമ്മിലുള്ള വ്യത്യാസമെന്താണെന്ന് അവർ വിശദീകരിക്കണം. പൊളിറ്റിക്കൽ ഹിന്ദുയിസവും അതിന്റെ ഭാഗമായ ഹിന്ദുരാഷ്ട്ര സങ്കല്പവുമാണ് ആർ.എസ്.എസ്സിന്റെ ജീവവായു. മറുഭാഗത്തു പൊളിറ്റിക്കൽ ഇസ്‌ലാമും ഇസ്‌ലാമിക രാഷ്ട്ര സങ്കല്പവുമാണ് ജമാഅത്തിന്റെ ആധാരശില. മതേതര ബഹുസ്വര ജനാധിപത്യ മൂല്യങ്ങൾക്കു കടകവിരുദ്ധമാണ് ഇരുസംഘടനകളുടെയും ആശയാടിത്തറ. ജമാഅത്ത് പരിവാർ സംഘപരിവാറിനെയോ സംഘപരിവാർ ജമാഅത്ത് പരിവാറിനെയോ അധിക്ഷേപിക്കുന്നതു രണ്ടു കാട്ടുകള്ളന്മാർ പരസ്പരം അധിക്ഷേപിക്കുന്നതുപോലെ പരിഹാസ്യമാണ്.

ഇനി നിലവിളിക്കിലേക്കു വരാം. എം.കെ. മുനീറിനെപ്പോലുള്ളവർ പൊതുചടങ്ങുകളിൽ നിലവിളക്കു കൊളുത്തുമ്പോൾ അവർ ഇസ്‌ലാം മതം വിലക്കിയ വിഗ്രഹാരാധന (ശിർക്ക്)യിൽ ഏർപ്പെടുന്നു എന്നാണ് മൗദൂദിസ്റ്റുകളും മറ്റു മുസ്‌ലിം യാഥാസ്ഥിതിക വൃന്ദങ്ങളും ആരോപിച്ചുപോരുന്നത്. വിളക്കിനെ പൂജിക്കാതെ വെളിച്ചത്തെ സ്വാഗതം ചെയ്യുന്ന കർമ്മമായി ദീപം തെളിയിക്കുന്നതിനെ വീക്ഷിക്കാൻ സാധിക്കുമെന്ന സരളസത്യം സാംസ്കാരിക സങ്കുചിതത്വത്തിന്റെ കാവൽഭടന്മാർ മറന്നുപോകുന്നു. അവരുടെ അടഞ്ഞ മനസ്സുകളിലേക്കു കയറിച്ചെല്ലാത്ത മറ്റൊരു വസ്തുത കൂടിയുണ്ട്. സാംസ്കാരികമായ കൂടിച്ചേരലുകളാണ് കാലഘട്ടത്തിന്റെ ആവശ്യം എന്നതാണത്.

സാംസ്കാരികതലത്തിൽ സംഭവിക്കുന്ന കൂടിച്ചേരലുകളിൽ നിന്നു വിരുദ്ധ വിശ്വാസ മിശ്രണവും സാംസ്കാരിക അനുരഞ്ജനവും സംഭവിക്കുന്നു. വിഘടനമല്ല, അനുരഞ്ജനമാണ് പ്രോത്സാഹിപ്പിക്കപ്പെടേണ്ടത്. ദേശീയപതാക ഉയർത്തൽ, ദേശീയഗാനം ആലപിക്കൽ എന്നിവയൊക്കെ തങ്ങളുടെ മതത്തിനെതിരാണെന്നു പറഞ്ഞുപോന്ന (അവയൊക്കെ വിഗ്രഹാരാധനാപരമാണെന്നു വിധിയെഴുതിയ) ഇരുണ്ട ചരിത്രം ജമാഅത്തെ ഇസ്‌ലാമിക്കുണ്ട്. ദേശീയപതാകയെ ആരാധ്യവസ്തുവായി കാണാതെ അതുയർത്താനും ദേശീയഗാനം ചൊല്ലലിൽ ശിർക്ക് ദർശിക്കാതെ അതാലപിക്കാനുമുള്ള തലത്തിലേക്കു പിൽക്കാലത്ത് മൗദൂദിസ്റ്റുകൾക്കു മാറാൻ കഴിഞ്ഞിട്ടുണ്ടെങ്കിൽ, നിലവിളക്കിനെ പൂജ്യവസ്തുവായി കാണാതെ അതു കൊളുത്താനും അവർക്കു സാധിക്കേണ്ടതുണ്ട്.

സാംസ്കാരിക സങ്കുചിതത്വത്തിൽനിന്നു കുതറിമാറാൻ മുസ്‌ലിം സംഘടനകളോ നേതാക്കളോ ശ്രമിച്ചാൽത്തന്നെ അതിനു വല്ല

വിധേനയും തടയിടാൻ തക്കംപാർത്തു നിൽക്കുന്ന ചില 'മാർക്സിസ്റ്റ്' സാംസ്കാരിക പ്രവർത്തകർ സംസ്ഥാനത്തുണ്ടെന്നതാണ് മലയാളികളുടെ ദൗർഭാഗ്യം. ആ ജനുസ്സിൽപ്പെട്ടവർ മുമ്പെന്നപോലെ ഇപ്പോഴും ഇറ്റാലിയൻ കമ്മ്യൂണിസ്റ്റ് അന്റോണിയോ ഗ്രാംഷിയെ സ്ഥാനത്തും അസ്ഥാനത്തും ഉദ്ധരിച്ചു ഹിന്ദു-മുസ്ലിം സാംസ്കാരിക വിഘടനം അരക്കിട്ടുറപ്പിക്കുന്ന വേല തുടരുന്നു. ഗ്രാംഷിയുടെ 'സാമാന്യ ബോധം' തെറ്റായ രീതിയിൽ അവതരിപ്പിച്ചുകൊണ്ടുള്ള ഈ തൂലികാ വ്യായാമത്തിൽ, ഒരേ രാഷ്ട്രത്തിൽ (ഒരേ സമൂഹത്തിൽ) ഒന്നിലേറെ സാമാന്യബോധം (ഭരണവർഗതത്വചിന്ത) നിലനിൽക്കാമെന്നും അവ ചില വിഷയങ്ങളിൽ അന്യോന്യം ഏറ്റുമുട്ടുന്നവയാകാമെന്നുള്ള ഗ്രാംഷിയൻ നിലപാട് ഇത്തരക്കാർ വിസ്മരിക്കുകയാണ്.

വിളക്കുകൊളുത്തു വിഷയത്തിൽത്തന്നെ രണ്ടു ഭരണവർഗ തത്ത്വചിന്തകളുടെ അഥവാ 'സാമാന്യബോധ'ങ്ങളുടെ പ്രവർത്തനം കാണാം. ഒന്നു ദീപാരാധനയോടൊപ്പവും മറ്റേതു ദീപാരാധനാ വിരുദ്ധതയോടൊപ്പവും നിൽക്കുന്നു. രണ്ടിലും പ്രവർത്തിക്കുന്നതു മതാത്മകതയാണ്. വിളക്കുവാദത്തിലെ മതാത്മകതയും വിളക്കു വിരുദ്ധവാദത്തിലെ മതാത്മകതയും ഒരേസമയം തോല്പിക്കപ്പെടണം. അതിനുവഴി ഒന്നേയുള്ളൂ. വിളക്കിനെ മതമൗലികബോധത്തിൽനിന്നു പിഴുതുമാറ്റി മതേതരബോധത്തിന്റെ പ്രകാശനവും ചിഹ്നവുമായി അവതരിപ്പിക്കുക എന്നതാണത്. ആ കൃത്യം നിർവഹിക്കാൻ ഹിന്ദു-മുസ്ലിം മൗലികവാദികളെയോ ഇസ്ലാമിക ഫണ്ടമെന്റലിസത്തിന്റെ ഏജന്റുകളായി പ്രവർത്തിക്കുന്ന 'ഇടതു' സാംസ്കാരിക പ്രവർത്തകരെയോ കിട്ടില്ല. മതേതരവാദികൾക്കു മാത്രമേ ആ ദൗത്യം നിർവഹിക്കാനാവൂ.

(ഒക്ടോബർ, 2016)

സാക്കിർ നായിക്കിന്റെ മതവും ദൈവവും

കഴിഞ്ഞ ജൂലായ് ഒന്നിന് ബംഗ്ലാദേശിന്റെ തലസ്ഥാന നഗരിയിലെ ഒരു പ്രമുഖ റെസ്റ്റോറന്റിൽ നടന്ന ഭീകരാക്രമണമാണ് സാക്കിർ നായിക്കിനെ പൊടുന്നനെ പൊതുസമൂഹശ്രദ്ധയിൽ കൊണ്ടുവന്നത്. ധാക്കയിലെ ആക്രമണത്തിൽ പങ്കെടുത്ത ഒരു തീവ്രവാദി താൻ നായിക്കിന്റെ പ്രഭാഷണങ്ങളാൽ സ്വാധീനിക്കപ്പെട്ടതായി വെളിപ്പെടുത്തി. തുടർന്നാണ് മുംബൈക്കാരനായ സാക്കിർ നായിക് എന്ന ഇസ്ലാമിക് ടെലിവാഞ്ചലിസ്റ്റ് മാധ്യമങ്ങളുടെയും രഹസ്യാന്വേഷണ ഏജൻസികളുടെയും നോട്ടപ്പുള്ളിയായി മാറിയത്.

1965-ൽ ജനിച്ച നായിക് മുംബൈ യൂണിവേഴ്സിറ്റിയിൽനിന്നു വൈദ്യശാസ്ത്രത്തിൽ പ്രാഥമിക ബിരുദം നേടിയിട്ടുണ്ട്. പക്ഷേ, ഡോക്ടറായി പ്രാക്ടീസ് ചെയ്യുന്നതിനു പകരം അയാൾ തെരഞ്ഞെടുത്തത് 'ഇസ്ലാമിക പ്രബോധന'ത്തിന്റെ വഴിയാണ്. തന്റെ ഇരുപത്തിയാറാം വയസ്സിൽ, 1991-ൽ നായിക് 'ഇസ്ലാമിക് റിസർച്ച് ഫൗണ്ടേഷ'നു (ഐ.ആർ.എഫ്) രൂപം നൽകി. ഇസ്ലാമിനെക്കുറിച്ച് ജനങ്ങളെ പഠിപ്പിക്കുകയും ആ മതത്തെ സംബന്ധിച്ച് നിലവിലുള്ള തെറ്റായ ധാരണകൾ ദൂരീകരിക്കുകയും ചെയ്യുക എന്നതത്രെ ഐ.ആർ.എഫിന്റെ ദൗത്യമായി അതിന്റെ സ്ഥാപകൻ അവകാശപ്പെട്ടുപോരുന്നത്.

ദക്ഷിണാഫ്രിക്കക്കാരനായ ഇസ്ലാമിക് ടെലിവാഞ്ചലിസ്റ്റ് അഹമ്മദ് ദീദാത്തി (1918-2005)ന്റെ ശൈലിയും യുക്തിയുമാണ് നായിക് കടം കൊണ്ടതെന്നു ബ്രയൻ ലാർകിൻ വ്യക്തമാക്കിയിട്ടുണ്ട്. ഇ.പി.ഡബ്ലിയുവിന്റെ അസിസ്റ്റന്റ് എഡിറ്ററായ ഷിറിൻ അസം ഡോ. നായിക്കിന്റെ പ്രഭാഷണങ്ങൾ മുൻനിർത്തി തയ്യാറാക്കിയ പ്രബന്ധത്തിൽ ഈ വസ്തുത എടുത്തുപറഞ്ഞതു കാണാം. മറ്റു പല കാര്യങ്ങളോടൊപ്പം സാക്കിർ നായിക് ഇസ്ലാം മതത്തോടും ദൈവത്തോടും പുലർത്തുന്ന സമീപനങ്ങൾകൂടി ഷിറിൻ തന്റെ പഠനത്തിൽ വിശകലനം ചെയ്തിട്ടുണ്ട്. സമീപകാലത്തു വിവാദപുരുഷനായി മാറിയ നായിക് എന്ന ടെലിവാഞ്ചലിസ്റ്റ് കഴിഞ്ഞ ഒന്നര പതിറ്റാണ്ടായി നടത്തുന്ന പ്രഭാഷണങ്ങളിലെ കാമ്പില്ലായ്മയിലേക്കു കൈചൂണ്ടുന്നതാണ് ഷിറൻ അസമിന്റെ നിരീക്ഷണങ്ങൾ.

മതങ്ങളുടെ താരതമ്യപഠനം നടത്തുന്നു എന്നവകാശപ്പെടുന്ന നായിക് തന്റെ 'പീസ് ടി.വി.' (Peace TV) യിൽ വിവിധ മതങ്ങളിലെ ചില സമാനതകളിലേക്കു വിരൽചൂണ്ടാറുണ്ട്. അതേസമയം ഇസ്ലാമിന്റെ അനന്യതയും സമഗ്രതയും അയാൾ വരച്ചുകാണിക്കുകയും ചെയ്യും. ലോകത്തിലെ ഒരേയൊരു സത്യമതം ഇസ്ലാമാണെന്നു ശ്രോതാക്കളെ ബോധ്യപ്പെടുത്താനുള്ള ശ്രമമാണ് ഇക്കാലമത്രയും അയാൾ നടത്തിപ്പോന്നിട്ടുള്ളത്. ആധുനികശാസ്ത്രം കണ്ടെത്തിയ കാര്യങ്ങളെല്ലാം ഖുർആനിൽ നേരത്തെ പറഞ്ഞതാണെന്നതിൽ നായിക്കിനു സംശയമേയില്ല. ഖുർആനിലെ ചില പരാമർശങ്ങൾ എടുത്തുകാട്ടി മഹാവിസ്ഫോടന സിദ്ധാന്തംപോലും ആ ഗ്രന്ഥത്തിൽ സൂചിപ്പിക്കപ്പെട്ടിരിക്കുന്നു എന്ന് അയാൾ പ്രസംഗിക്കും.

ഇസ്ലാമിന്റെയും ഖുർആന്റെയും ശാസ്ത്രീയതയിൽ അടിവരയിടുന്ന നായിക്കിനോട് ഒരു മുസ്ലിം ശ്രോതാവ് ഉന്നയിച്ച ചോദ്യത്തിലേക്ക് ഷിറിൻ അസം കടന്നുചെല്ലുന്നുണ്ട്. ഇതാണ് ചോദ്യം: "ഒന്നിലേറെ ഭാര്യമാരെ നിലനിർത്താൻ ഇസ്ലാം പുരുഷനു നൽകുന്ന അനുമതിയിലെ യുക്തി ഞാനെങ്ങനെ അമുസ്ലീങ്ങളെ ബോധ്യപ്പെടുത്തും? അതാണ് ഉത്തമമെന്ന് എങ്ങനെ പറയാൻ കഴിയും?" (You Tube 2011b). മറ്റൊരു വീഡിയോയിൽ ഒരു സ്ത്രീ നായിക്കിനോട് പറയുന്നു: "എന്നെ സംബന്ധിച്ചിടത്തോളം ഒരു പുരുഷൻ, ഒരു സ്ത്രീ എന്നതാണ് ശരിയായ രീതി. ബഹുഭാര്യത്വത്തിൽ ഒരു യുക്തിയും ഞാൻ കാണുന്നില്ല." (You Tube 2011a)

ഈ ചോദ്യത്തിനും സംശയത്തിനുമുള്ള നായിക്കിന്റെ 'റെഡിമെയ്ഡ്' മറുപടി ഇപ്രകാരം: നിങ്ങൾ ഏതെങ്കിലും ഡോക്ടറോട് ചോദിച്ചുനോക്കുക. ആൺകുഞ്ഞുങ്ങളെക്കാൾ ബലം പെൺകുഞ്ഞുങ്ങൾക്കാണെന്ന് അയാൾ പറഞ്ഞുതരും. അതുകൊണ്ടാണ് പെൺശിശുക്കളെക്കാൾ കൂടുതൽ ആൺശിശുക്കൾ മരിക്കുന്നത്. വളർന്നുകഴിയുമ്പോൾ അപകടങ്ങളിലൂടെ, ആൽക്കഹോളിസത്തിലൂടെ, യുദ്ധങ്ങളിലൂടെ മരിക്കുന്നവരിലും കൂടുതൽ ആൺപ്രജകൾ തന്നെ. ലോകത്തിൽ എവിടെ നോക്കിയാലും പുരുഷജനസംഖ്യയേക്കാൾ കൂടുതലാണ് സ്ത്രീജനസംഖ്യ. ഇന്ത്യയിൽ സ്ഥിതി തിരിച്ചാണെങ്കിൽ അതിനുകാരണം പെൺഭ്രൂണഹത്യയാണ്. പുരുഷന്മാരേക്കാൾ കൂടുതൽ സ്ത്രീകൾ സമൂഹത്തിലുണ്ടാകുമ്പോൾ ഒരു പുരുഷൻ, ഒരു സ്ത്രീ എന്ന തത്ത്വം അംഗീകരിച്ചാൽ കുറേ സ്ത്രീകൾ അവിവാഹിതരായി കഴിയേണ്ടിവരില്ലേ? ഈ സ്ഥിതിവിശേഷം ഒഴിവാക്കാനുള്ള മാർഗമാണ് ഇസ്ലാം അനുവദിക്കുന്ന ബഹുഭാര്യത്വം.

നായിക്കിന്റെ വിശദീകരണത്തിൽ നിന്നു തെളിയുന്നതു പ്രകൃതി നിയമങ്ങൾ ബഹുഭാര്യത്വം അനുപേക്ഷണീയമാക്കുന്നു എന്നാണ്. ജീവശാസ്ത്രപരമായി പുരുഷന്മാരേക്കാൾ ബലം സ്ത്രീകൾക്കായതിനാൽ

സമൂഹത്തിൽ സ്ത്രീകളുടെ എണ്ണം കൂടുതലായിരിക്കുമെന്നും മറ്റു സാമൂഹ്യ സാഹചര്യങ്ങൾ ആൺസംഖ്യയിൽ ഇടിവുണ്ടാക്കുന്നത് വീണ്ടും പെൺസംഖ്യയുടെ പെരുപ്പത്തിൽ കലാശിക്കുമെന്നുള്ള 'ശാസ്ത്രീയ യുക്തി'യുടെ പിൻബലത്തിലാണ് നായിക് ബഹുഭാര്യ ത്വത്തെ ന്യായീകരിക്കുന്നത്. ഇതിനർത്ഥം അയാൾ ദൈവത്തെ പ്രകൃതി നിയമങ്ങൾക്കു വിധേയനാക്കുന്നു എന്നാണ്.

ഇസ്ലാം ഉൾപ്പെടെ എല്ലാ മതങ്ങളും ദൈവം സർവശക്തനാണ് എന്നത്രേ ഉദ്ഘോഷിച്ചു പോരുന്നത്. എന്നാൽ, നായിക്കിന്റെ ദൈവം സർവശക്തനല്ല. പ്രകൃതിനിയമങ്ങളിൽ ഇടപെടാൻ ശക്തിയില്ലാത്ത പ്രതി ഭാസമാണ് അയാളുടെ ദൈവം. ജൈവശാസ്ത്രപരമായി സ്ത്രീകൾക്കു ണ്ടെന്നു താൻ ചൂണ്ടിക്കാട്ടുന്ന അധികബലത്തിൽ മാറ്റം വരുത്തി, സ്ത്രീപുരുഷ അനുപാതം തുല്യമാക്കി ഏകഭാര്യത്വം നടപ്പിലാക്കുന്ന തിനുള്ള ശേഷി നായിക്കിന്റെ ദൈവത്തിനില്ല. പ്രകൃതിനിയമങ്ങളുടെ പരിമിതികൾക്കകത്തുനിന്നുകൊണ്ട് ഒരു സാമൂഹിക നിയമവ്യവസ്ഥ ആവിഷ്കരിക്കാനേ ആ ദൈവത്തിനു സാധിക്കൂ. ചുരുക്കിപ്പറഞ്ഞാൽ, ദൈവികത്വമില്ലാത്ത ദൈവമാണ് സാക്കിർ നായിക്കിന്റെ ദൈവം.

ഇസ്ലാം മതത്തിന്റെ സർവോത്കൃഷ്ടതയെക്കുറിച്ചും ആരാണ് സ്വർഗാവകാശികൾ എന്നതിനെക്കുറിച്ചുമെല്ലാം ശ്രോതാക്കളെ ബോധ്യ പ്പെടുത്താൻ നായിക് ആധുനിക കാലഘട്ടത്തിലെ സ്ഥാപനങ്ങളുടെ യുക്തിയാണ് പ്രയോഗിക്കുന്നത്. 'മുസ്‌ലിം അല്ലാത്ത, എന്നാൽ എല്ലാ അർത്ഥത്തിലും ഉത്തമനായ ഒരു വ്യക്തിയെ നരകത്തിലിടാൻ മാത്രം ദയാശൂന്യനാണോ അല്ലാഹു' എന്ന് ഒരു സ്ത്രീ ചോദിച്ചതിനു നമ്മുടെ ടെലിവാഞ്ചലിസ്റ്റ് നൽകുന്ന മറുപടി നോക്കൂ:

"എനിക്ക് ഹിന്ദിയിൽ 10 ശതമാനവും ബാക്കി അഞ്ചു വിഷയങ്ങളിൽ 99 ശതമാനവും മാർക്ക് കിട്ടിയാൽ ഞാൻ പത്താംക്ലാസ് പാസ്സാകുമോ? സഹോദരി, പറയൂ... (ഇല്ല). അതുപോലെ, സ്വർഗം ലഭിക്കാൻ നാല് വ്യവസ്ഥകൾ പൂർത്തീകരിക്കപ്പെടേണ്ടതുണ്ട്." (You Tube 2012a). ഒരാൾ സ്വർഗത്തിൽ പോകാൻ ഉത്തമനായാൽ മാത്രം പോരാ. ഗാന്ധിയോ ഫാദർ ഡാമിയനോ ആയാൽ മാത്രം പോരാ, അയാൾ മുസ്‌ലിമാവുക കൂടി വേണം എന്നത്രേ നായിക് ശഠിക്കുന്നത്. ഇസ്ലാമിലെ ദൈവം തന്നിൽ വിശ്വസിക്കാത്തവരെ ശിക്ഷിക്കുന്ന അഹങ്കാരിയാകുന്നത് എന്തു കൊണ്ടാണെന്ന ചോദ്യത്തിന് നായിക്കിന്റെ മറുപടി ഇങ്ങനെയാണ്: നിങ്ങളുടെ കൂടെ പഠിക്കുന്ന ഒരു കുട്ടി ഒന്നും പഠിക്കാതെ കളിച്ചുനട ക്കുന്നു; നിങ്ങളാണെങ്കിൽ ഉറക്കമിളച്ച്, കഠിനാധ്വാനം ചെയ്തു പഠിക്കു കയും ചെയ്യുന്നു. എന്നിട്ട് എല്ലാം തെറ്റിച്ചെഴുതിയ ആ കുട്ടിക്കും നിങ്ങൾക്കും പരീക്ഷയിൽ ഒന്നാംക്ലാസ് ഉണ്ടെന്ന് അധ്യാപകൻ പറ ഞ്ഞാൽ, അദ്ദേഹത്തോട് നിങ്ങൾക്ക് മതിപ്പു തോന്നുമോ? ഇല്ല. കാരണം, നിങ്ങൾ നീതിയിൽ വിശ്വസിക്കുന്നു. (ദൈവം നീതിമാനാകയാൽ തന്നിൽ വിശ്വസിക്കാത്തവരെ ശിക്ഷിക്കുന്നതു തീർത്തും ശരിയെന്നു ധ്വനി).

സൗദി അറേബ്യയിൽ അമുസ്ലിം ദേവാലയങ്ങൾ പണിയാൻ അനുവാദം നൽകാത്തതിനെ ന്യായീകരിക്കാൻ നായിക് കൂട്ടുപിടിക്കുന്നത് ഗണിതശാസ്ത്രത്തെയാണ്. വാദം ഇങ്ങനെ: രണ്ടും രണ്ടും കൂട്ടിയാൽ മൂന്ന് എന്നു പറയുന്ന ഒരാളെ നിങ്ങൾ ഗണിതം പഠിപ്പിക്കാൻ നിയമിക്കുമോ? ഇല്ല. കാരണം, അയാൾക്ക് ഗണിതം അറിയില്ല. അതു പോലെ, മതവുമായി ബന്ധപ്പെട്ട കാര്യങ്ങൾ വരുമ്പോൾ ഒരേയൊരു സത്യമതമായ ഇസ്ലാമിനെ മാത്രമേ പരിഗണിക്കാൻ പറ്റൂ.

ഷിറിൻ അസം ചൂണ്ടിക്കാട്ടുന്നതുപോലെ, ഇസ്ലാമിലെ വിവാദപരമായ ആശയങ്ങളെ തത്ത്വജ്ഞാനതലത്തിൽ ന്യായീകരിക്കുന്നതിനു പകരം ഭൗതിക ലോകത്തിലെ അസംബന്ധാശയങ്ങൾ നിരത്തി ന്യായീകരിക്കാനേ സാക്കിർ നായിക്കിനു സാധിക്കുന്നുള്ളൂ. പ്രകൃതി നിയമങ്ങളെ അതിവർത്തിക്കാൻ കെല്പില്ലാത്ത ശക്തിസ്വരൂപമായി അല്ലാഹുവിനെ അവതരിപ്പിക്കുന്ന അയാൾ ആധുനിക സാമൂഹിക മൂല്യങ്ങളോടു പൊരുത്തപ്പെടാത്ത വിശ്വാസാചാരങ്ങളെ അസംബന്ധയുക്തികൾ നിരത്തി വെള്ളപൂശുന്നു. എന്നിട്ടും അഭ്യസ്തവിദ്യരായ ഒരു വിഭാഗം മുസ്ലിങ്ങൾ അയാളുടെ ടെലിവാഞ്ചലിസത്തിൽ വീണുപോകുന്നുവെങ്കിൽ, അതിനു കാരണം അത്തരക്കാരുടെ ചിന്താമാന്ദ്യമല്ലാതെ മറ്റൊന്നുമാകാൻ തരമില്ല.

(സെപ്തംബർ, 2016)

എർദോഗനെ വിമർശിച്ചാൽ നിങ്ങൾ ഭീകരവാദിയാകും

തുർക്കിയുടെ പ്രസിഡണ്ട് റസിപ് തയ്യിപ്പ് എർദോഗന്റെ പാർട്ടിയുടെ പേര് ജസ്റ്റിസ് ആന്റ് ഡവലപ്മെന്റ് പാർട്ടി. ടർക്കിഷ് ഭാഷയിൽ അതറിയപ്പെടുന്നത് അദാലത്ത് വെ കൽകിൻമ പാർടിസി (എ.കെ.പി) എന്നാണ്. ഏതായാലും പേരുവെച്ചു നോക്കിയാൽ നീതി (ജസ്റ്റിസ്)ക്കുവേണ്ടി നിലകൊള്ളുന്ന പാർട്ടിയാണത്.

അബ്ദുല്ല ഗുൽ, എർദോഗൻ എന്നിവരുടെ നേതൃത്വത്തിൽ 2001-ൽ രൂപംകൊണ്ട എ.കെ.പി. 2002 തൊട്ട് തുർക്കിയിൽ അധികാരത്തിലുണ്ട്. നേരത്തെ പ്രധാനമന്ത്രിയായിരുന്ന എർദോഗൻ 2014 ആഗസ്റ്റ് തൊട്ട് രാജ്യത്തിന്റെ പ്രസിഡണ്ടാണ്. പാർട്ടിയുടെ പേരിൽ മുഴച്ചുനിൽക്കുന്ന നീതിയും പ്രസിഡണ്ടിന്റെ ചെയ്തികളും തമ്മിൽ വലിയ പൊരുത്തമില്ലെന്നു ദിവസങ്ങൾ ചെല്ലുന്തോറും തുർക്കി ജനത മാത്രമല്ല, വെളിയിലുള്ളവരും കണ്ടുകൊണ്ടിരിക്കുന്നു.

സത്തയിൽ ഇസ്ലാമിസ്റ്റ് പാർട്ടിയാണ് ജസ്റ്റിസ് ആന്റ് ഡവലപ്മെന്റ് പാർട്ടി. അബ്ദുല്ല ഗുലും എർദോഗനും ആ പാർട്ടിയുടെ നേതൃനിരയിലുള്ള മറ്റുള്ളവരും മതേതരത്വത്തിന്റെ മറുചേരിയിൽ നിൽക്കുന്നവരാണ്. കമാൽ അറ്റാതുർക്കിന്റെ കാലത്ത് അടിമുടി മതേതരവൽക്കരിക്കപ്പെട്ട തുർക്കിയുടെ അനുക്രമ ഇസ്ലാമീകരണം എന്ന മതമൗലിക ലക്ഷ്യം മുൻനിർത്തിയാണ് ആവിർഭാവകാലം തൊട്ട് അതു പ്രവർത്തിച്ചുപോന്നിട്ടുള്ളത്.

മറ്റേതൊരു മത വലതുപക്ഷ പാർട്ടിയെയും പോലെ, വിയോജന സ്വരം അടിച്ചമർത്തുക എന്നതാണ് എർദോഗന്റെ പാർട്ടിയുടെയും രീതി. ഫാസിസ്റ്റുകളെയും അമിതാധികാരവാദികളെയും അനുസ്മരിപ്പിക്കുന്ന ശൈലി എർദോഗനും പിന്തുടരുന്നു. സ്വതന്ത്ര പത്രപ്രവർത്തനം തുർക്കിയിലിപ്പോൾ ഏറെക്കുറെ അസാധ്യമാണ്. ഭരണകർത്താക്കളെയും അവരുടെ നയങ്ങളെയം വിമർശനാത്മകമായി സമീപിക്കുന്ന പത്രമാസികകൾ ആ നാട്ടിൽ അപ്രത്യക്ഷമായിക്കൊണ്ടിരിക്കുന്നു. ഏറ്റവും കൂടുതൽ പത്രപ്രവർത്തകർ തുറുങ്കിലടയ്ക്കപ്പെട്ട രാജ്യങ്ങളുടെ മുൻനിരയിലാണ് ഇന്നത്തെ തുർക്കി.

എർദോഗന്റെ രോഷത്തിനും പ്രതികാര നടപടിക്കും ഏറ്റവും ഒടുവിൽ പാത്രീഭൂതനായത് 'കംഹൂറിയത്ത്' എന്ന പത്രത്തിൽ പ്രവർത്തിക്കുന്ന കാദ്റി ഗുർസൽ എന്ന കോളമിസ്റ്റാണ്. ഗുർസൽ അടുത്തിടെ എർദോഗൻ പ്രകടിപ്പിക്കുന്ന സിഗററ്റ് വിരോധത്തെക്കുറിച്ച് എഴുതുകയുണ്ടായി. തന്റെ അനുയായികളുടെ പോക്കറ്റുകളിൽനിന്നു സിഗററ്റ് പേക്കുകൾ ബലമായി പിടിച്ചെടുത്ത്, അവരോടു പുകവലിയുടെ അപകടത്തെക്കുറിച്ചു പ്രസംഗിക്കുന്ന എർദോഗന്റെ ശൈലിയിലടങ്ങിയ ഏകാധിപത്യത്തെ അദ്ദേഹം എടുത്തുകാട്ടി.

തുടർന്നു ഗുർസൽ എഴുതിയത് പ്രസിഡണ്ടിന്റെ ജനാധിപത്യ വിരുദ്ധമായ പ്രവർത്തനരീതിക്കെതിരെ ജനങ്ങൾ സിഗററ്റ് കത്തിച്ചു പിടിച്ചു പ്രതിഷേധിക്കണമെന്നാണ്. പ്രസ്തുത അഭിപ്രായപ്രകടനത്തിന് ആ കോളമിസ്റ്റിന് എർദോഗൻ നൽകിയതു ഭീകരവാദി എന്ന ചാപ്പ കുത്തും തടവറയുമത്രേ. (ദ ഹിന്ദു. 19-11-2016)

കഴിഞ്ഞ ജൂലൈയിൽ തുർക്കിയിൽ നടന്ന അട്ടിമറിശ്രമത്തിനു ശേഷം, തന്നെ വിമർശിക്കുന്ന നൂറ്റിഇരുപതോളം മാധ്യമപ്രവർത്തകരെ എർദോഗൻ കാരാഗൃഹത്തിലടച്ചിട്ടുണ്ട്. അക്കൂട്ടത്തിൽ കംഹൂറിയത്തിന്റെ പത്രാധിപരും ഉൾപ്പെടും. സ്വതന്ത്ര പത്രപ്രവർത്തനത്തിനു നേരെ മാത്രമല്ല, ജസ്റ്റിസ് ആന്റ് ഡവലപ്മെന്റ് പാർട്ടിയുടെ നേതാവു കൂടിയായ പ്രസിഡണ്ട് ചാട്ടവാർ വീശുന്നത്. എല്ലാ സ്വതന്ത്രഭാഷണത്തിനു നേരെയും അദ്ദേഹത്തിന്റെ ഉരുക്കമുഷ്ടി നീണ്ടുചെല്ലുന്നു. പ്രസിഡണ്ടിനെ അപഹസിച്ചു എന്നാരോപിച്ച് മൂവായിരത്തിലേറെ തുർക്കി പൗരന്മാരെ ഇതിനകം ഭരണകൂടം വേട്ടയാടിയിട്ടുണ്ട്.

സാമൂഹിക മാധ്യമങ്ങളിൽ പ്രത്യക്ഷപ്പെടുന്നതും തങ്ങൾക്കു രുചിക്കാത്തതുമായ നിരീക്ഷണങ്ങളടങ്ങിയ പോസ്റ്റുകൾ നീക്കം ചെയ്യണമെന്ന ആവശ്യവുമായി രംഗത്തിറങ്ങുന്നവരുടെ എണ്ണം തുർക്കിയിൽ വളരെ കൂടുതലാണ്. അവർക്കു പിന്നിൽ പ്രേരകരും രക്ഷാധികാരികളുമായി പ്രവർത്തിക്കുന്നത് ഗവൺമെന്റും അതിനെ നിലനിർത്തുന്ന പാർട്ടിയുടെ പ്രവർത്തകരും തന്നെ. ടിറ്ററുടെ ട്രാൻസ്പരൻസി റിപ്പോർട്ടനുസരിച്ച്, പോസ്റ്റുകൾക്കെതിരെ ഏറ്റവുമധികം പരാതികളുയർന്നത് തുർക്കിയിൽ നിന്നാണ്. ലോകത്താകമാനം ടിറ്റർ പോസ്റ്റുകൾക്കുനേരെ ഉയർന്ന 20,000 പരാതികളിൽ പതിനഞ്ചായിരവും എർദോഗന്റെ നാട്ടിൽ നിന്നായിരുന്നു.

കുർദ് വംശജരോടുള്ള അനുഭാവംപോലും മഹാപാപമായി ഗണിക്കപ്പെടുകയും അതു പ്രകടിപ്പിക്കുന്നവർ ശിക്ഷിക്കപ്പെടുകയും ചെയ്യുന്ന സ്ഥിതിവിശേഷവും റസിപ് തയ്യിപ്പ് എർദോഗന്റെ രാജ്യത്തുണ്ട്. സർക്കാർ നിരോധിച്ച കുർദിഷ് നാഷണലിസ്റ്റ് പാർട്ടി (പി.കെ.കെ)യോട് ഏതെങ്കിലും തരത്തിൽ മൃദുസമീപനം സ്വീകരിക്കുന്നവർക്കെതിരെ

കഠിന നടപടികളാണ് പ്രസിഡണ്ടും അദ്ദേഹത്തിന്റെ പാർട്ടിക്കാരും സ്വീകരിക്കുന്നത്.

പി.കെ.കെ.യുടെ പ്രവർത്തകരെ ഭീകരവാദികൾ എന്നു വിശേഷിപ്പിക്കാതെ വല്ലവരും തീവ്രവാദികൾ എന്നു വിശേഷിപ്പിച്ചാൽ അത്തരക്കാർ ആക്രമിക്കപ്പെടുന്നു. കുർദിഷ് നാഷണലിസ്റ്റ് പാർട്ടിയുമായി നടത്തിപ്പോന്നതും ഇടയ്ക്ക് ഉപേക്ഷിച്ചതുമായ സമാധാന സംഭാഷണം തുടരണമെന്ന ആവശ്യം ഉന്നയിക്കുന്നവർക്കുപോലും എർദോഗൻ ഭരണകൂടം നൽകുന്നത് ഭീകരവാദിപ്പട്ടവും ജയിൽവാസവുമാണ്.

ടെററിസ്റ്റുകൾ എന്നാരോപിച്ച് 'നീതിയുടെ പാർട്ടി' കേസെടുത്ത മറ്റൊരു വിഭാഗം പത്രപ്രവർത്തകരുണ്ട്. എർദോഗൻ ഭരണകൂടം 2015-ൽ ഇസ്‌ലാമിക് സ്റ്റെയ്റ്റിന് ആയുധങ്ങൾ നൽകിയതുമായി ബന്ധപ്പെട്ട കാര്യങ്ങൾ റിപ്പോർട്ട് ചെയ്തവരാണവർ. അവ്വിധം അറസ്റ്റു ചെയ്യപ്പെട്ടവരിൽ കംഹൂറിയത്തിന്റെ മുൻ ചീഫ് എഡിറ്റർ കാൻ ദൻദറും ഉൾപ്പെടുന്നു. വിമർശകരെ മുഴുവൻ ഭീകരവാദികളായി ചിത്രീകരിച്ചു തുറുങ്കിലടയ്ക്കുന്ന എർദോഗന്റെയും അദ്ദേഹത്തിന്റെ ഇസ്‌ലാമിസ്റ്റ് പാർട്ടിയായ എ.കെ.പിയുടെയും ഭരണത്തിൻ കീഴിൽ അപക്ഷപാതപരവും നീതിയുക്തവുമായ വിചാരണ കാൻദൻദറെപ്പോലുള്ളവർ പ്രതീക്ഷിക്കുന്നില്ല.

മാധ്യമ പ്രവർത്തകരെയും വിമർശകരെയും നിശ്ശബ്ദരാക്കാൻ ഭരണകൂട ദണ്ഡ് നിരങ്കുശം പ്രയോഗിക്കുന്നവർ സ്വതന്ത്ര ടെലിവിഷൻ സ്റ്റേഷനുകളും ഓൺലൈൻ പ്രസിദ്ധീകരണങ്ങളുമുൾപ്പെടെ നൂറ്റിയമ്പതോളം വാർത്താകേന്ദ്രങ്ങൾ ഇതിനകം അടച്ചുപൂട്ടുകയും ചെയ്തിരിക്കുന്നു. അങ്ങേയറ്റം ജനാധിപത്യ നിഷേധപരമായ ഈ നടപടിയുമായി മുന്നോട്ടുപോകുന്ന ഇസ്‌ലാമിസ്റ്റ് ഭരണകൂടം തങ്ങളോട് കൂറു പുലർത്തുന്ന ബിസിനസ് പ്രമുഖരെ ഉപയോഗിച്ച് അവശേഷിക്കുന്ന മാധ്യമസ്ഥാപനങ്ങളെ തങ്ങളുടെ മെഗാ ഫോണുകളാക്കി മാറ്റാനുള്ള ശ്രമങ്ങളും ഒപ്പം നടത്തുന്നുണ്ട്.

'മില്ലിയെറ്റി'ന്റെ അനുഭവം ഉദാഹരണമാണ്. സമീപകാലം വരെ സ്വതന്ത്ര പത്രമായിരുന്നു മില്ലിയെറ്റ്. ഭരണകർത്താക്കളെ സന്ദർഭം ആവശ്യപ്പെടുമ്പോൾ, മുഖം നോക്കാതെ വിമർശിച്ചുപോന്ന പാരമ്പര്യം ആ പത്രത്തിനുണ്ടായിരുന്നു. പക്ഷേ, ഇപ്പോൾ ആ പ്രസിദ്ധീകരണം എർദോഗന്റെ കുഴലൂത്തുകാരനായ ഒരു ബിസിനസ്സുകാരന്റെ ഉടമസ്ഥതയിലാണ്. അതോടെ മില്ലിയെറ്റ് ഒരു സർക്കാർ പത്രത്തിന്റെ നിലവാരത്തിലേക്ക് കൂപ്പുകുത്തി. പത്രപ്രവർത്തന മണ്ഡലത്തിലാകമാനം ആ പ്രവണത കനപ്പിക്കുന്നതിലാണ് തുർക്കി ഭരണാധികാരി ശ്രദ്ധയൂന്നുന്നത്. തനിക്കും തന്റെ ഭരണകൂടത്തിനും സ്തുതിഗീതം ആലപിക്കുന്നവർ മാത്രം മതി മാധ്യമരംഗത്ത് എന്നതത്രേ

ഇസ്ലാമിസ്റ്റ് സ്വേച്ഛാധിപത്യത്തിന്റെ പാതയിൽ സഞ്ചരിക്കുന്ന എർദോഗന്റെ നിലപാട്.

വിമർശകരെയെല്ലാം ഭീകരവാദികളായി മുദ്രകുത്തി തടവറകളിൽ തള്ളുകയും സ്വതന്ത്ര വാർത്താമാധ്യമങ്ങളുടെ നിലനില്പുതന്നെ ഇല്ലാതാക്കുകയും ചെയ്യുന്ന ഇസ്ലാമിസ്റ്റ് ഭരണാധികാരി തുർക്കിയിൽ ഫാസിസ്റ്റ് ശൈലിയിൽ അഭിരമിക്കാൻ തുടങ്ങിയിട്ട് നാളുകൾ ഏറെയായി. പക്ഷേ, ഇന്ത്യയുൾപ്പെടെ മറ്റു പലയിടങ്ങളിലും തലപൊക്കുന്ന ഫാസിസ്റ്റ് പ്രവണതകൾ തുറന്നുകാട്ടുന്നതിൽ അത്യുത്സാഹം പ്രകടിപ്പിക്കുന്ന മലയാളത്തിലെ ഇസ്ലാമിസ്റ്റ് പത്രമാസികകൾ എർദോഗനെ വിമർശിച്ച് ഒരുവരിപോലും ഇന്നേവരെ എഴുതിയിട്ടില്ല. ഇസ്ലാമിസ്റ്റിതര ഫാസിസം മാത്രം വിഷവും ഇസ്ലാമിസ്റ്റ് ഫാസിസം അമൃതുമാണെന്ന വിലയിരുത്തലാണോ ആ പ്രസിദ്ധീകരണങ്ങളെ നിയന്ത്രിക്കുന്നവർക്കുള്ളത്.

(ഡിസംബർ, 2016)

നോബേൽ ജേതാവിനെ വൈകി ആദരിക്കുമ്പോൾ

ഭൗതികശാസ്ത്രത്തിനുള്ള നൊബേൽ പുരസ്കാരം പാകിസ്താനിയായ ഡോ. മുഹമ്മദ് അബ്ദുസ്സലാമിനു ലഭിച്ചത് മുപ്പത്തിയേഴു വർഷം മുമ്പ്, 1979-ൽ. അമേരിക്കക്കാരായ ഷെൽഡൻ ഗ്ലാസ്ഹോവും സ്റ്റീവൻ വിൻബെർഗും സലാമിനൊപ്പം അതേ പുരസ്കാരം അന്നു പങ്കിട്ടവരാണ്. അമേരിക്കൻ ഭരണകൂടവും അന്നാട്ടുകാരും സ്വാഭാവികമായി തങ്ങളുടെ ശാസ്ത്രപ്രതിഭകളെ ഉള്ളറിഞ്ഞു പ്രശംസിക്കുകയും ആദരിക്കുകയും ചെയ്തു. എന്നാൽ, ചരിത്രത്തിൽ ആദ്യമായി മുസ്ലിം വിഭാഗത്തിൽ നിന്നു ശാസ്ത്രത്തിനുള്ള നൊബേൽ സമ്മാനം കരസ്ഥമാക്കിയ അബ്ദുസ്സലാമിന് സ്വന്തം നാട്ടിൽ ലഭിച്ചത് അവഗണനയും അവജ്ഞയുമായിരുന്നു. പാക് ഭരണകൂടമോ മുഖ്യധാരാ സുന്നി മുസ്ലിം സമൂഹമോ ആ ശാസ്ത്രകാരന്റെ പുരസ്കാരലബ്ധി അറിഞ്ഞ ഭാവം പോലും കാണിച്ചില്ല.

ദിവംഗതനായ ശേഷവും ഡോ. സലാമിനെ വെറുതെ വിട്ടില്ല പാകിസ്താനിലെ വിജ്ഞാന വിരോധികൾ. ആ ഭൗതിക ശാസ്ത്രജ്ഞന്റെ ശവകുടീരംപോലും അവർ നിർലജ്ജം തകർത്തു. പിശാചിനെപ്പോലും നാണിപ്പിക്കുന്ന ഈവക ക്രൂരതകൾ തികച്ചും സ്വാഭാവികമെന്ന നിലയിലാണ് പാകിസ്താനിലെ സുന്നിമതസംഘടനകളും രാഷ്ട്രീയപ്പാർട്ടികളും ഭരണാധികാരികളും കണ്ടത്. എന്തുകൊണ്ട് അങ്ങനെ സംഭവിച്ചു?

ഈ ചോദ്യത്തിനുള്ള ഉത്തരം കിടക്കുന്നത് ഡോ. അബ്ദുസ്സലാമിന്റെ മതപശ്ചാത്തലത്തിലാണ്. മുസ്ലിങ്ങൾക്കിടയിലെ അഹമ്മദിയ്യ വിഭാഗത്തിൽപ്പെട്ട ആളായിരുന്നു സലാം. ആ വിഭാഗത്തിലുൾപ്പെടുന്നവർ മുസ്ലിങ്ങളല്ലെന്നും അവർ ഇസ്ലാമിന്റെ ശത്രുക്കളാണെന്നുമാണ് മുഖ്യധാരാ മുസ്ലിം സംഘടനകളെ നിയന്ത്രിക്കുന്ന മതപൗരാഹിത്യം പ്രചരിപ്പിച്ചുപോന്നത് (പോരുന്നത്). സത്യത്തിന്റെ കുത്തകാവകാശം തങ്ങൾക്കാണെന്ന വൻമൗഢ്യത്തിനടിപ്പെട്ട അവർ 1953-ൽ പാകിസ്താനിൽ (ലാഹോറിൽ) അഹമ്മദിയ്യ മുസ്ലിങ്ങൾക്കെതിരെ കലാപം അഴിച്ചുവിടുകയുണ്ടായി. ജമാഅത്തെ ഇസ്ലാമി ഉൾപ്പെടെയുള്ള മുസ്ലിം

മതസംഘടനകളുടെ നേതൃത്വത്തിലായിരുന്നു ആ നരവേട്ട. അഹമ്മദിയ്യ മുസ്‌ലിങ്ങളെ അമുസ്‌ലിങ്ങളായി പ്രഖ്യാപിക്കുകയും ഭരണത്തിന്റെ സർവതലങ്ങളിൽനിന്നും അവരെ പുറന്തള്ളുകയും ചെയ്യണമെന്ന് ആവശ്യപ്പെട്ടുകൊണ്ടായിരുന്നു മൗലാന മൗദൂദിയടക്കമുള്ള മതപുരോഹിതന്മാരുടെ നായകത്വത്തിൽ കലാപം അരങ്ങേറിയത്.

അഹമ്മദിയ്യാ വിരുദ്ധ കലാപം ആസൂത്രണം ചെയ്തവർ വിജയിച്ചു. അത്രയൊന്നും വൈകാതെ അവരുടെ ആവശ്യങ്ങൾക്കു മുമ്പിൽ ഭരണാധികാരികൾ മുട്ടുമടക്കുന്നതിനാണ് 1974ൽ ലോകം സാക്ഷിയായത്. നാല്പത് ലക്ഷത്തിലേറെ ജനസംഖ്യയുള്ള അഹമ്മദിയ്യ മുസ്‌ലിങ്ങൾ പാകിസ്താനിൽ അമുസ്‌ലിങ്ങളായി പ്രഖ്യാപിക്കപ്പെട്ടു. അവരുടെ മതസ്വാതന്ത്ര്യവും മതാവകാശങ്ങളും മുച്ചൂടും കവരുന്ന നടപടികളും തുടർന്നുണ്ടായി. സ്വയം മുസ്‌ലിങ്ങൾ എന്നവകാശപ്പെടാനോ ഖുർആൻ പാരായണം ചെയ്യാനോ തങ്ങളുടെ ദേവാലയങ്ങളെ മസ്ജിദുകൾ എന്നു വിളിക്കാനോ ബാങ്കുവിളി നടത്താനോ ഹജ്ജിനു പോകാനോ ഒന്നും അവർക്ക് അവകാശമില്ലാതായി. എത്രയോ മികച്ച യോഗ്യതയുണ്ടെന്നിരുന്നാലും ഉദ്യോഗസ്ഥതലത്തിൽ പ്രമുഖ സ്ഥാനങ്ങളെല്ലാം അവർക്കു നിഷേധിക്കപ്പെടുന്ന അവസ്ഥ വന്നു. അക്ഷരാർത്ഥത്തിൽ പാകിസ്താനിലെ ഏറ്റവും പീഡിതരായ ജനവിഭാഗമത്രേ അരനൂറ്റാണ്ടിലേറെയായി അഹമ്മദിയ്യ മുസ്‌ലിങ്ങൾ.

ഡോ. അബ്ദുസ്സലാമിനു മുമ്പ് ജിന്നയുടെ നാട്ടിൽ അതിക്രൂരമായി അവഹേളിക്കപ്പെട്ട പ്രമുഖനായ മറ്റൊരു അഹമ്മദിയ്യ മുസ്‌ലിമുണ്ട് - പാകിസ്താനിലെ പ്രഥമ വിദേശകാര്യമന്ത്രിയായിരുന്ന സർ മുഹമ്മദ് സഫറുല്ല ഖാൻ (1893-1985). യു.എൻ. ജനറൽ അസംബ്ലിയുടെ അധ്യക്ഷ പദവി അലങ്കരിച്ച ആദ്യത്തെ മുസ്‌ലിമും ആദ്യത്തെ ഏഷ്യക്കാരനും ഒരേയൊരു പാകിസ്താനിയും കൂടിയാണ് സഫറുല്ല ഖാൻ. എന്നിട്ടുകൂടി അദ്ദേഹത്തിന്റെ രക്തത്തിനുവേണ്ടിയും പാക് മുല്ലമാർ 1953ൽ രംഗത്തു വന്നു. അഹമ്മദിയ്യ മുസ്‌ലിമായ സഫറുല്ലയെ വിദേശകാര്യ മന്ത്രിപദത്തിൽനിന്നു നീക്കണമെന്നവർ ആവശ്യപ്പെട്ടു. പുരോഹിതപ്പരിഷകളുടെ സമ്മർദ്ദം കൂടിവന്നപ്പോൾ 1954 ഒക്ടോബറിൽ സഫറുല്ല ഖാൻ മന്ത്രിസ്ഥാനം രാജിവച്ചൊഴിയുകയായിരുന്നു.

ഡിസംബർ ആറിന് ഇസ്‌ലാമാബാദിൽനിന്നു പുറത്തുവന്ന ഒരു വാർത്തയുടെ പശ്ചാത്തലത്തിലാണ് ഇത്രയും കാര്യങ്ങൾ ഇവിടെ കുറിച്ചത്. പാകിസ്താന്റെ യശസ്സ് അംബരത്തോളമുയർത്തിയ നൊബേൽ സമ്മാന ജേതാവ് ഡോ. അബ്ദുസ്സലാമിനോട് ആ രാജ്യം കാണിച്ച മാപ്പർഹിക്കാത്ത നന്ദികേടും അപരാധവും ഏറെ വൈകി ഇപ്പോൾ തിരുത്താൻ പാക് ഭരണകൂടം മുന്നോട്ടുവരുന്നു എന്നതാണ് വാർത്തയുടെ കാതൽ. സലാമിനെ ആദരിക്കുന്നതിന്റെ ഭാഗമായി ഇസ്‌ലാമാബാദിലെ ഖായ്ദെ അസം സർവകലാശാലയിലെ സയൻസ് സെന്ററിന്

'പ്രൊഫസർ അബ്ദുസ്സലാം സെന്റർ ഫോർ ഫിസിക്സ്' എന്നു പേരിടുമെന്ന് പ്രധാനമന്ത്രി നവാസ് ഷെരീഫ് പ്രഖ്യാപിച്ചിട്ടുണ്ട്. പ്രമുഖ വിദേശ യൂണിവേഴ്സിറ്റികളിൽ അധ്യയനം നടത്തുന്നതിന് അഞ്ചു വിദ്യാർത്ഥികൾക്ക് എല്ലാ വർഷവും 'അബ്ദുസ്സലാം ഫെലോഷിപ്പ്' നൽകുമെന്നതാണ് മറ്റൊരു തീരുമാനം.

വൈകിയുദിച്ച ഈ വിവേകത്തോട് സുന്നി മുസ്ലിം പുരോഹിതക്കൂട്ടവും ലശ്കറെ ത്വയ്യിബയടക്കമുള്ള തീവ്രവാദ സംഘങ്ങളും എങ്ങനെ പ്രതികരിക്കുമെന്നു കാണാനിരിക്കുന്നതേയുള്ളൂ. അഹമ്മദിയ്യ മുസ്ലിങ്ങൾക്കു പുറമെ ശിയ മുസ്ലിങ്ങളെയും അമുസ്ലിങ്ങളായി ഗണിക്കണമെന്ന് ആവശ്യപ്പെടുന്നവരാണ് അക്കൂട്ടർ. ശിയ മുസ്ലിങ്ങളെയും അവരുടെ ദേവാലയങ്ങളെയും ആക്രമിക്കുന്നതും നശിപ്പിക്കുന്നതും തങ്ങളുടെ മതപരമായ ബാധ്യതയാണെന്ന ദുർവിശ്വാസവും അവർ വച്ചു പുലർത്തുന്നു.

ഡോ. മുഹമ്മദ് അബ്ദുസ്സലാം (മരണം 1996) ഫിസിക്സിനുള്ള നൊബേൽ സമ്മാനം നേടി 37 വർഷവും അദ്ദേഹം അന്തരിച്ച് 20 വർഷവും പിന്നിട്ടശേഷം ഇപ്പോൾ അദ്ദേഹത്തെ ആദരിക്കാൻ മുന്നോട്ടു വന്ന നവാസ് ഷെരീഫും അദ്ദേഹത്തിന്റെ പാർട്ടിക്കാരും സമാനചിന്താഗതിക്കാരും രണ്ടു കാര്യങ്ങൾ പുനരാലോചനയ്ക്കു വിധേയമാക്കേണ്ടതുണ്ട്. ആദ്യം മുഹമ്മദ് സഫറുല്ലഖാനോടും പിന്നീട് മുഹമ്മദ് അബ്ദുസ്സലാമിനോടും കാണിച്ചതുപോലുള്ള മനുഷ്യത്വഹീനത ഭാവിയിൽ മറ്റുള്ളവരോട് കാണിക്കാൻ തുനിയുകയോ അതിനു സമ്മർദ്ദം ചെലുത്തുകയോ ചെയ്യുന്നവരോട് ഭരണകൂടം സ്വീകരിക്കേണ്ട സമീപനം എന്തായിരിക്കണം എന്നതാണ് ഒന്നാമത്തെ കാര്യം. രണ്ടാമത്തേത്, 1974-ൽ അഹമ്മദിയ്യ മുസ്ലിങ്ങളുടെ മേൽ ഏർപ്പെടുത്തിയ മതസ്വാതന്ത്ര്യവിലക്കു തുടരണമോ എന്നതാണ്.

ഇപ്പറഞ്ഞ രണ്ടു വിഷയങ്ങളിലുമുള്ള പുനഃശ്ചിന്തയെ നഖശിഖാന്തം എതിർക്കാൻ രാജ്യത്തെ സുന്നി മുസ്ലിം പൗരോഹിത്യവും സുന്നി തീവ്രവാദ ഗ്രൂപ്പുകളും ചാടിവീഴുമെന്ന കാര്യത്തിൽ സംശയമില്ല. പുരോഹിതരുടെയും തീവ്രവാദികളുടെയും മുമ്പിൽ തോറ്റുകൊടുത്ത ചരിത്രമാണ് പാക് ഭരണാധികാരികൾക്കുള്ളത്. ആ പാരമ്പര്യത്തെയും കീഴ്വഴക്കത്തെയും മറികടക്കാനുള്ള നെഞ്ചുറപ്പു കാണിക്കുന്നവർക്കു മാത്രമേ രാജ്യത്തു ജനാധിപത്യമൂല്യങ്ങൾ വളർത്താനും പതുക്കെപ്പതുക്കെയെങ്കിലും പൗരസമത്വം എന്ന ആശയം പ്രയോഗവൽക്കരിക്കാനും സാധിക്കൂ.

ഇതു പറയുമ്പോൾ, 1974-ൽ അഹമ്മദിയ്യ മുസ്ലിങ്ങളെ അമുസ്ലിം ന്യൂനപക്ഷമായി വർഗീകരിക്കുന്ന ബിൽ ഭൂരിപക്ഷരഹിതപ്രകാരം പാർലമെന്റ് അംഗീകരിച്ചതാണെന്നു ചൂണ്ടിക്കാട്ടാൻ വെമ്പുന്നവരെ അപ്പുറത്തു കാണാൻ സാധിക്കുന്നുണ്ട്. പാർലമെന്റിലെ ഭൂരിപക്ഷത്തിന്റെ

പിന്തുണയോടെയാണെങ്കിലും ഏതെങ്കിലും ജനവിഭാഗത്തിന്റെ ന്യായ മായ ആവകാശങ്ങൾ ചവിട്ടിമെതിക്കുന്നത് ജനാധിപത്യമൂല്യങ്ങൾക്കു നിരക്കുന്നതല്ല. ഹിറ്റ്ലറും പാർലമെന്റ് വഴിതന്നെയാണ് ജർമനിയിൽ ജൂതരുടെ സർവസ്വാതന്ത്ര്യവും സമസ്താവകാശങ്ങളും നിഹനിച്ചത്. ന്യായാന്യായങ്ങൾ പരിഗണിക്കാതെ, നിയമസഭകളിലെ ഭൂരിപക്ഷത്തിന്റെ പിൻബലത്തിൽ ജനവിഭാഗങ്ങളെ അടിച്ചമർത്തുന്നതിന്റെ പേര് പ്രജാധിപത്യമെന്നല്ല, ഫാസിസമെന്നാണ്.

ഡോ. അബ്ദുസ്സലാമിനെ ആദരിക്കുന്ന കാര്യത്തിൽ പാക് പ്രധാന മന്ത്രി വൈകിയെടുത്ത തീരുമാനം നമ്മുടെ നാട്ടിലെ മുഖ്യധാരാ മുസ്ലിം മതപുരോഹിതന്മാരുടെയും സംഘടനകളുടെയും കൂടി ശ്രദ്ധയ്ക്കു വിഷയീഭവിക്കേണ്ടതുണ്ട്. ഇവിടെയുള്ള അഹമ്മദിയ്യ മുസ്ലിങ്ങളെ അമുസ്ലിങ്ങളായി ചിത്രീകരിക്കുകയും അവരെ തീണ്ടാപ്പാടകലെ നിർത്തുകയും ചെയ്യുന്നതാണ് ഇന്നാട്ടിലെ മുല്ല-മൗലവിപ്പരിഷകളുടെ രീതി. 'മുസ്ലിം നവോത്ഥാനം' എന്ന മന്ത്രം ഉരുവിടുന്നതിൽ അശേഷം ലുബ്ധ് കാണിക്കാത്ത മുജാഹിദ്-മൗദൂദിസ്റ്റ് സംഘടനകൾ വരെ അഹമ്മദിയ്യ മുസ്ലിങ്ങളെ 'വ്യാജപ്രവാചക'നെ പിന്തുടരുന്ന 'കപടരാ'യി മുദ്ര കുത്തി പടിക്കു പുറത്തുനിർത്തുന്നു. പാക് ഭരണകൂടം അഹമ്മദിയ്യകൾക്കു മതസ്വാതന്ത്ര്യം നിഷേധിക്കുകയും അവരെ നിരന്തരം പീഡിപ്പിക്കുകയും ചെയ്തപ്പോൾ അതിന് ഓശാന പാടിയതാണ് നമ്മുടെ മുജാഹിദ്-മൗദൂദിസ്റ്റ് വിഭാഗങ്ങളുടെ ചരിത്രം. ആ കറുത്ത ചരിത്രം തിരുത്താത്തിടത്തോളം നവോത്ഥാനം എന്ന മഹത്തായ പദം ഉച്ചരിക്കാൻ പോലുമുള്ള യോഗ്യത തങ്ങൾക്കില്ലെന്ന് അവർ തിരിച്ചറിയണം.

(ഡിസംബർ, 2016)

ഏകീകൃത സിവിൽകോഡ്:
വരട്ടെ രൂപരേഖ

കാലമെത്രയായി നാം 'ഏകീകൃത സിവിൽകോഡ്' എന്ന മന്ത്രം ഉരു വിടാൻ തുടങ്ങിയിട്ട്? ഭരണഘടനാ നിർമാണസഭയിൽ ആ വിഷയം പൊങ്ങിവന്നത് 1948-ൽ. മൗലികാവകാശങ്ങളുടെ പട്ടികയിൽ ചേർക്കാൻ ഉദ്ദേശിക്കപ്പെട്ട ഏകീകൃത പൗരനിയമം തർക്കങ്ങളെത്തുടർന്ന് മാർഗ നിർദേശക തത്ത്വങ്ങളിലേക്ക് മാറ്റപ്പെട്ടു. പിൽക്കാലത്ത് ഒട്ടേറെ രാഷ്ട്രീയ, അക്കാദമികവേദികളിൽ അത് സജീവചർച്ചകൾക്ക് വിധേയ മായി. നാലുതവണയെങ്കിലും നമ്മുടെ പരമോന്നത ന്യായാസനം ഏകീ കൃത സിവിൽ കോഡിന്റെ അഭിലഷണീയതയിലേക്ക് ഭരണകൂടത്തിന്റെ ശ്രദ്ധ ക്ഷണിക്കുകയും ചെയ്തു.

ഇതൊക്കെയായിട്ടും ഏകീകൃത പൗരനിയമം ഇപ്പോഴും ഭരണഘട നയുടെ താളുകളിൽ സുഷുപ്തികൊള്ളുകയാണ്. സ്ത്രീവിരുദ്ധാംശങ്ങൾ അടങ്ങിയ വ്യക്തിനിയമങ്ങൾ, ഭരണഘടന ഉറപ്പുനൽകുന്ന ലിംഗസമത്വം എന്ന ആശയത്തെ അട്ടിമറിക്കുന്ന സാഹചര്യങ്ങൾ തുടരുകയും ചെയ്യുന്നു. ഈ പരിതഃസ്ഥിതിയിൽ ലിംഗനീതിയിലധിഷ്ഠിതമായ സിവിൽനിയമങ്ങൾ (കുടുംബനിയമങ്ങൾ) ആവിഷ്കരിക്കാനുള്ള ഏതു നീക്കവും സ്വാഗതം ചെയ്യപ്പെടേണ്ടതുണ്ട്.

ഏകീകൃത സിവിൽകോഡ് തയ്യാറാക്കുന്നതുമായി ബന്ധപ്പെട്ട് ഒക്ടോ ബർ ഏഴിന് നിയമകമ്മീഷൻ തുടക്കംകുറിച്ച അഭിപ്രായ സർവേ ആ ദിശയിലുള്ള ഒരു നടപടിയാണ്. പക്ഷേ, പതിവുപോലെ അതിരൂക്ഷമായ എതിർപ്പുമായി ചില കേന്ദ്രങ്ങൾ സർവേയ്ക്കെതിരെ രംഗത്തുവന്നിട്ടുണ്ട്. അഖിലേന്ത്യ മുസ്ലിം വ്യക്തിനിയമ ബോർഡും സാംസ്കാരിക യാഥാ സ്ഥിതികത്വം കുടഞ്ഞെറിയാൻ തയ്യാറില്ലാത്ത മുസ്ലിം മത, രാഷ്ട്രീയ സംഘടനകളുമാണ് മുഖ്യ എതിരാളികൾ. അവരോടൊപ്പം സെക്കുലർ പാർട്ടികളായ കോൺഗ്രസ്സും ഒരു പരിധിവരെ സി.പി.എമ്മും അണി ചേർന്നിട്ടുണ്ടുതാനും.

ന്യൂനപക്ഷ സമുദായക്കാർക്കെതിരെ ബി.ജെ.പി സർക്കാർ നടത്തുന്ന ഗൂഢാലോചനയുടെ ഭാഗമാണ് ഏകീകൃത സിവിൽകോഡ് നീക്കം എന്നത്രേ മുസ്ലിം സംഘടനകൾ ആരോപിക്കുന്നത്. ഇന്ത്യയിലെ

ന്യൂനപക്ഷക്കാർ മുസ്ലിങ്ങൾ മാത്രമല്ലെന്നും ക്രൈസ്തവരും പാർസികളുമൊക്കെ ആ വകുപ്പിൽപ്പെടുമെന്നുമുള്ള വസ്തുത അവർ വിസ്മരിക്കുന്നു. നിയമകമ്മീഷന്റെ ചോദ്യാവലിയെയോ തുടർനടപടികളെയോ ക്രൈസ്തവ - പാർസി വിഭാഗങ്ങൾ എതിർത്തിട്ടില്ല. മുസ്ലിം സംഘടനകൾ ചെയ്തതുപോലെ അഭിപ്രായസർവേ ബഹിഷ്കരിക്കാൻ അവരുടെ സഭകളോ സംഘടനകളോ സ്വസമുദായത്തിൽപ്പെട്ടവരോട് ആവശ്യപ്പെട്ടിട്ടുമില്ല.

അതിരിക്കട്ടെ, ഏകീകൃത പൗരനിയമം എന്ന ആവശ്യം എപ്പോഴെല്ലാം പൊങ്ങിവന്നിട്ടുണ്ടോ അപ്പോഴെല്ലാം മുസ്ലിം യാഥാസ്ഥിതിക വിഭാഗങ്ങൾ അതിനെ പ്രതിരോധിക്കാൻ ആശ്രയിച്ചുപോന്നിട്ടുള്ള (ഇപ്പോഴും ആശ്രയിക്കുന്ന) ചില വാദമുഖങ്ങളുണ്ട്. ഇങ്ങനെ സംക്ഷേപിക്കാം ആ വാദങ്ങൾ: ഒന്ന്, മുസ്ലിം വ്യക്തിനിയമങ്ങൾക്കുപകരം ഏകീകൃത സിവിൽകോഡ് വരുമ്പോൾ മുസ്ലിങ്ങളുടെ മതസ്വാതന്ത്ര്യം ഇല്ലാതാകും. രണ്ട്, മുസ്ലിങ്ങളുടെ സാംസ്കാരിക സ്വത്വം നഷ്ടപ്പെടും. മൂന്ന്, മുസ്ലിങ്ങളിൽ ഹിന്ദു കോഡ് അടിച്ചേല്പിക്കപ്പെടും. നാല്, ഏകീകൃത പൗരനിയമം ബഹുസ്വരത തകർക്കും.

മേൽപ്പറഞ്ഞവയിലെ ഒന്നാംവാദം (മതസ്വാതന്ത്ര്യനഷ്ടം) എടുക്കുക. ദൈവം ഒന്നേയുള്ളൂവെന്നും മുഹമ്മദ് നബി ആ ദൈവത്താൽ നിയോഗിക്കപ്പെട്ട പ്രവാചകനാണെന്നുമുള്ളതാണ് ഇസ്ലാംമതത്തിന്റെ അടിസ്ഥാനപ്രമാണം. ആ വിശ്വാസത്തിന് ഒരുതരത്തിലും പോറലേല്പിക്കുന്ന പ്രതിഭാസമല്ല ഏകീകൃത സിവിൽ നിയമം. മതവിശ്വാസങ്ങളുടെയോ മതാചാരങ്ങളുടെയോ ഏകീകരണമല്ല, പൗരനിയമങ്ങളുടെ ഏകീകരണമാണ് സിവിൽകോഡ് ലക്ഷ്യമിടുന്നത്. ഇസ്ലാമിന്റെ ഈശ്വരാരാധനമുറകളായ പ്രാർഥന (നമസ്കാരം), വ്രതം, സക്കാത്ത്, ഹജ്ജ് എന്നീ മേഖലകളിലും പൊതുപൗരനിയമം കൈകടത്തുന്ന പ്രശ്നമുദിക്കുന്നില്ല. വസ്തുത ഇതായിരിക്കെ പൗരനിയമ ഏകീകരണം മുസ്ലിങ്ങളുടെ മതസ്വാതന്ത്ര്യം നഷ്ടപ്പെടുത്തുമെന്ന് പ്രചരിപ്പിക്കുന്നതിൽ യുക്തിയെന്തിരിക്കുന്നു?

വ്യക്തിനിയമങ്ങൾക്കുപകരം ഏകീകൃത സിവിൽനിയമങ്ങൾ വരുമ്പോൾ മുസ്ലിങ്ങളുടെ സാംസ്കാരികസ്വത്വം തകർന്നടിയുമെന്നതാണ് രണ്ടാമത്തെ വാദം. സാംസ്കാരികസ്വത്വത്തിന്റെ അവശ്യഘടകങ്ങളാണ് ആചാരങ്ങൾ. ഐകരൂപ്യമായ ആചാരങ്ങൾ പിന്തുടരുന്ന ജനവിഭാഗത്തിന് ഐകരൂപ്യമായ സാംസ്കാരിക സ്വത്വമുണ്ടെന്ന് അവകാശപ്പെടാം. എന്നാൽ, മറ്റു രാജ്യങ്ങളിലെന്നപോലെ ഇന്ത്യയിലും മുസ്ലിങ്ങളുടെ സ്ഥിതി അതല്ല. സജാതീയമല്ല, വിജാതീയമാണ് മുസ്ലിം സമുദായം.

ആചാരാനുഷ്ഠാനങ്ങളുടെ കാര്യത്തിൽ ഭിന്നധ്രുവങ്ങളിൽ നിൽക്കുന്നവരാണ് ഇന്ത്യയിലെ മുസ്ലിങ്ങൾ. നബിദിനാഘോഷം ഇസ്ലാമിക

സംസ്കാരത്തിന്റെ ഭാഗമാണെന്ന് ശഠിക്കുന്നവരും അല്ലെന്നു ശഠിക്കുന്നവരും അവർക്കിടയിലുണ്ട്. ബദർയുദ്ധ രക്തസാക്ഷികളുടെ ചരമ വാർഷികം ആചരിക്കുന്നവരെയും അതിനെ നഖശിഖാന്തം എതിർക്കുന്നവരെയും മുസ്ലിം സമുദായത്തിൽ കാണാം. മരിച്ചവരുടെ ഖബറിടങ്ങൾ കെട്ടിപ്പൊക്കുന്നത് ഇസ്ലാമികമാണെന്നും അല്ലെന്നും കരുതുന്ന രണ്ടുപക്ഷം ദീർഘകാലമായി ആ സമുദായത്തിൽ നിലനിൽക്കുന്നു. എന്തിനേറെ, പള്ളികളിലെ വെള്ളിയാഴ്ചപ്രസംഗം അറബിയിലായിരിക്കണമെന്ന് ഒരുകൂട്ടരും അതത് പ്രാദേശിക ഭാഷകളിലായിരിക്കണമെന്ന് മറ്റൊരു കൂട്ടരും നിലപാടെടുക്കുന്ന സാഹചര്യംപോലും നിലവിലുണ്ട്. സാംസ്കാരികമായ ഐകരൂപ്യം മുസ്ലിങ്ങൾക്കിടയിലില്ല എന്നു ചുരുക്കം.

ഏകീകൃത പൗരനിയമമാകട്ടെ ഈ വിഷയങ്ങളിലേക്കൊന്നും കടക്കുന്ന പ്രശ്നമേയില്ല. സ്ത്രീവിരുദ്ധമായ ബഹുഭാര്യത്വം, ഏകപക്ഷീയ തത്ക്ഷണ വിവാഹമോചനം, അനന്തരസ്വത്തവകാശം തുടങ്ങിയ വിഷയങ്ങളിലാണ് അതിടപെടുക. അവയൊന്നും മുസ്ലിങ്ങളുടെ ആരോഗ്യകരമായ ആചാരാനുഷ്ഠാനങ്ങളുടെ ഭാഗമല്ലെന്നും ഓർക്കേണ്ടതുണ്ട്. കവിഞ്ഞാൽ അവ രജപുത്രർക്കിടയിൽ സതി എന്നതുപോലെ പുരുഷമേധാവിത്വ സംസ്കാരത്തിന്റെ ഭാഗമേ ആകുന്നുള്ളൂ. സതി നിരോധനം തങ്ങളുടെ സാംസ്കാരികസ്വത്വം തകർക്കലാണെന്ന് രജപുത്രഹിന്ദു വാദിച്ചാൽ അതെത്രത്തോളം പരിഹാസ്യമായിരിക്കുമോ അത്രത്തോളം പരിഹാസ്യമാണ് ബഹുപത്നിത്വം, ഏകപക്ഷീയ വിവാഹമോചനം, അനന്തര സ്വത്തവകാശത്തിൽ സ്ത്രീകളോടുള്ള വിവേചനം എന്നിവ നിരോധിച്ചാൽ മുസ്ലിങ്ങളുടെ സാംസ്കാരിക സ്വത്വം ചോർന്നൊലിച്ചുപോകുമെന്ന വാദം.

മുസ്ലിങ്ങളുടെമേൽ ഹിന്ദു കോഡ് അടിച്ചേല്പിക്കാനുള്ള ഗൂഢാലോചനയുടെ ഭാഗമാണ് ഏകീകൃത സിവിൽകോഡ് വാദം എന്നത്രേ വിമർശകരുടെ മൂന്നാമത്തെ ആരോപണം. 1950-കളിൽ നടപ്പിൽ വരുത്തിയ ഹിന്ദു കോഡ് അന്യൂനമാണെന്നും അതിൽ യാതൊരു പരിഷ്കരണവും ആവശ്യമില്ലെന്നുമുള്ള തെറ്റായ ധാരണയിൽനിന്നാണ് ഇമ്മട്ടിലുള്ള പ്രചാരണങ്ങൾ പ്രവഹിക്കുന്നത്. ഹിന്ദു കോഡിന്റെ ഭാഗമായ പിന്തുടർച്ചനിയമം, ദത്തെടുക്കൽ തുടങ്ങിയ വിഷയങ്ങളിൽ പെൺവിരുദ്ധാംശങ്ങളുണ്ട്. പല വനിതാസംഘടനകളും ഇക്കാര്യം ചൂണ്ടിക്കാണിച്ചതുമാണ്. അതുകൊണ്ടുതന്നെ ലിംഗനീതി ലക്ഷ്യമിടുന്ന ഏകീകൃത പൗരനിയമത്തിന് ബദലാകാൻ ഹിന്ദുകോഡിന് കഴിയില്ല. ഹിന്ദു നിയമസംഹിതയും മുസ്ലിം നിയമസംഹിതയും ഉൾപ്പെടെ ലോകത്തുള്ള മതപരവും മതേതരവുമായ എല്ലാ നിയമസംഹിതകളിൽനിന്നും തിരഞ്ഞെടുത്തതടക്കമുള്ള ഏറ്റവും മാനവികവും പുരോഗമനാത്മകവും ലിംഗസമത്വാധിഷ്ഠിതവുമായ നിയമങ്ങളുടെ സാകല്യമാകാനേ ഏകീകൃത സിവിൽകോഡിന് സാധിക്കൂ.

എന്തുകൊണ്ട് ഇങ്ങനെ തറപ്പിച്ചുപറയുന്നു എന്ന ചോദ്യം ഇവിടെ ഉയരാം. ഇന്ത്യൻ ഭരണഘടനയുടെ ചട്ടക്കൂടിനകത്തുനിന്നുകൊണ്ടേ ഏകീകൃത സിവിൽനിയമം (ഇന്ത്യൻ കുടുംബ നിയമം) ആവിഷ്ക്കരിക്കാൻ സാധിക്കൂ എന്നാണ് മറുപടി. നമ്മുടെ സാമൂഹിക-രാഷ്ട്രീയ ജീവിതത്തിന്റെ നൈതികതയെയും നൈയാമികതയെയും നിർണയിക്കുന്ന മഹാഗ്രന്ഥം ഭരണഘടനയാണ്. പൊതുകുടുംബ നിയമങ്ങൾക്ക് രൂപം നൽകുമ്പോൾ ആ മഹാഗ്രന്ഥം അനുശാസിക്കുന്ന വിവേചന രാഹിത്യം, തുല്യപരിചരണം, ലിംഗനീതി എന്നീ വ്യവസ്ഥകൾ പാലിച്ചു കൊണ്ടേ ഏതു ഭരണകൂടത്തിനും മുന്നോട്ടു പോകാനാകൂ.

പൊതുപൗരനിയമം എന്ന ആശയം ബഹുസ്വരതാവിരുദ്ധമാണ് എന്നതാണ് വിമർശകരുടെ നാലാമത്തെ വാദം. അതുന്നയിക്കുന്നവർ മറന്നുകളയുന്ന പ്രധാന വസ്തുത ഇന്ത്യയിൽ നിലവിലുള്ള ക്രിമിനൽ നിയമങ്ങളിൽ 100 ശതമാനവും സിവിൽ നിയമങ്ങളിൽ 95 ശതമാനവും ഇപ്പോൾത്തന്നെ ഏകീകൃതമാണ് എന്നതാണ്. സിവിൽ നടപടിക്രമം, രജിസ്ട്രേഷൻ നിയമം, സ്വത്തുകൈമാറ്റ നിയമം, ബാങ്കിങ് നിയമം, കമ്പനി നിയമം, കരാർ നിയമം, ശിശുവിവാഹ നിരോധനനിയമം, ജാത്യ വശതാ നിവാരണ നിയമം, സ്ത്രീധനനിരോധന നിയമം, അടിമജോലി നിർമാർജന നിയമം, ഗർഭച്ഛിദ്രനിയമം, സ്പെഷൽ മാര്യേജ് ആക്ട്, ഗാർഡിയൻസ് ആന്റ് വാർഡ് ആക്ട്, ഇന്ത്യൻ മജോരിറ്റി ആക്ട് തുടങ്ങി ഒട്ടേറെ സിവിൽ നിയമങ്ങൾ ഇന്ത്യയിലെ മുസ്ലിങ്ങൾ ഉൾപ്പെടെ എല്ലാ മത, ജാതി വിഭാഗങ്ങൾക്കും ഒരുപോലെ ബാധകമാണ്. ചില വിഷയ ങ്ങളിൽ സ്ത്രീകൾക്കെതിരെ നിലവിലുള്ള വിവേചനം മാത്രമേ പ്രധാനമായി ഇനി നിയമപരിഷ്കരണത്തിലൂടെ മാറേണ്ടതുള്ളൂ. ആ മാറ്റം ബഹുസ്വരതാവിരുദ്ധമാണെന്ന് വാദിക്കുന്നവർ ബഹുസ്വരതയുടെ കൊടിയടയാളമായി പെൺവിരുദ്ധതയെ വീക്ഷിക്കുന്നവരാണ്.

ഈ വാദം ഉയർത്തുന്നവർ, ഇന്ത്യയിൽ മതേതര ഏകീകൃത സിവിൽകോഡ് നിലവിലുള്ള ഒരു സംസ്ഥാനമുണ്ടെന്ന വസ്തുത ശ്രദ്ധിക്കാതെ പോകുന്നു. ഗോവയാണ് ആ സംസ്ഥാനം. ഒരു നൂറ്റാണ്ടുമുമ്പ്, 1910ൽ പോർച്ചുഗീസുകാർ നടപ്പാക്കിയ ഏകീകൃത പൗരനിയമമാണ് മത ഭേദമെന്യേ ഗോവക്കാർ ഇപ്പോഴും പിന്തുടരുന്നത്. ഗോവയുടെ ബഹു സ്വരത ആ മതേതരകോഡുകൊണ്ട് നഷ്ടപ്പെട്ടിട്ടില്ല. ഗോവയിലെ മുസ്ലിങ്ങൾ അള്ളാഹുവിലും മുഹമ്മദ് നബിയിലും വിശ്വസിക്കുകയും ഖുർആൻ പഠിക്കുകയും നമസ്കാരവും വ്രതവുമടക്കമുള്ള ഇസ്ലാമിക ആരാധനമുറകൾ പിന്തുടരുകയും വിവാഹം, ശവസംസ്കാരം എന്നിവ യോടനുബന്ധിച്ചുള്ള സ്വമതചടങ്ങുകൾ നിർവഹിച്ചുപോരുകയും ചെയ്യുന്നുണ്ട്. ഇന്ത്യയ്ക്കാകമാനം ബാധകമായ ഒരു മതേതര കുടുംബ നിയമസംഹിത നടപ്പാക്കുമ്പോഴും ഗോവൻ അവസ്ഥ രാജ്യത്തിന്റെ സമസ്തദിക്കിലും നിലനിൽക്കുകതന്നെ ചെയ്യും.

ഏകീകൃത സിവിൽകോഡ് വിരുദ്ധരുടെ മുകളിൽ പ്രതിപാദിച്ച വിതണ്ഡവാദങ്ങളുടെ മുനയൊടിക്കുകയും കഴിഞ്ഞ ഏഴുപതിറ്റാണ്ടോളമായി അത്തരക്കാർ മുസ്‌ലിം സമുദായാംഗങ്ങൾക്കിടയിൽ സൃഷ്ടിച്ചുവിടുന്ന ആശങ്കകളകറ്റുകയും ചെയ്യാൻ പോംവഴി ഒന്നേയുള്ളൂ – നിർദ്ദിഷ്ട ഏകീകൃത സിവിൽകോഡിന്റെ രൂപരേഖ തയ്യാറാക്കുക എന്നതാണത്. കുടുംബനിയമങ്ങളെ സംബന്ധിക്കുന്ന ഏതേതെല്ലാം വകുപ്പുകൾ ഏതേതെല്ലാം തരത്തിൽ അതിൽ ഉൾപ്പെടുമെന്ന് ജനങ്ങൾ തിരിച്ചറിയുന്നതിന് ആ കോഡിന്റെ കരട് കൂടിയേ തീരൂ. അത് ആഴത്തിലുള്ള ചർച്ചകൾക്കും വിശകലനങ്ങൾക്കും വിധേയമാക്കപ്പെടണം. രാജ്യം ഭരിച്ച ഒരു സർക്കാരും ഇന്നേവരെ ആ ദൗത്യം ഏറ്റെടുത്തിട്ടില്ല. 68 വർഷമായി നാം ഉരുവിട്ടുപോരുന്ന ഏകീകൃത സിവിൽകോഡ് എന്ന മന്ത്രം യാഥാർത്ഥ്യത്തിലേക്ക് പരാവർത്തനം ചെയ്യുന്നതിനുള്ള ഒന്നാമത്തെ ചുവടുവെപ്പ് ഏകീകൃത പൗരനിയമത്തിന്റെ രൂപരേഖ തയ്യാറാക്കലാണ്. ആ ദൗത്യം നിർവഹിക്കുകയത്രേ കേന്ദ്രസർക്കാർ ആദ്യം ചെയ്യേണ്ടത്.

(ഒക്ടോബർ, 2016)

മുത്തലാഖ് മാത്രം നിരോധിച്ചാൽ മതിയോ?

തലാഖ് എന്ന അറബിപദത്തിനർത്ഥം മോചിപ്പിക്കൽ എന്നാണ്. പുരുഷൻ ഭാര്യയെ വിവാഹമോചനം നടത്തുന്നതിനുള്ള ഇസ്‌ലാമിക സംജ്ഞയും തലാഖ് എന്നുതന്നെ. ആ പദം അറബിയിലോ സമാനാർത്ഥം വരുന്ന മറ്റു ഭാഷാപദങ്ങളിലോ മുസ്‌ലിം ഭർത്താവ് തന്റെ ഭാര്യയെ ഉദ്ദേശിച്ചു മൂന്നുവട്ടം തൽക്ഷണം ഉച്ചരിച്ചാൽ ആ സ്ത്രീക്ക് ആ പുരുഷന്റെ ഭാര്യാപദം അതോടെ നഷ്ടപ്പെടും. എന്നുവെച്ചാൽ ഒരു നിമിഷാർധം മതി മുസ്‌ലിം പുരുഷനു സ്വന്തം ഭാര്യയെ പടിയടച്ചു പുറത്താക്കാൻ.

ഏത് അളവുകോൽ വെച്ചുനോക്കിയാലും അതിക്രൂരം എന്നുമാത്രം വിശേഷിപ്പിക്കാവുന്ന ഈ ഹീനാചാരം ഒട്ടേറെ മുസ്‌ലിം ഭൂരിപക്ഷ രാഷ്ട്രങ്ങളിൽ നിയമവിരുദ്ധമാക്കപ്പെട്ടിട്ടുണ്ട്. എന്നാൽ, ഇന്ത്യയിൽ നിലവിലുള്ള മുസ്‌ലിം വ്യക്തി നിയമമനുസരിച്ച് ആ ദുസ്സമ്പ്രദായം നിയമവിരുദ്ധമല്ല. മുത്തലാഖ് എന്നറിയപ്പെടുന്ന ഈ പെൺ വിരുദ്ധവകുപ്പ് എടുത്തുകളയണമെന്ന ആവശ്യം മുസ്‌ലിം ലിബറൽ പക്ഷത്തുനിന്ന് ഉയരാൻ തുടങ്ങിയിട്ട് ദശാബ്ദങ്ങൾ പലതായി. പല മുസ്‌ലിം സ്ത്രീകളും ഭാരതീയ മുസ്‌ലിം മഹിള ആന്ദോളൻ പോലുള്ള മുസ്‌ലിം വനിതാ കൂട്ടായ്മകളും പ്രസ്തുത ആവശ്യം ശക്തമായി ഉന്നയിക്കാൻ തുടങ്ങിയിട്ടും വർഷങ്ങൾ കുറേ പിന്നിട്ടിരിക്കുന്നു.

മുത്തലാഖിനിരയായ ശയറ ബാനു എന്ന മുസ്‌ലിം സ്ത്രീ ഒരു വർഷം മുമ്പ് സുപ്രീംകോടതിയിൽ സമർപ്പിച്ച ഹർജിയിൽ മുത്തലാഖും ബഹുഭാര്യാത്വവുമൊക്കെ ഭരണഘടനയുടെ 14, 15, 21, 25 വകുപ്പുകളിൽ പറയുന്ന മൗലികാവകാശങ്ങൾക്കു വിരുദ്ധമാണെന്ന് ആരോപിച്ചിട്ടുണ്ട്. 1937-ലെ മുസ്‌ലിം വ്യക്തിനിയമ (പ്രയോഗ) നിയമം മുസ്‌ലിം സ്ത്രീകളെ ഉപഭോഗവസ്തു സമാനമായാണ് വീക്ഷിക്കുന്നതെന്ന് അവർ എടുത്തുകാട്ടുന്നു. 1872-ലെ ക്രൈസ്തവ വിവാഹനിയമവും 1936-ലെ പാർസി വിവാഹ-വിവാഹമോചന നിയമവും 1955-ലെ ഹിന്ദു വിവാഹനിയമവും ബന്ധപ്പെട്ട സമുദായങ്ങളിൽ ദ്വിവിവാഹം ശിക്ഷാർഹമാക്കിയിട്ടുണ്ട്. മുസ്‌ലിം സമുദായത്തിൽ മാത്രമാണ് അതു ശിക്ഷാർഹമല്ലാത്തത്. ഇതു

മുസ്ലിം സ്ത്രീകളോട് കാണിക്കുന്ന അനീതിയാണെന്നും ശയറ ബാനു വ്യക്തമാക്കുന്നു.

ഇതൊക്കെയായിട്ടും മുസ്ലിം വ്യക്തിനിയമ ബോർഡ് ഉൾപ്പെടെ മിക്ക പുരുഷകേന്ദ്രീകൃത മുസ്ലിം മത, രാഷ്ട്രീയ സംഘടനകളും ഇപ്പോഴും മുസ്ലിം വ്യക്തിനിയമങ്ങൾ തൊട്ടുകളിക്കരുത് എന്ന പഴയ ആക്രോശം കൂടുതൽ ഉച്ചത്തിൽ മുഴക്കുന്നതിനാണ് രാജ്യം സാക്ഷിയാകുന്നത്. എങ്കിലും മുപ്പതു വർഷം മുമ്പ് 1985-ൽ ഷാബാനു ബീഗം കേസിന്റെ കാലത്തുണ്ടായിരുന്നതിൽനിന്ന് ചെറിയ വ്യത്യാസം ചില സംഘടന കളെങ്കിലും ഇപ്പോൾ പ്രദർശിപ്പിക്കുന്നുണ്ടെന്ന വസ്തുത കാണാതിരി ക്കേണ്ടതില്ല.

1985-ൽ ഏതാണ്ട് എല്ലാ മുസ്ലിം മത, രാഷ്ട്രീയ പ്രസ്ഥാനങ്ങളും പ്രഘോഷിച്ചതു മുസ്ലിം വ്യക്തി നിയമങ്ങൾ ദൈവദത്തമാണെന്നും അവയിൽ അണുവിട മാറ്റം വരുത്താൻ ഭൂമിയിൽ ആർക്കും അവകാശ മില്ലെന്നുമായിരുന്നു. ഇപ്പോഴും ആ വാദത്തിൽ കടിച്ചുതൂങ്ങുന്നവർ ധാരാളമുണ്ട്. മുസ്ലിം വ്യക്തിനിയമബോർഡും മുസ്ലിം ലീഗും സമസ്ത കേരള ജംഇയ്യത്തുൽ ഉലമയും മജ്ലിസെ ഇത്തിഹാദുൽ മുസ്ലിമിനു മൊക്കെ ആ വകുപ്പിൽപ്പെടും. മുത്തലാഖ് ഉൾപ്പെടെ മുസ്ലിം വ്യക്തി നിയമങ്ങളിലെ ഒരു വരിയും മാറ്റിക്കൂടെന്ന പഴയ ദുശ്ശാഠ്യത്തിൽ അവരി പ്പോഴും ഉറച്ചുനിൽക്കുന്നു.

അതേസമയം ചില സംഘടനകൾ മുത്തലാഖ് ഇസ്ലാമിക നിയമ വ്യവസ്ഥയുമായി ഒത്തുപോകുന്നതല്ലെന്നു പറയാൻ അടുത്തകാല ത്തായി മുന്നോട്ടുവന്നിട്ടുണ്ട്. നദ്‌വത്തുൽ മുജാഹിദീൻ, ജമാഅത്തെ ഇസ്ലാമി എന്നിവ ഉദാഹരണങ്ങളാണ്. ഒറ്റയിരിപ്പിനു മൂന്നു മൊഴിയും ചൊല്ലി ഭാര്യയെ ഉപേക്ഷിക്കുന്ന രീതി പിൽക്കാലത്ത് വന്നുപെട്ട ഒരു ദുരാചാരമാണെന്ന് അവരിപ്പോൾ സമ്മതിക്കുന്നു. അതിനു മതദൃഷ്ട്യാ ന്യായീകരണമില്ലെന്നു വ്യക്തമാക്കാൻ അവർ നിർബന്ധിക്കപ്പെടുന്നു മുണ്ട്.

അത്രയും നല്ല കാര്യം തന്നെ. മൂന്നുദശകം മുമ്പു പറയാൻ വിസമ്മ തിച്ചത് ഇപ്പോൾ പറയാനുള്ള ആർജവം ആരു പ്രദർശിപ്പിച്ചാലും അവരെ അഭിനന്ദിക്കണം. മുസ്ലിം വ്യക്തിനിയമങ്ങളിലെ ഒരു വകുപ്പെങ്കിലും 'ദൈവിക'മല്ലെന്ന് അവർ അംഗീകരിച്ചുവല്ലോ. പക്ഷേ, മുത്തലാഖ് മാത്ര മാണോ ഒഴിവാക്കപ്പെടേണ്ടത് എന്ന ചോദ്യം ബാക്കിനിൽക്കുകയാണ്. സ്ത്രീവിരുദ്ധമായ മറ്റു ചില വകുപ്പുകൾകൂടി മുസ്ലിം വ്യക്തിനിയമ ങ്ങളിൽ കുടിയിരിപ്പുണ്ട്. അവകൂടി റദ്ദുചെയ്യപ്പെടേണ്ടതുണ്ടെന്നു ചില മുസ്ലിം വനിതാ സംഘടനകൾ ഉൾപ്പെടെ മുസ്ലിം ലിബറൽ പക്ഷം ആവശ്യപ്പെട്ടുപോരുന്നുണ്ടെന്നതും വസ്തുതയാണ്.

അത്തരം വകുപ്പുകളിൽ പ്രധാനപ്പെട്ട ഒന്ന് അനന്തര സ്വത്തവകാശവു മായി ബന്ധപ്പെട്ടതത്രേ. മാതാപിതാക്കളുടെ സ്വത്തിൽ ആൺമക്കൾക്കുള്ള

അവകാശത്തിന്റെ നേർപകുതി അവകാശം മാത്രമേ മുസ്ലിം വ്യക്തി നിയമം (ശരീഅത്ത്) പെൺമക്കൾക്കു നൽകുന്നുള്ളൂ. നീതീകരണം അശേഷമില്ലാത്ത ഈ വിവേചനം മുസ്ലിം നിയമവ്യവസ്ഥയിൽ പടർന്നു നിൽക്കുന്ന ആൺകോയ്മയുടെ നിദർശനമാണ്. അതൊഴിവാക്കി സ്വത്തവകാശത്തിന്റെ സർവമേഖലകളിലും ആൺ-പെൺ സമത്വം നില വിൽ വരുത്തണമെന്നു മുത്തലാഖിനെ തള്ളിപ്പറയുന്ന മുസ്ലിം സംഘ ടനകളൊന്നും ആവശ്യപ്പെടുന്നില്ല.

സ്വത്തവകാശത്തിൽ എന്തുകൊണ്ട് ഈ വിവേചനം എന്നു ചോദി ച്ചാൽ ബന്ധപ്പെട്ടവരുടെ വിശദീകരണം ഇങ്ങനെ: വേദഗ്രന്ഥവും പ്രവാച കനും പഠിപ്പിച്ചതനുസരിച്ച് അനന്തര സ്വത്തിൽ ആണോഹരി പെണ്ണോ ഹരിയുടെ ഇരട്ടിയായിരിക്കണം. ഈ വാദത്തിൽ അഭയം തേടുന്നവർ രണ്ടു കാര്യങ്ങൾ കാണാതിരിക്കുന്നു. ഒന്ന്, സ്വത്തവകാശത്തിൽ ലിംഗ സമത്വം ഏർപ്പെടുത്തുന്നത് ഇസ്ലാം വിരുദ്ധമാണെന്ന് ഖുർആനിലോ പ്രവാചകമൊഴികളിലോ പറയുന്നില്ല. രണ്ട്, 14 നൂറ്റാണ്ടു മുമ്പ് സ്ത്രീ കൾക്ക് അനന്തരസ്വത്തിൽ യാതൊരവകാശവും ഇല്ലാതിരുന്ന കാല ത്താണ് പുരുഷനു നൽകുന്നതിന്റെ പാതി സ്ത്രീക്കു നൽകണമെന്ന് ഇസ്ലാം നിഷ്കർഷിച്ചത്. പരിഷ്കരണതലത്തിൽ അന്നു നടത്താവുന്ന ഏറ്റവും വലിയ കുതിപ്പായിരുന്നു അത്. ആ കുതിപ്പിൽ നിയമത്തെ ജഡീ കരിച്ചു നിർത്തുന്നത് ഇസ്ലാമികാധ്യാപനത്തിന്റെ സത്ത ഉൾക്കൊള്ളാ തിരിക്കലാണ്.

പരിഷ്കരണം ആവശ്യമുള്ള രണ്ടാമത്തെ വിഷയം ബഹുഭാര്യത്വവു മായി ബന്ധപ്പെട്ടതാകുന്നു. മുസ്ലിം വ്യക്തിനിയമങ്ങൾ പ്രകാരം പുരുഷന് ഒരേസമയം നാലുവരെ ഭാര്യമാരാകാം. പക്ഷേ, ഇസ്ലാമിന്റെ അടിസ്ഥാനരേഖയായി അംഗീകരിക്കപ്പെടുന്ന ഖുർആൻ പ്രകാരം ഈ വകുപ്പിനു യാതൊരു നിയമപ്രാബല്യവും വാസ്തവത്തിലില്ല. ഖുർആൻ സൂക്ഷ്മവായനയ്ക്കു വിധേയമാക്കുന്ന ആർക്കും ബോധ്യപ്പെടാവുന്ന കാര്യമാണിത്.

ബഹുഭാര്യത്വം പരാമർശിക്കപ്പെടുന്നത് ഖുർആന്റെ നാലാം അധ്യായ ത്തിലാണ്. 'സ്ത്രീകൾ' എന്ന തലക്കെട്ടിലുള്ള ആ അധ്യായത്തിലെ രണ്ടാം സൂക്തത്തിലും മൂന്നാം സൂക്തത്തിലും 127-ാം സൂക്തത്തിലുമാണ് ആ പരാമർശം കടന്നുവരുന്നത്. അവ മൂന്നും ചേർത്തുവായിച്ചാൽ ഖുർ ആൻ ബഹുഭാര്യത്വം അഭിലഷണീയമായി കാണുന്നില്ലെന്നു സുതരാം വ്യക്തമാകും. ഒന്നിലേറെ ഭാര്യമാരുള്ള പുരുഷന്മാർ ഭാര്യമാർക്കിടയിൽ തുല്യനീതി പുലർത്തണമെന്ന് ഖുർആൻ കർശനമായി ആവശ്യപ്പെടു ന്നുണ്ട്. തുടർന്ന് 127-ാം സൂക്തത്തിൽ, പുരുഷന്മാർ എത്ര ശ്രമിച്ചാലും ഭാര്യമാരോട് തുല്യനീതി പുലർത്താൻ അവർക്കു സാധിക്കുകയില്ലെന്നു വ്യക്തമാക്കുകയും ചെയ്യുന്നു. അതിനർത്ഥം ഖുർആൻ ബഹുഭാര്യത്വ ത്തോട് അനുകൂല ഭാവം സ്വീകരിക്കുന്നില്ല എന്നുതന്നെയാണ്.

അനന്തര സ്വത്തവകാശത്തിന്റെ കാര്യത്തിലെന്നപോലെ ബഹു പത്നിത്വത്തിന്റെ കാര്യത്തിലും കാലദേശപരിമിതികളുടെ പ്രശ്നം ശ്രദ്ധി ക്കേണ്ടതുണ്ട്. ഏഴാം നൂറ്റാണ്ടിൽ അറേബ്യയിലും മറ്റു പല ദേശങ്ങളിലും പുരുഷന്മാർ ഇഷ്ടംപോലെ ഭാര്യമാരെ സ്വീകരിക്കുന്ന പതിവുണ്ടായി രുന്നു. അതിൽ കടുത്ത നിയന്ത്രണം ഏർപ്പെടുത്താനേ അക്കാലത്ത് സാധിക്കുമായിരുന്നുള്ളൂ. ബഹുഭാര്യത്വം എന്ന അവസ്ഥയെ മനുഷ്യ സാധ്യമല്ലാത്ത വ്യവസ്ഥയ്ക്കു (ഭാര്യമാരോട് തുല്യനീതി എന്ന വ്യവ സ്ഥയ്ക്ക്) ഖുർആൻ വിധേയമാക്കി. മുഹമ്മദ് നബിയുടെ കാലത്ത് നടപ്പാക്കാവുന്ന പരമാവധി നിയന്ത്രണം ബഹുഭാര്യത്വത്തിൽ ഏർപ്പെടു ത്തുകയാണ് ഇസ്ലാം ചെയ്തത്. നിയന്ത്രണങ്ങളേയും പരിഷ്കാര ങ്ങളേയും അവ തുടങ്ങിയ ബിന്ദുവിൽ കെട്ടിയിടണമെന്നു ഖുർആൻ പറഞ്ഞിട്ടില്ല. ലക്ഷ്യം നിയന്ത്രണവും പരിഷ്കരണവുമാണെങ്കിൽ അവയെ കാലത്തോടൊപ്പം മുന്നോട്ടു കൊണ്ടുപോവുകയാണ് വേണ്ടത്. അതിനർത്ഥം ബഹുഭാര്യത്വം നിർമാർജനം ചെയ്യുന്നിടത്തേക്കു പരിഷ്ക രണം എത്തേണ്ടതുണ്ടെന്നാണ്.

എന്തുകൊണ്ട് മുസ്ലിം പുരോഹിതന്മാരും അവരുടെ നിയന്ത്രണ ത്തിലുള്ള മത, രാഷ്ട്രീയ സംഘടനകളും പരിഷ്കരണത്തെ ഏഴാം നൂറ്റാണ്ടിൽ തളച്ചിടുന്നു? ഒന്നാമത്തെ കാരണം വേദപുസ്തകത്തിന്റെ അക്ഷരാർത്ഥ വായന മാത്രമേ അവർ നടത്തുന്നുള്ളൂ എന്നതാണ്. അക്ഷരങ്ങൾക്കപ്പുറത്തു വേദപുസ്തകത്തിൽ ലീനമായിരിക്കുന്ന അന്ത സ്സത്തയിലേക്ക് അവർ ഇറങ്ങിച്ചെല്ലുന്നില്ല.

രണ്ടാമത്തെ കാരണം ആൺപുരോഹിതരാണ് എല്ലാ കാലത്തും വേദ ഗ്രന്ഥത്തെ വ്യാഖ്യാനിച്ചുകൊണ്ടിരുന്നത് എന്നതത്രേ. ഖുർആനിക സന്ദേശങ്ങളെ പുരുഷനേത്രങ്ങളിലൂടെ മാത്രം അവർ വീക്ഷിക്കുകയും വിലയിരുത്തുകയും ചെയ്യുന്നു. ഈ രോഗത്തിൽനിന്നു പുരുഷപുരോ ഹിതന്മാർ മുക്തരാകണമെന്നാണ് ശയറ ബാനുമാർ ആവശ്യപ്പെടുന്നത്.

(നവംബർ, 2016)

മദ്യവും ലോട്ടറിയും പിന്നെ ശരീഅത്തും

ആണുങ്ങളുടെ ഇസ്‌ലാം തങ്ങൾക്കുവേണ്ടെന്നു പെണ്ണുങ്ങൾ പറയുന്ന കാലം സാർവദേശീയ തലത്തിലെന്നപോലെ ഇന്ത്യയിലും അത്ര അകലെയൊന്നുമല്ല. കഴിഞ്ഞ മൂന്നര ദശാബ്ദത്തിനിടയ്ക്കു മുസ്‌ലിം സ്ത്രീ സമൂഹത്തിലുണ്ടായ ഉണർവുകളും ചലനങ്ങളും ശ്രദ്ധിച്ചാൽ ആർക്കും മനസ്സിലാക്കാവുന്നതേയുള്ളൂ അക്കാര്യം. മധ്യകാല മനസ്സുള്ള പുരുഷ പുരോഹിതന്മാരും രാഷ്ട്രീയ നേതാക്കളും പറയുന്നത് തൊണ്ടതൊടാതെ വിഴുങ്ങാൻ തങ്ങളെ കിട്ടില്ലെന്ന് ആദ്യം വിളിച്ചുപറഞ്ഞവരിൽ ഏറ്റവും ശ്രദ്ധേയയാണ് ഷാബാനു ബീഗം.

ബീഗത്തിനുശേഷം ഒട്ടേറെ മുസ്‌ലിം സ്ത്രീകൾ പുരുഷ ഇസ്‌ലാമിന്റെ പെൺവിരുദ്ധതയ്ക്കെതിരെ ഉറച്ച സ്വരത്തിൽ ശബ്ദിക്കാൻ പിൽക്കാലത്ത് മുന്നോട്ടു വരുകയുണ്ടായി. ഖുർആനും ഹദീസും പുരുഷാനുകൂലമായി വ്യാഖ്യാനിച്ച് എത്ര ഫത്‌വകൾ ആരു പുറപ്പെടുവിച്ചാലും തങ്ങളുടെ ന്യായമായ അവകാശങ്ങളിൽനിന്നു പിന്മാറാൻ തങ്ങൾ ഒരുക്കമല്ലെന്നു പറയുന്ന മുസ്‌ലിം സ്ത്രീകളുടെ എണ്ണം കാണെക്കാണെ കൂടിവരുന്നു. പുരുഷ നിയന്ത്രിത മുസ്‌ലിം വ്യക്തിനിയമ ബോർഡിനു പകരം മുസ്‌ലിം വനിത വ്യക്തിനിയമ ബോർഡ് രൂപവൽക്കരിക്കുന്നിടം വരെ എത്തിയിരിക്കുന്നു കാര്യങ്ങൾ.

എന്നാൽ, ഇതൊന്നും കാണുകയോ കേൾക്കുകയോ ചെയ്യാത്ത മട്ടിലാണ് കേരളത്തിലെ മുസ്‌ലിം ലീഗ് നേതൃത്വം മുന്നോട്ടു പോകുന്നത്. ലോ കമ്മീഷൻ ഈയിടെ പുറത്തുവിട്ട ചോദ്യാവലിയിൽ ഏകീകൃത പൗര നിയമം എന്ന പ്രയോഗം കാണേണ്ട താമസം, ലീഗുകാർ സംസ്ഥാനത്തെ മുസ്‌ലിം മത, രാഷ്ട്രീയ സംഘടനകളുടെ യോഗം വിളിച്ചു. അതിലേക്ക് ഒരു മുസ്‌ലിം സ്ത്രീപോലും ക്ഷണിക്കപ്പെട്ടില്ല. വനിതാ ലീഗ് എന്ന ഒരു പെൺസംഘം ലീഗിനുണ്ട്. യോഗത്തിൽ സംബന്ധിച്ച മറ്റു ചില മുസ്‌ലിം സംഘടനകൾക്കുമുണ്ട് അവയുടേതായ വനിതാ വിംഗുകൾ. അവയുടെയൊന്നും പ്രതിനിധികളെ പങ്കെടുപ്പിക്കാതെയാണ് മുസ്‌ലിം ലീഗ് വിളിച്ചുചേർത്ത യോഗം കോഴിക്കോട്ട് നടന്നത്.

യോഗത്തിലെ പ്രഖ്യാപനം, പതിവുപോലെ, എന്തു വില കൊടുത്തും 'ശരീഅത്ത്' സംരക്ഷിക്കും എന്നായിരുന്നു. ഏകീകൃത പൗരനിയമം

കൊണ്ടുവരാനുള്ള കേന്ദ്രസർക്കാർ നീക്കം സർവശക്തിയുമുപയോഗിച്ച് പ്രതിരോധിക്കാനുള്ള ആഹ്വാനവും യോഗത്തിലുണ്ടായി. ലോകമ്മീഷന്റെ ചോദ്യാവലി ബഹിഷ്കരിക്കണമെന്ന തീരുമാനത്തിൽ അടിവര ചാർത്തപ്പെടുകയും ചെയ്തു.

കേരളത്തിൽ ബി.ജെ.പി ഉൾപ്പെടെയുള്ള ഹൈന്ദവ വലതുപക്ഷ സംഘടനകളുടെ രാഷ്ട്രീയ മൈലേജ് വർധിപ്പിക്കാൻ മാത്രം സഹായകമായ പ്രഖ്യാപനവും ആഹ്വാനവും തീരുമാനവുമൊക്കെ ഇസ്ലാമിന്റെയും ശരീഅത്തിന്റെയും പേരിലാണെന്നതാണ് കൗതുകകരം. ഒരു വശത്ത് 'ഹിന്ദുത്വ ഫാസിസം' എന്ന ഭീതിമന്ത്രം നാഴികയ്ക്കു നാല്പതു വട്ടം ഉരുവിടുന്നവർ തന്നെ മറുവശത്ത് ആ പ്രതിഭാസത്തിനു തഴച്ചുവളരാനുള്ള രാഷ്ട്രീയ സാഹചര്യം സ്വന്തം നടപടികളിലൂടെ സൃഷ്ടിച്ചു കൊടുക്കുന്നു! സമൂഹത്തിനു പൊതുവിലും മുസ്ലിം സ്ത്രീസമൂഹത്തിനു വിശേഷിച്ചും ഗുണകരമായ ഏകീകൃത സിവിൽ കോഡിനെ മുസ്ലിം സംഘടനകൾ എതിർക്കുമ്പോൾ, 'മുസ്ലിം വേറിട്ടുനില്പ് മനോഭാവ'ത്തിലേക്കു കൈചൂണ്ടി രാഷ്ട്രീയനേട്ടം കൊയ്യാൻ സാധിക്കുന്നതു സംഘപരിവാറിനാണെന്നു ഗ്രഹിക്കാൻ മുസ്ലിം വലതുപക്ഷ നേതൃത്വത്തിനു കഴിയുന്നില്ല.

പ്രത്യേക വ്യക്തിനിയമങ്ങൾ മുസ്ലിം ന്യൂനപക്ഷത്തിനു മാത്രമല്ല ഇന്ത്യയിലുള്ളത്. ന്യൂനപക്ഷക്കാരായ ക്രൈസ്തവർക്കും പാർസികൾക്കുമൊക്കെ അവരുടേതായ വ്യക്തിനിയമങ്ങളുണ്ട്. ആ സമുദായങ്ങളൊന്നും പക്ഷേ, ഏകീകൃത പൗരനിയമം എന്ന ആശയത്തെ ശത്രുതാഭാവത്തോടെ സമീപിച്ച ചരിത്രമില്ല. തങ്ങളുടെ മതാധിഷ്ഠിത വ്യക്തിനിയമങ്ങളുടെ സ്ഥാനത്തു മതേതര സിവിൽകോഡ് വന്നാൽ തങ്ങളുടെ മതം തകർന്നടിയുമെന്ന ആശങ്ക ക്രൈസ്തവ-പാർസി സമുദായക്കാർ പ്രകടിപ്പിക്കുകയോ അതിന്റെ പേരിൽ അങ്കത്തിനിറങ്ങാനുള്ള അവിവേകം അവർ കാണിക്കുകയോ ചെയ്തിട്ടില്ല.

ആ ഭാഗം ഇരിക്കട്ടെ. മുമ്പെന്നപോലെ ഇപ്പോൾ 2016-ലും ലീഗടക്കമുള്ള മുസ്ലിം സംഘടനകൾ ശരീഅത്തിനു പോറലേൽക്കും എന്നാരോപിച്ചാണ് ഏകീകൃത പൗരനിയമത്തിനെതിരെ വാളെടുക്കുന്നത്. ശരീഅത്തിനോ ഇസ്ലാമിനോ വിരുദ്ധമായി ഇന്നേവരെ മനസ്സാവാചാ കർമണാ യാതൊന്നും ചെയ്തിട്ടില്ലാത്തവരാണ് അവർ എന്നത്രേ അവരുടെ വാക്കും നോക്കും നില്പും കണ്ടാൽ തോന്നുക. പക്ഷേ, യാഥാർത്ഥ്യങ്ങളുമായി അതിനു വല്ല പൊരുത്തവുമുണ്ടോ?

ഈ ചോദ്യത്തിന് ഉത്തരം അന്വേഷിക്കുന്നവർ അമ്പതു വർഷം പിന്നിലേക്കു നടക്കണം. 1967-ൽ അധികാരമേറ്റ സപ്തകക്ഷി മുന്നണിയുടെ ഭാഗമായിരുന്നു മുസ്ലിം ലീഗ്. ആ മുന്നണി സർക്കാരാണ് കേരളത്തിൽ അതുവരെ നിലനിന്ന മദ്യനിരോധനം എടുത്തുകളഞ്ഞത്. ശരീഅത്ത് പ്രകാരം മുസ്ലിങ്ങൾക്ക് നിഷിദ്ധമാണ് മദ്യം. അവർ മദ്യം

ഉല്പാദിപ്പിക്കാനോ ഉപയോഗിക്കാനോ വിതരണം ചെയ്യാനോ പാടില്ല. മദ്യത്തെ പ്രോത്സാഹിപ്പിക്കുന്ന ഒരു സംവിധാനവുമായി അവർ സഹകരിച്ചുകൂടാത്തതുമാണ്.

പക്ഷേ, ലീഗ് കൂടി ഉൾപ്പെട്ട സപ്തകക്ഷി മുന്നണി സർക്കാർ തൊട്ട് ഇന്നുവരെ നാടുവാണ എല്ലാ സർക്കാരുകളും മദ്യം ഉല്പാദിപ്പിക്കുകയും വിൽക്കുകയും അതിൽനിന്നു ലഭിക്കുന്ന നികുതിപ്പണം കൊണ്ട് ഭരണം നടത്തുകയും ചെയ്തവയാണ്. ആ സംവിധാനത്തിന്റെ ഭാഗമായി പല കുറി അധികാരത്തിലിരുന്നതാണ് ലീഗിന്റെ 'മഹിത' ചരിത്രം. ഇസ്ലാമിനും ശരീഅത്തിനും എതിരാണ് മദ്യവിതരണം എന്നറിയാമായിരുന്നിട്ടും ലീഗുകാർ ഭരണക്കസേര കൈവെടിയാൻ തയ്യാറായില്ല. അധികാര സൗഭാഗ്യം ലഭിക്കുമെങ്കിൽ പിന്നെയെന്ത് ശരീഅത്ത്, പിന്നെയെന്ത് ഇസ്ലാം എന്ന നിലപാടാണ് അരനൂറ്റാണ്ടായി ലീഗ് നേതൃത്വം സ്വീകരിച്ചുപോന്നിട്ടുള്ളത്.

മദ്യംപോലെ ഇസ്ലാം വിരുദ്ധവും ശരീഅത്ത് വിരുദ്ധവുമാണ് ലോട്ടറിയും. ചൂതാട്ടമാണ് ലോട്ടറിയുടെ കാതൽ. ഇസ്ലാം ചൂതാട്ടം കർശനമായി വിലക്കിയിട്ടുണ്ട്. കേരളത്തിലാകട്ടെ, അഞ്ചു പതിറ്റാണ്ടോളമായി സർക്കാർവക ചൂതാട്ടം (ലോട്ടറി) നിർബാധം നടക്കുന്നു. ലീഗ് സംസ്ഥാനഭരണത്തിൽ പങ്കുവഹിച്ച ഒരു ഘട്ടത്തിലും ശരീഅത്ത് വിരുദ്ധമായ ലോട്ടറിക്കെതിരെ ഒരക്ഷരം ഉരിയാടിയിട്ടില്ല. മതപരമായ വിലക്കുകളുള്ളതിനാൽ ചൂതാട്ടം പ്രോത്സാഹിപ്പിക്കുന്ന സർക്കാരിന്റെ ഭാഗമാകാൻ തങ്ങൾക്കു സാധിക്കുകയില്ലെന്നു പറഞ്ഞ് ഒരു ലീഗ് നേതാവ് പോലും മാറിനിന്നിട്ടുമില്ല. അധികാരത്തിന്റെ മേളക്കൊഴുപ്പുണ്ടെങ്കിൽ ശരീഅത്ത് പോയി തുലയട്ടെ എന്ന സമീപനമാണ് ലീഗ് നേതൃത്വം ഇതഃപര്യന്തം പിന്തുടർന്നു പോന്നത്.

മദ്യവും ലോട്ടറിയും മാത്രമല്ല, പലിശയും ഇസ്ലാമിന്റെയും ശരീഅത്തിന്റെയും എതിർചേരിയിലുള്ള സാധനമാണ്. കേരളത്തിലായാലും കേന്ദ്രത്തിലായാലും പലിശയധിഷ്ഠിത ബാങ്കിംഗ് അംഗീകരിക്കുന്ന ഭരണസംവിധാനമാണ് അന്നും ഇന്നും രാജ്യത്തുള്ളത്. ലീഗാവട്ടെ, സംസ്ഥാനത്തും കേന്ദ്രത്തിലും ഭരണത്തിൽ പങ്കാളിയായിട്ടുണ്ട്. പുറമെ അവർ പലിശരഹിത ഇസ്ലാമിക് ബാങ്കിംഗിനെക്കുറിച്ച് സംസാരിക്കാറുമുണ്ട്. പക്ഷേ, പലിശാധിഷ്ഠിത സാമ്പത്തിക സംവിധാനം പിന്തുടരുന്ന സർക്കാരിൽ ഭാഗഭാക്കാകാൻ തങ്ങളുടെ മതവും ശരീഅത്തും തങ്ങളെ അനുവദിക്കുന്നില്ലെന്നു പറയാനോ അതിന്റെ പേരിൽ ഭരണത്തിൽ നിന്നു വിട്ടുനിൽക്കാനോ ആ പാർട്ടി ഇന്നേവരെ തയ്യാറായിട്ടില്ല.

1967-ൽ സംസ്ഥാനത്ത് മദ്യനിരോധനം ഒഴിവാക്കിയ കാലത്ത് അധികാരത്തിൽ പങ്കാളിത്തം വഹിച്ച ലീഗിനെ അതിനിശിതമായി വിമർശിച്ചവരാണ് ജമാഅത്തെ ഇസ്ലാമിക്കാർ. ഇപ്പോൾ അവരുമുണ്ട് ലീഗിന്റെ കൂടെ ശരീഅത്ത് സംരക്ഷണത്തിലും ഏകീകൃത സിവിൽകോഡ് വിരുദ്ധ

പോരാട്ടത്തിലും. മാത്രമല്ല, ആ സംഘടനയുടെ രാഷ്ട്രീയഹസ്തമായ വെൽഫെയർ പാർട്ടിയും ലീഗിനെപ്പോലെ മദ്യവും ലോട്ടറിയും പലിശയും അനുവദനീയമായി കരുതുന്ന വലതു-ഇടതു മുന്നണികളോടൊപ്പം തദ്ദേശ ഭരണ സ്ഥാപനങ്ങളിലെങ്കിലും സമീപകാലത്തായി ഭരണം പങ്കിടുന്നുമുണ്ട്. അധികാരത്തിന്റെ അപ്പക്കഷണം കിട്ടുമെങ്കിൽ അവർക്കും മദ്യക്കച്ചവടവും ലോട്ടറി നടത്തിപ്പും പലിശാധിഷ്ഠിത സംവിധാനങ്ങളും 'ഹലാൽ' ആയി മാറുന്നു!

മുസ്ലിം ലീഗിന്റെ നട്ടെല്ല് എന്നു പറയപ്പെടുന്ന സമസ്ത കേരള ജംഇയ്യത്തുൽ ഉലമയും നദ്‌വത്തുൽ മുജാഹിദിനും ശരീഅത്ത് സംരക്ഷണ സേനയിലെ മുഖ്യഘടകങ്ങളാണ്. ബഹുഭാര്യത്വം നിയമവിരുദ്ധമാക്കുകയോ പുരുഷന്റെ ഏകപക്ഷീയ വിവാഹമോചനാവകാശം എടുത്തുകളയുകയോ അനന്തരസ്വത്തിൽ സ്ത്രീപുരുഷ സമത്വം നടപ്പാക്കുകയോ ചെയ്താൽ ശരീഅത്തും ഇസ്ലാമും നിലംപരിശാകുമെന്നാണ് അവരുടെയൊക്കെ നീക്കുപോക്കില്ലാത്ത വാദം. അവരോട് ഒരൊറ്റ ചോദ്യം: നിങ്ങൾ വോട്ടു ചെയ്തു ജയിപ്പിക്കുന്ന മുസ്ലിം ലീഗ് ഭരണത്തിലിരിക്കുമ്പോൾ നടത്തപ്പെടുന്ന മദ്യവില്പനയും ലോട്ടറിയും പലിശാധിഷ്ഠിത സാമ്പത്തിക ഇടപാടുകളും ശരീഅത്തിനെ ബലപ്പെടുത്തുകയാണോ ചെയ്യുന്നത്? ഇസ്ലാമിനും ശരീഅത്തിനും നിരക്കാത്ത പല കാര്യങ്ങളിലുമേർപ്പെടുന്ന സർക്കാരിന്റെ ഭാഗമാകരുതെന്ന് മുസ്ലിം ലീഗിന്റെ മുഖത്തു നോക്കി പറയാൻ തന്റേടമില്ലാത്തവർ ശരീഅത്തിന്റെ പേരിൽ ഏകീകൃത സിവിൽ കോഡിനെതിരെ പട നയിക്കുന്നതിനേക്കാൾ പരിഹാസ്യമായി മറ്റെന്തുണ്ട്?

(നവംബർ, 2016)

ആവശ്യമുണ്ട്
ആദ്യകാല ജിന്നയെ

സംഭവം നടന്നത് സെപ്തംബർ ഒന്നിന്. ആ ദിവസമാണ് അഖിലേന്ത്യാ മുസ്ലിം വ്യക്തിനിയമ ബോർഡ് 'മുത്തലാക്ക്' സംബന്ധിച്ച് സുപ്രീം കോടതിയിൽ സത്യവാങ്മൂലം സമർപ്പിച്ചത്. മുസ്ലിം പുരുഷൻ ഒറ്റ യിരിപ്പിനു മൂന്നു തലാക്കും ചൊല്ലി ഭാര്യയെ ഉപേക്ഷിക്കുന്ന ദുസ്സമ്പ്രദാ യത്തിനെതിരെ ഫയൽ ചെയ്യപ്പെട്ട ഒരു പൊതുതാത്പര്യ ഹർജി യോടുള്ള ബോർഡിന്റെ പ്രതികരണമായിരുന്നു 68 പേജ് വരുന്ന സത്യ വാങ്മൂലം. മുത്തലാക്ക് നിരോധിച്ചുകൂടെന്നു മാത്രമല്ല, മുസ്ലിം വ്യക്തി നിയമങ്ങളിൽ ഇടപെടാൻ കോടതിക്ക് അവകാശമില്ലെന്നുകൂടി ബോർഡ് ബോധിപ്പിക്കുകയുണ്ടായി.

ഈജിപ്തും പാകിസ്താനുമുൾപ്പെടെ പല മുസ്ലിം രാഷ്ട്രങ്ങളിലും നിരോധിക്കപ്പെട്ട ട്രിപ്പിൾ തലാക്കിനെ ന്യായീകരിക്കാൻ ഇതാദ്യമായല്ല മുസ്ലിം വ്യക്തിനിയമബോർഡ് രംഗത്തുവരുന്നത്. 2002-ലെ ശമിം ആര കേസുൾപ്പെടെ പല കേസുകളിലും വിവിധ ഹൈക്കോടതികൾ മുത്ത ലാക്ക് സാധുവല്ല എന്ന നിലപാടെടുത്തപ്പോഴെല്ലാം ബോർഡ് എതിർവാദ ങ്ങൾ ഉന്നയിച്ചുപോന്നിട്ടുണ്ട്. 2004 ജൂലായിൽ കാൺപൂരിൽ ചേർന്ന ബാർഡിന്റെ നിർവാഹകസമിതി യോഗം മുത്തലാക്കിനെ തള്ളിപ്പറയാൻ വിസമ്മതിച്ചതിനെത്തുടർന്ന് വിവിധ കേന്ദ്രങ്ങളിൽ നിന്ന് വ്യാപക പ്രതി ഷേധം ഉയർന്നിരുന്നു. എന്നിട്ടും പെൺവിരുദ്ധമായ വിവാഹമോചന രീതിയെ സംബന്ധിച്ച് പുനരാലോചന നടത്താൻ ബോർഡ് നേതൃത്വം തയ്യാറാവുകയുണ്ടായില്ല.

ഇപ്പോൾ സമർപ്പിക്കപ്പെട്ട സത്യവാങ്മൂലത്തിൽ ഒറ്റയിരിപ്പിലുള്ള മൂന്നു മൊഴി സമ്പ്രദായം ഖലീഫ ഉമറിന്റെ കാലത്ത് അംഗീകരിക്ക പ്പെട്ടിരുന്നു എന്നാണ് ബോർഡ് ചൂണ്ടിക്കാണിക്കുന്നത്. മുത്തലാക്ക് നടത്തി ഭാര്യയെ ഒഴിവാക്കിയ പുരുഷനെ ഉമർ ശിക്ഷിച്ചുവെങ്കിലും അയാളുടെ വിവാഹമോചനം സാധുവാണെന്ന് ഖലീഫ വിധിയെഴുതി എന്നത്രേ വിശദീകരണം. അതിനാൽ, അത്ര അഭിലഷണീയമല്ലെങ്കിലും മുസ്ലിം നിയമവ്യവസ്ഥയായ ശരീഅത്ത് പ്രകാരം മുത്തലാക്കിന് നിയമ പ്രാബല്യമുണ്ടെന്ന് ബോർഡ് അവകാശപ്പെടുന്നു.

തങ്ങളുടെ നിലപാട് മുന്നോട്ടു കൊണ്ടുപോകാൻ പരമവിചിത്രമായ വാദങ്ങളാണ് വ്യക്തിനിയമബോർഡ് നിരത്തുന്നത്. ദീർഘകാലം നീണ്ടു നിൽക്കുന്ന കോടതി വ്യവഹാരങ്ങളും ഭാര്യാഭർത്താക്കന്മാർ അന്യോന്യം നടത്താവുന്ന ആരോപണ പ്രത്യാരോപണങ്ങളും ഒഴിവാക്കാനുള്ള എളുപ്പവഴിയാണ് ബോർഡിന്റെ ദൃഷ്ടിയിൽ മുത്തലാക്ക്. നിയമനടപടി കളിലൂടെ വിവാഹമോചനം നീണ്ടുപോയാൽ ഭർത്താവ് ഭാര്യയെ തീകൊളുത്തി കൊല്ലാനോ മറ്റുവിധത്തിൽ ഇല്ലാതാക്കാനോ വരെ സാധ്യതയുണ്ടെന്ന ആശങ്കയും സത്യവാങ്മൂലത്തിൽ ബോർഡ് നേതൃത്വം പ്രകടിപ്പിക്കുന്നുണ്ട്.

ഇസ്ലാമിന്റെ അടിസ്ഥാനപ്രമാണങ്ങളായ ഖുർആന്റെയോ പ്രവാചക ചര്യകളുടെയോ പിൻബലം മുത്തലാക്കിനില്ലെന്ന് ഇസ്ലാമിക പണ്ഡിതരിൽ പലരും നേരത്തെ വ്യക്തമാക്കിയതാണ്. അത്തരം വെളി പ്പെടുത്തലുകളുടെ പിന്തുണയിലാണ് മിക്ക മുസ്ലിം ഭൂരിപക്ഷരാഷ്ട്ര ങ്ങളും ആൺകോയ്മയിലധിഷ്ഠിതമായ ആ നീചാചാരം നിയമവിരുദ്ധ മാക്കിയത്. സുന്നി ഇസ്ലാമിലെ നാലു പ്രമുഖ നിയമശാഖ (മദ്ഹബ്) കളായ ശാഫി, ഹനഫി, മാലികി, ഹൻബലി എന്നിവയിൽ ഹനഫി ശാഖ മാത്രമത്രെ മുത്തലാക്കിനോട് ശക്തമായ അനുഭാവം പുലർത്തു ന്നത്. ആ ശാഖയ്ക്ക് പ്രാമുഖ്യം നൽകി ട്രിപ്പിൾ തലാക്കിനെയും ബഹു ഭാര്യാത്വത്തെയും വെള്ളപൂശുന്നവർ ഖുർആനിക അധ്യാപനങ്ങളുടെ ആത്മസത്ത ഗ്രഹിക്കാത്തവരാണെന്ന് അഭിപ്രായപ്പെടുന്നവർ ഏറെ യുണ്ട്.

വിവാഹത്തെയും വിവാഹമോചനത്തെയും മറ്റും സംബന്ധിക്കുന്ന വ്യക്തിനിയമങ്ങളിൽ കോടതികളോ ഭരണകൂടമോ കൈകടത്തുന്നത് മത സ്വാതന്ത്ര്യഹനനമാണെന്ന വ്യക്തിനിയമബോർഡിന്റെ പഴയവാദം ഇക്കുറിയും ആവർത്തിച്ചിരിക്കുന്നു. വസ്തുതകളോട് ഒരുവിധത്തിലും പൊരുത്തപ്പെടാത്തതാണ് ഈ നിലപാട്. ഇന്ത്യൻ ഭരണഘടന 25-ാം വകുപ്പുവഴി ഉറപ്പുനൽകുന്ന മതസ്വാതന്ത്ര്യം ലിംഗസമത്വനിഷേധപരമായ വ്യക്തിനിയമങ്ങൾക്ക് ഒരു പരിരക്ഷയും വാസ്തവത്തിൽ നൽകുന്നില്ല. സമത്വം ഉറപ്പാക്കുന്ന 14-ാം വകുപ്പിനും വൈയക്തിക സ്വാതന്ത്ര്യം ഉറ പ്പാക്കുന്ന 21-ാം വകുപ്പിനും വിധേയമാണ് ഭരണഘടനയിൽ പറഞ്ഞി ട്ടുള്ള മതസ്വാതന്ത്ര്യം. ലിംഗസമത്വ വിരുദ്ധമായ മതാവകാശങ്ങൾ ഭരണഘടനാവിരുദ്ധമാണ്.

ഇജാസ് മഖ്ബൂൽ എന്ന അഭിഭാഷകൻ മുഖേന ബോർഡ് നൽകിയ സത്യവാങ്മൂലത്തിൽ ഇപ്രകാരം കാണാം: "സാമൂഹിക പരിഷ്കരണ ത്തിന്റെ പേരിൽ ഒരു സമുദായത്തിന്റെ വ്യക്തിനിയമങ്ങൾ പുനഃസംരചി ക്കപ്പെട്ടുകൂടാ... വിവാഹമെന്ന സ്ഥാപനത്തെ വ്യത്യസ്ത മതങ്ങൾ വ്യത്യസ്ത രീതികളിലാണ് കാണുന്നത്. തന്മൂലം വിവാഹം, വിവാഹ മോചനം, ജീവനാംശം തുടങ്ങിയ വിഷയങ്ങൾ വിവിധമതങ്ങൾ വിവിധ

ശൈലികളിൽ കൈകാര്യം ചെയ്യുന്നു. ചില സമുദായങ്ങൾ സാമൂഹിക പരിഷ്കരണത്തിനു സന്നദ്ധത പ്രകടിപ്പിക്കുന്നതാകാം. എന്നാൽ, വേറെ ചിലത് അങ്ങനെയാകണമെന്നില്ല."

മുസ്ലിം സമുദായം രണ്ടാമത്തെ വകുപ്പിൽപ്പെടുന്നു എന്നാണ് ബോർഡ് സൂചിപ്പിക്കുന്നത്. ഈ ഘട്ടത്തിൽ ഒരു ചോദ്യം സംഗതമാണ്. ഇന്ത്യയിലെ മൊത്തം മുസ്ലിങ്ങൾക്കുവേണ്ടി സംസാരിക്കാൻ മുസ്ലിം വ്യക്തി നിയമ ബോർഡിന് എന്തർഹതയാണുള്ളത്? 1973-ൽ നിലവിൽവന്ന ആ സംഘത്തിന്റെ പേരിൽ 'അഖിലേന്ത്യാ' എന്നു ചേർക്കപ്പെട്ടിട്ടുണ്ടെങ്കിലും ദേശീയ സ്വഭാവമോ മൊത്തം മുസ്ലിങ്ങളുടെ പ്രാതിനിധ്യമോ ഇല്ലാത്തതും നിയമപ്രാബല്യം അവകാശപ്പെടാനാകാത്തതുമായ ഒരു സ്വകാര്യ സംവിധാനം മാത്രമാണത്. ഷിയാ മുസ്ലിങ്ങൾ അതിനെ അംഗീകരിക്കുന്നില്ല. അതുകൊണ്ടത്രെ അവർ 'അഖിലേന്ത്യാ ഷിയാ മുസ്ലിം വ്യക്തിനിയമബോർഡ്' രൂപവത്കരിച്ചത്. പുരോഗമന പക്ഷത്ത് നിൽക്കുന്ന മുസ്ലിം സ്ത്രീകളും അതിനോട് വിയോജിക്കുന്നു. അവർ 'അഖിലേന്ത്യാ മുസ്ലിം വനിതാ വ്യക്തിനിയമ ബോർഡി'നു രൂപം നൽകിയിട്ടുണ്ട്.

എല്ലാറ്റിനും പുറമേ, സർവസ്വീകാര്യമായ ഒരു മുസ്ലിം വ്യക്തി നിയമ സംഹിത ലോകത്തൊരിടത്തും ഇല്ല എന്നതും ശ്രദ്ധിക്കേണ്ടതാണ്. വ്യത്യസ്ത മുസ്ലിംരാഷ്ട്രങ്ങളും വിവിധ മുസ്ലിം മതസംഘടനകളും ഏകസ്വരത്തിൽ അംഗീകരിക്കുന്ന ഒരു ശരീഅത്തില്ല. സൗദി അറേബ്യയിലെ ശരീഅത്തും ഇൻഡൊനീഷ്യയിലെ ശരീഅത്തും തമ്മിൽ വ്യത്യാസമേറെയുണ്ട്. തന്നെയുമല്ല, കാലവും സമൂഹവും മാറുന്നതിനനുസരിച്ച് പരിഷ്കരിക്കപ്പെട്ടുകൊണ്ടല്ലാതെ ഒരു നിയമസംഹിതയ്ക്കും ദീർഘകാലം പിടിച്ചുനിൽക്കാനാവില്ല.

ഈ വസ്തുത ആഴത്തിൽ ഗ്രഹിച്ച നേതാവായിരുന്നു ആദ്യകാല ജിന്ന. ബ്രിട്ടീഷ് വിദ്യാഭ്യാസം നേടുകയും ആധുനിക ലിബറൽ, മതേതര മൂല്യങ്ങളോട് ആഭിമുഖ്യം പുലർത്തുകയും ചെയ്ത മുഹമ്മദലി ജിന്ന 1930-കളുടെ ഉത്തരാർധം വരെ മുസ്ലിം കുടുംബനിയമങ്ങൾ കാലോചിതമായി നവീകരിക്കപ്പെടണമെന്ന പക്ഷത്ത് ഉറച്ചുനിന്ന നേതാവാണ്. 'ഹിന്ദു-മുസ്ലിം ഐക്യത്തിന്റെ സ്ഥാനപതി'യെന്നു സരോജിനി നായിഡുവിനാൽ പ്രകീർത്തിക്കപ്പെട്ട അദ്ദേഹം കുടുംബനിയമങ്ങൾ മതേതരമായി വീക്ഷിക്കപ്പെടണമെന്നു നിഷ്കർഷിക്കുകയും ചെയ്തിരുന്നു.

1912-ൽ പ്രിവി കൗൺസിലിൽ ബി.എൻ. ബസു കൊണ്ടുവന്ന 'സ്പെഷൽ മാര്യേജ് ആക്ടി'ന്റെ പരിധിയിൽനിന്ന് ഇസ്ലാം മതവിശ്വാസികളെ ഒഴിവാക്കണമെന്നാവശ്യപ്പെട്ട ലോ മെമ്പറോട് ജിന്ന ചോദിച്ചു: "ഖുർ ആൻ ശാസനങ്ങളനുസരിച്ച് ഒരു മുസ്ലിം പുരുഷന് മുസ്ലിം സ്ത്രീയെയോ കീതാബിയക്കാരെയോ (ജൂത-ക്രൈസ്തവ വിഭാഗങ്ങളിൽപ്പെട്ടവരെയോ) മാത്രമേ വിവാഹം കഴിക്കാൻ പറ്റൂ എന്നത്

ശരിയാണ്. പക്ഷേ, (ബ്രിട്ടീഷിന്ത്യയിലെ) നിയമനിർമ്മാണ ചരിത്രത്തിൽ കാലത്തിന്റെ ആവശ്യങ്ങൾക്കനുസരിച്ച് ഇസ്‌ലാമിക നിയമങ്ങൾ അവ ഗണിക്കാനോ പരിഷ്കരിക്കാനോ കൗൺസിൽ മുതിരേണ്ടിവരുന്ന ആദ്യത്തെ സന്ദർഭമാണോ ഇത്?"

ജിന്ന തുടർന്നു: "പല കാര്യങ്ങളിൽ ഈ കൗൺസിൽ ഇസ്‌ലാമിക നിയമങ്ങൾ അവഗണിക്കുകയോ അവയിൽ ഭേദഗതി വരുത്തുകയോ ചെയ്തിട്ടുണ്ട്. ബ്രിട്ടീഷ് ഭരണാരംഭത്തിൽ ഇന്ത്യയിൽ നിലനിന്ന ഇസ്‌ലാമിക ക്രിമിനൽ നിയമങ്ങൾ ഇന്നു നിലവിലില്ല. ഇസ്‌ലാമിക തെളിവുനിയമവും എന്നോ അരങ്ങൊഴിഞ്ഞിരിക്കുന്നു. ഇസ്‌ലാംമതം ഉപേക്ഷിച്ച വ്യക്തിക്ക് ഖുർആനിക ശാസനമനുസരിച്ച് അനന്തരസ്വത്തവകാശം നിഷേധിക്കപ്പെട്ടിരുന്നു. എന്നാൽ, അടുത്തകാലത്ത് പാസ്സാക്കപ്പെട്ട, 1850-ലെ ജാത്യവശതാ നിവാരണ നിയമം മുഖേന പ്രസ്തുത അവകാശം അയാൾക്ക് കൈവന്നിട്ടുണ്ട്. ഈ മാതൃകകളാണ് മതനിയമ പരിഷ്കരണത്തിൽ പിന്തുടരേണ്ടത്." (കാണുക: ഇലസ്ട്രേറ്റഡ് വീക്‌ലി ഓഫ് ഇന്ത്യ, 18.9.1977)

1929 ജനുവരിയിൽ ശരീഅത്ത് സംരക്ഷണം ലക്ഷ്യമിട്ട് ഡൽഹിയിൽ സംഘടിപ്പിക്കപ്പെട്ട മുസ്‌ലിം സർവകക്ഷി സമ്മേളനത്തിൽ നിന്നു വിട്ടുനിന്ന നേതാവുകൂടിയാണ് ജിന്ന. ഇതേയാവശ്യം മുൻനിർത്തി 1930 ഏപ്രിലിൽ മൗലാനാ മുഹമ്മദലി ബോംബെയിൽ നടത്തിയ കൂറ്റൻ സമ്മേളനവും അദ്ദേഹം ബഹിഷ്കരിച്ചു. 1931-ൽ ലണ്ടനിൽ നടന്ന വട്ടമേശ സമ്മേളനത്തിലും മുസ്‌ലിം വ്യക്തിനിയമങ്ങളിൽ കാലോചിത മാറ്റങ്ങൾ അനിവാര്യമാണെന്നതായിരുന്നു അദ്ദേഹം അനുവർത്തിച്ച സമീപനം.

43 വർഷം മുമ്പ് നിലവിൽ വന്ന അഖിലേന്ത്യാ മുസ്‌ലിം വ്യക്തിനിയമബോർഡും അതിനോടു ചേർന്നുനിൽക്കുന്ന യാഥാസ്ഥിതിക വിഭാഗങ്ങളും ലിംഗനീതിനിഷേധപരമായ നിലപാടുകളുമായി മുന്നോട്ടുപോകുന്ന വർത്തമാനകാലത്ത് ആദ്യകാല ജിന്നയുടെ മാതൃക പിന്തുടരുന്ന നേതാക്കളെയാണ് ഭാരതീയ മുസ്‌ലിം സമൂഹത്തിനാവശ്യം. മുസ്‌ലിം സമുദായത്തിലെ ഭൂരിപക്ഷത്തിന്റെ, വിശിഷ്യാ സ്ത്രീസമൂഹത്തിന്റെ ആശയാഭിലാഷങ്ങൾ മാനിക്കാതിരിക്കുകയും മുത്തലാക്കും ബഹുഭാര്യത്വവും പോലുള്ള മധ്യകാല ദുരാചാരങ്ങൾ നിലനിർത്തിയാലേ ഇസ്‌ലാം ഭദ്രമാകൂ എന്നു വാശിപിടിക്കുകയും ചെയ്യുന്ന വ്യക്തിനിയമ ബോർഡിനെ തള്ളിപ്പറയാൻ മുസ്‌ലിം ജനസാമാന്യം മുന്നോട്ടുവരേണ്ടതുണ്ട്.

(ഒക്ടോബർ, 2016)

ഇടതുപക്ഷത്തിന്
ഇറാഖിൽനിന്ന് ഒരു പാഠം

മാർക്സിസ്റ്റുകാരുടെ മതാനുരാഗം അത്ര നല്ല ലക്ഷണമല്ല. കേരളത്തിന്റെ വിപ്ലവനായിക എന്നു വിശേഷിപ്പിക്കപ്പെടുന്ന ഗൗരിയമ്മ ഇക്കഴിഞ്ഞ നവംബർ 16-നു ചേർത്തലയിലെ കണ്ടമംഗലം മഹാദേവി ക്ഷേത്രത്തിൽ പോയതും അവിടെ ദേവീസങ്കല്പത്തിൽ പൂജിക്കപ്പെടുന്നതിന് ഇരുന്നുകൊടുത്തതും നമ്മുടെ കമ്മ്യൂണിസം നേരിടുന്ന ദ്രുതവാട്ടത്തിന്റെ പ്രത്യക്ഷീകരണമായിരുന്നു. ഏഴര പതിറ്റാണ്ടായി കമ്മ്യൂണിസ്റ്റ് പ്രത്യയശാസ്ത്രത്തോടൊപ്പം സഞ്ചരിക്കുന്ന തലമുതിർന്ന ഒരു സഖാവ് എത്ര അനായാസം ദേവിയായി മാറി!

കമ്മ്യൂണിസ്റ്റ് പാർട്ടിയിൽപ്പെട്ടവർ ക്ഷേത്രസമിതികളിലും പള്ളിക്കമ്മിറ്റികളിലും കയറിപ്പറ്റാൻ തിടുക്കം കാട്ടുകയും ദേവാലയവളപ്പുകളിൽ പാർട്ടി പതാകകളും ബാനറുകളും സ്ഥാപിക്കാൻ മുന്നോട്ടുവരുകയും ചെയ്യുന്ന സാഹചര്യത്തിൽ കെ.ആർ. ഗൗരിയമ്മയുടെ മാനസാന്തരം അദ്ഭുതകരമാണെന്നു പറഞ്ഞുകൂട. നമ്മുടെ പി.ബി. മേലാളർ തൊട്ട് ഇങ്ങുതാഴെ നിൽക്കുന്ന ബി.സി. സഖാക്കൾ വരെ മാർക്സിസമല്ല, മതമാണ് വലുതെന്നു തിരിച്ചറിഞ്ഞിട്ടു കാലം കുറച്ചായി. മതത്തോടൊപ്പം രാഷ്ട്രീയമായും സാമ്പത്തികമായും സ്വയം വളരുക എന്നതാണ് അവരുടെ പുതിയ മുദ്രാവാക്യം.

അടുത്തകാലത്ത് കേരളത്തിലെ ചില സി.പി.ഐ.എം. നേതാക്കൾ (അവരിൽ പി.ബി. അംഗങ്ങളും പെടും) മാർക്സിസ്റ്റുകാർ മതത്തിനെതിരല്ല എന്ന പ്രസ്താവനയുമായി രംഗത്തുവന്നത് ഈ പശ്ചാത്തലത്തിൽ വേണം വിലയിരുത്താൻ. മതത്തെ ഒക്കത്തിരുത്തി വഞ്ചി തുഴയുന്നത് 'പാർലമെന്ററിസ'ത്തിൽ ഗുണം ചെയ്യുമെന്ന് അവർ കണക്കുകൂട്ടുന്നു. ഗണേശോത്സവവും കൃഷ്ണജയന്തിയുമൊക്കെ സി.പി.ഐ.എം. അണികളുടെ കൂടി ആവേശമായി ഇതിനകം മാറിക്കഴിഞ്ഞിട്ടുണ്ട്. നബിദിനഘോഷയാത്രയും കുരിശിന്റെ വഴിയുമെല്ലാം 'മാർക്സിസ്റ്റ് റിച്ചൽസി'ൽ കയറിക്കൂടാൻ ഇനി ഏറെ താമസമുണ്ടാവില്ല.

മാർക്സിസ്റ്റ് പാർട്ടി നേതൃത്വത്തിൽനിന്നു പുറപ്പെടുന്ന, തങ്ങൾ മതത്തിനെതിരല്ല എന്ന പ്രസ്താവന ചില ചോദ്യങ്ങൾ ഉയർത്തുന്നുണ്ട്.

പത്തൊൻപതാം നൂറ്റാണ്ടിൽ മാർക്സ് കണ്ട മതമല്ല ഇന്നത്തെ മതം. അന്നത്തെ മതങ്ങളിൽനിന്നു വ്യത്യസ്തമായി ഇക്കാലത്തെ മതങ്ങളിൽ 'രാഷ്ട്രീയ മത'ത്തിന്റെ ഒരു പുതിയ ധാര കൂടി സജീവമായി അരങ്ങിലുണ്ട്.

ഇരുപതാം ശതകത്തിന്റെ ആദ്യപാദത്തിൽ പ്രത്യക്ഷപ്പെട്ട ഈ ധാരയാണ് 'റിലീജസ് ഫണ്ടമെന്റലിസം' (മതമൗലികവാദം) എന്ന പേരിൽ അറിയപ്പെടുന്നത്. ഹിന്ദുത്വവും ഇസ്ലാമിസവും ആ ഗണത്തിൽപ്പെടും. ഈ രാഷ്ട്രീയ മതങ്ങൾ താത്ത്വികതലത്തിൽത്തന്നെ ജനാധിപത്യവും മതനിരപേക്ഷതയും ബഹുസ്വരതയും തള്ളിക്കളയുന്നവയാണ്. മതാസ്പദമായ രാഷ്ട്രസങ്കല്പമാണ് അവയുടെ അടിക്കല്ല്. ഒരുകൂട്ടർ ഹിന്ദു രാഷ്ട്ര സങ്കല്പത്തോടൊപ്പം നിൽക്കുമ്പോൾ മറ്റേ കൂട്ടർ ഇസ്ലാമിക രാഷ്ട്രസങ്കല്പം പൊക്കിപ്പിടിക്കുന്നു.

മതത്തിനു തങ്ങൾ എതിരല്ലെന്ന് സ്വയം പ്രഖ്യാപിക്കുന്ന മാർക്സിസ്റ്റുകാർ രാഷ്ട്രീയ മതത്തിന്റെ കാര്യത്തിൽ എവിടെയാണ് നിൽക്കുന്നത്? മതത്തോട് എതിർപ്പില്ലാത്ത അവർക്കു പൊളിറ്റിക്കൽ ഹിന്ദുയിസത്തോടും പൊളിറ്റിക്കൽ ഇസ്ലാമിനോടും എതിർപ്പില്ല എന്നു കരുതാമോ? എതിർപ്പില്ല എന്നാണെങ്കിൽ ഹിന്ദുരാഷ്ട്ര വാദത്തോടും ഇസ്ലാമിക രാഷ്ട്രവാദത്തോടും അവർക്കെതിർപ്പില്ല എന്നു സമ്മതിക്കേണ്ടതുണ്ട്. ഹിന്ദു മഹാസഭയും ആർ.എസ്.എസ്സും വിശ്വഹിന്ദു പരിഷത്തുമൊക്കെ ഇന്ത്യയിൽ രാഷ്ട്രീയ ഹിന്ദുമതത്തിന്റെ പ്രഘോഷകരാണ്. മറുവശത്ത് ജമാഅത്തെ ഇസ്ലാമിയും നിരോധിത സിമിയും പോപ്പുലർ ഫ്രണ്ട് ഓഫ് ഇന്ത്യയും മറ്റും രാഷ്ട്രീയ ഇസ്ലാമിനുവേണ്ടി നിലകൊള്ളുന്നു. പൊളിറ്റിക്കൽ ഇസ്ലാമിനോടും പൊളിറ്റിക്കൽ ഹിന്ദുയിസത്തോടുമുള്ള സമീപനം സുവ്യക്തഭാഷയിൽ വെളിവാക്കാതെ, തങ്ങൾ മതത്തിന് എതിരല്ല എന്ന് മാർക്സിസ്റ്റ് നേതൃത്വം പറയുമ്പോൾ, അത് ഒരേസമയം ആത്മവഞ്ചനയും പരവഞ്ചനയുമായിത്തീരുന്നു.

രാഷ്ട്രീയമതത്തിൽനിന്നു രാഷ്ട്രീയേതര മത (non polititcal religion) ത്തിലേക്ക് ചെല്ലുമ്പോഴും സി.പി.ഐ.എമ്മിന്റെ മതാനുരാഗത്തിൽ അപകടം കുടികൊള്ളുന്നതു കാണാം. മതങ്ങളുടെ ലോകവീക്ഷണത്തിൽനിന്നു തികച്ചും വ്യത്യസ്തമായ മറ്റൊരു ലോകവീക്ഷണം പ്രദാനം ചെയ്യുന്ന ചിന്താപദ്ധതിയാണ് മാർക്സിസം. ലോകത്തിന്റെ ഉല്പത്തിയെക്കുറിച്ചും മനുഷ്യന്റെ ആവിർഭാവത്തെക്കുറിച്ചും മാനവസമൂഹത്തിന്റെ വികാസത്തെക്കുറിച്ചും പരസ്പരം ഏറ്റുമുട്ടുന്ന വീക്ഷണങ്ങളാണ് മതങ്ങൾക്കും മാർക്സിസത്തിനുമുള്ളത്. മനുഷ്യന്റെ വിധാതാവ് അവൻ/അവൾ തന്നെയാണെന്നു മാർക്സിസം പറയുമ്പോൾ, അലൗകിക ശക്തിവിശേഷത്തിൽ വിധാതാവിനെ കണ്ടെത്തുകയാണ് മതങ്ങൾ ചെയ്യുന്നത്. മാർക്സിസത്തിൽ അലൗകികതയ്ക്കു സ്ഥാനമില്ല; മതങ്ങൾക്കാവട്ടെ, അലൗകികതയില്ലാതെ നിലനില്പുമില്ല.

അമ്പലങ്ങളിലേക്കും പള്ളികളിലേക്കും മതസിംബലുകളിലേക്കും അണികളെ കൈപിടിച്ചു കൊണ്ടുപോകുന്നത് പാർട്ടിയുടെ വളർച്ചയെ സഹായിക്കുമെന്നു മാർക്സിസ്റ്റ് നേതൃനിരയിലുള്ളവർ വിചാരിക്കുന്നു. അണികളുടെ ശരീരം മാത്രമല്ല, മനസ്സും ഒപ്പം നീങ്ങുന്നുണ്ടെന്ന വസ്തുത യാണ് പാർട്ടി സാരഥികൾ കാണാതിരിക്കുന്നത്. ശബരിമല കയറുന്ന സഖാക്കളും മക്കയിലേക്കും മലയാറ്റൂരിലേക്കും തീർത്ഥാടനം നടത്തുന്ന പാർട്ടിക്കാരും മതവിശ്വാസജന്യമായ ലോകവീക്ഷണം അറിഞ്ഞോ അറിയാതെയോ സ്വാംശീകരിക്കുന്നുണ്ട്. ആ പ്രക്രിയ തുടരുംതോറും അവരുടെ ഹൃദയങ്ങളിൽനിന്നു മാർക്സും എംഗൽസും ലെനിനും കുടി യിറങ്ങുകയും തൽസ്ഥാനങ്ങളഇൽ രാമനും അല്ലാഹുവും കർത്താവും കയറിപ്പറ്റുകയും ചെയ്യുന്നു.

കമ്മ്യൂണിസ്റ്റ് അണികളിൽ വളരുന്നതും പാർട്ടി പ്രോത്സാഹിപ്പിക്കു ന്നതുമായ ഈ പ്രവണത രാഷ്ട്രീയ മതക്കാർ സർവാത്മനാ സ്വാഗതം ചെയ്യുന്നുണ്ടെന്ന യാഥാർത്ഥ്യം ശ്രദ്ധിക്കപ്പെടാതെ പോകരുത്. കമ്മ്യൂ ണിസ്റ്റ് ആശയങ്ങളിൽനിന്നു അചിരേണ ആളുകളെ തങ്ങളുടെ ലാവണങ്ങളിലെത്തിക്കാൻ പ്രസ്തുത പ്രവണത ഉപകരിക്കുമെന്നു ഹിന്ദുത്വരും ഇസ്ലാമിസ്റ്റുകളും മനസ്സിലാക്കുന്നു. പാർട്ടിയാകട്ടെ, അംഗ ങ്ങളും അണികളും മതലഹരിയിൽ അഭിരമിച്ചാലെന്ത്, അവരുടെ വോട്ടു തങ്ങളുടെ പെട്ടിയിൽ വീഴുമല്ലോ എന്ന് ആശ്വസിക്കുകയാണ് ചെയ്യുന്നത്.

ഈ പോക്ക് എത്രത്തോളം അപകടകരമായിരിക്കുമെന്നതിന് ഒരു ഇറാഖിയൻ അനുഭവം നമ്മുടെ മുമ്പിലുണ്ട്. പുതിയ നൂറ്റാണ്ടിന്റെ തുടക്കത്തിൽ അമേരിക്ക 'ഭീകരതയ്ക്കെതിരെ യുദ്ധം' പ്രഖ്യാപിച്ചു. സെപ്തംബർ 11-ലെ ചാവേർ ആക്രമണത്തെതുടർന്നു ബിൻലാദന്റെ തട്ടകമായ അഫ്ഗാനിസ്താനിൽ മാത്രമല്ല അമേരിക്ക സൈനിക ഇടപെടൽ നടത്തിയത്. 2003-ൽ അമേരിക്കൻ ഭരണകൂടം സദ്ദാം ഹുസൈന്റെ ഇറാഖിലും ആക്രമണമഴിച്ചുവിട്ടു. സദ്ദാമിനു ലാദന്റെ അൽഖയ്ദയുമായി ബന്ധമുണ്ടെന്നും ഇറാഖിൽ സർവനശീകരണായുധ ങ്ങളുണ്ടെന്നുമുള്ള അടിസ്ഥാനരഹിതമായ ആരോപണങ്ങൾ ഉന്നയിച്ചാ യിരുന്നു ജോർജ് ബുഷിന്റെ ഇറാഖ് ആക്രമണം.

സദ്ദാം ഹുസൈൻ ഏകാധിപതിയായിരുന്നു എന്നതു ശരിയാണ്. പക്ഷേ, അദ്ദേഹം കറകളഞ്ഞ മതേതരവാദിയും ഇസ്ലാമിസത്തിന്റെ ശത്രു വുമായിരുന്നു. ഇറാഖി ദേശീയതയും മതനിരപേക്ഷതയും നെഞ്ചേറ്റുന്ന ബഅത് പാർട്ടിയുടെ നേതാവായിരുന്നു സദ്ദാം. തന്റെ രാഷ്ട്രത്തിൽ ആ മനുഷ്യൻ കാഴ്ചവെച്ചതു മതേതര ഭരണമായിരുന്നുതാനും.

പക്ഷേ, അമേരിക്കയുടെ ആക്രമണം കനത്തപ്പോൾ തന്റെ സൈന്യ ത്തെയും ജനങ്ങളെയും കൂടെ നിർത്താനും അവരിൽ പോരാട്ടവീര്യം വർധിപ്പിക്കാനും മതവികാരം പ്രയോജനപ്പെടുത്തുക എന്ന അബദ്ധം

സദ്ദാമിൽ നിന്നുണ്ടായി. അമേരിക്കയുടെ യുദ്ധം ഇസ്ലാമിനെതിരാണെന്നും താൻ ഇസ്ലാമിനുവേണ്ടിയാണ് പൊരുതുന്നതെന്നും അദ്ദേഹം പ്രഖ്യാപിച്ചു. അതോടെ ബഅത് പാർട്ടി പിന്തുടർന്ന നാഷണലിസത്തിന്റെയും സെക്യുലറിസത്തിന്റെയും സ്ഥാനത്ത് ഇസ്ലാമിസം സ്ഥാപിക്കപ്പെട്ടു.

ദേശീയ മതേതര ഇറാഖിന്റെ ക്ഷയമായിരുന്നു ഫലം. മതേതര ദേശീയ സ്പിരിറ്റ് ജനങ്ങളിൽ നിന്നു ചോരുകയും പകരം ജിഹാദി സ്പിരിറ്റ് കയറിവരുകയും ചെയ്തു. ഈ സാഹചര്യത്തിലാണ് അബു മുസബുൽ സർഖാവി എന്ന ജിഹാദിസ്റ്റ്, ഐ.എസ്സിന്റെ മുൻരൂപത്തിന് ഇറാഖിൽ അടിത്തറയിട്ടത്. 2014-ൽ ബാഗ്ദാദി പ്രഖ്യാപിച്ച ഖിലാഫത്ത് സർഖാവിസത്തിന്റെ വികാസമായിരുന്നു. അന്തിമ വിശകലനത്തിൽ സർഖാവിയേയും ബാഗ്ദാദിയേയും സഹായിച്ച മുഖ്യഘടകം സദ്ദാം ഹുസൈൻ സ്വന്തം ജനതയിൽ കുത്തിവെച്ച മതവികാരമാണ്. അധികാര ലബ്ധി ഉന്നമിട്ട് നമ്മുടെ നാട്ടിൽ മതാനുരാഗത്തിന്റെ പാതയിൽ നീങ്ങുന്ന ഇടതുപക്ഷം ഇറാഖിൽ ബഅത് പാർട്ടിക്കുണ്ടായ ദുരനുഭവം ഓർമിക്കുന്നതു നന്നായിരിക്കും.

(മാർച്ച്, 2016)

ഗുലാം അലി മാത്രം പോര,
മലാലയും വരണം

പാക് ഗസൽ ഗായകൻ ഗുലാം അലി വർഗീയവാദിയോ മതമൗലിക വാദിയോ ഇന്ത്യാവിരുദ്ധനോ ഒന്നുമല്ല. മതങ്ങളുടെയും ദേശങ്ങളുടെയും വംശങ്ങളുടെയും ഭാഷകളുടെയും അതിരുകൾ ഭേദിക്കുന്ന സംഗീതത്തിന്റെ ഉപാസകനാണ് അദ്ദേഹം. അത്തരം ഒരാൾ ഇന്ത്യയുടെ മണ്ണിൽ ആലാപനത്തിനു വരുന്നത് സുമനസ്സുകൾ സർവാത്മനാ സ്വാഗതം ചെയ്യുകയേ ഉള്ളൂ. പക്ഷേ, ദൗർഭാഗ്യമെന്നു പറയണം, ആദ്യം മുംബൈയിലും പിന്നീട് ഡൽഹിയിലും ഗുലാം അലിയുടെ സംഗീതസായാഹ്നം നിർദ്ദേശിക്കപ്പെട്ടപ്പോൾ ശിവസേനക്കാരും സമാനമനസ്കരും ക്രൗര്യത്തിന്റെ വാരിക്കുന്തങ്ങളുമേന്തി രംഗത്ത് വന്നു. തന്മൂലം സംഘാടകർക്ക് ആ പരിപാടിയിൽനിന്നു പിൻമാറേണ്ടി വരുകയും ചെയ്തു.

വർഗീയോന്മാദത്തിലും അപര സംസ്കാരദ്വേഷത്തിലുമധിഷ്ഠിതമായ ഇത്തരം എതിർപ്പുകളെ മതനിരപേക്ഷതയുടെയും മാനവികതയുടെയും പക്ഷത്ത് നിൽക്കുന്നവർ സർവശക്തിയുമെടുത്ത് പ്രതിരോധിക്കേണ്ടതുണ്ട്. ആ ദൗത്യം നിർവഹിക്കാൻ ഇന്ത്യയുടെ തെക്കേ അറ്റത്ത് കേരളത്തിൽ 'സ്വരലയ' ഉണ്ടായി. സി.പി.ഐ.എമ്മിന്റെ പൊളിറ്റ് ബ്യൂറോ അംഗം എം.എ.ബേബിയുടെ നിയന്ത്രണത്തിലുള്ള സ്വരലയയുടെ ക്ഷണപ്രകാരം പാക് ഗായകൻ ഗുലാം അലി ജനുവരി 15-ന് തിരുവനന്തപുരത്തും 17-ന് കോഴിക്കോട്ടും ഗസൽരാവുകൾ തീർക്കും.

ബേബിയും അദ്ദേഹത്തിന്റെ പാർട്ടിയും അഭിനന്ദനമർഹിക്കുന്നു എന്ന കാര്യത്തിൽ തർക്കമില്ല. മുമ്പ് ഭൂരിപക്ഷ വർഗീയവാദികളുടെ കടന്നാക്രമണത്തെത്തുടർന്ന് ഇന്ത്യ വിട്ടുപോകേണ്ടിവരുകയും ഖത്തറിൽ പ്രവാസജീവിതം നയിക്കാൻ നിർബന്ധിക്കപ്പെടുകയും ചെയ്ത വിശ്രുത ചിത്രകാരൻ എം.എഫ് ഹുസൈനെ കേരളത്തിൽ കൊണ്ടുവരാൻ ശ്രമം നടത്തിയതിന്റെ ക്രെഡിറ്റും ബേബിക്കും സ്വരലയയ്ക്കും മാർക്സിസ്റ്റ് പാർട്ടിക്കും അവകാശപ്പെട്ടതാണ്. അന്നു ഹുസൈന് വരാൻ സാധിച്ചില്ലെങ്കിലും സംഘപരിവാർ ശത്രുവായി കാണുന്ന ചിത്രകാരനെ കേരളത്തിൽ വരുത്തി ആദരിക്കുമെന്നു പറയാനുള്ള ചങ്കൂറ്റം എം.എ. ബേബിക്കും കൂട്ടർക്കുമുണ്ടായി.

അതേ കാലയളവിൽ പക്ഷേ, വേറെ ചില നോവലിസ്റ്റുകളും എഴുത്തുകാരുമൊക്കെ ഇന്ത്യയിലെ ന്യൂനപക്ഷ വർഗീയവാദികളാൽ നിർഭയം

വേട്ടയാടപ്പെട്ടിരുന്നു. സൽമാൻ റുഷ്ദിയും തസ്‌ലീമ നസ്റീനും സനൽ ഇടമറുകും അക്കൂട്ടത്തിൽപെടും. എം.എഫ്. ഹുസൈന്റെ അതേ ദുർവിധി ഏറ്റുവാങ്ങേണ്ടിവന്ന എഴുത്തുകാരനാണ് സനൽ ഇടമറുക്. ക്രൈസ്തവ മതാന്ധരുടെ കടന്നാക്രമണങ്ങളെത്തുടർന്ന് രാജ്യത്ത് തുടരാൻ സാധിക്കാതെ വന്നപ്പോഴാണ് സനൽ വിദേശത്തേക്കു കടന്നത്. ഇപ്പോഴും അദ്ദേഹം മാതൃരാജ്യത്തേക്ക് വരാൻ സാധിക്കാതെ ഫിൻലൻഡിൽ പ്രവാസജീവിതം നയിക്കുകയാണ്. എം.എഫ്. ഹുസൈനെയും ഗുലാം അലിയെയും ഇന്ത്യയിൽ (കേരളത്തിൽ) കൊണ്ടുവരാൻ താല്പര്യമെടുത്ത ബേബിയും സ്വരലയയും കേരളീയൻ കൂടിയായ സനൽ ഇടമറുകിനെ ജന്മനാട്ടിലേക്ക് കൊണ്ടുവരുന്നതിനെക്കുറിച്ച് ആലോചിക്കുക പോലുമുണ്ടായില്ല.

ഇടമറുകിന്റെ കാര്യത്തിൽ മാത്രമല്ല, ബേബി-സ്വരലയ-സി.പി.ഐ. എം. കൂട്ടുകെട്ട് മുഖം തിരിച്ചുനിന്നത്. ആഗോളപ്രശസ്തനായ റുഷ്ദി ജയ്പൂർ സാഹിത്യോത്സവത്തിൽ പങ്കെടുക്കുന്നതിനെതിരെ 2012-ൽ മുസ്ലിം വലതുപക്ഷം ചന്ദ്രഹാസമിളക്കുകയും റുഷ്ദിക്ക് തന്റെ യാത്ര ഉപേക്ഷിക്കേണ്ടിവരികയും ചെയ്തിരുന്നു. ഈ ഘട്ടത്തിൽ, ഇസ്ലാമിക തീവ്രവാദികൾ ഉപരോധിക്കുന്ന സൽമാൻ റുഷ്ദിയെ കേരളത്തിലേക്ക് ക്ഷണിക്കാനോ അദ്ദേഹത്തെ ഏതെങ്കിലും സമ്മേളനത്തിൽ പങ്കെടുപ്പിക്കാനോ ഉള്ള ശ്രമം പൊളിറ്റ് ബ്യൂറോ അംഗത്തിന്റെയോ അദ്ദേഹത്തിന്റെ പാർട്ടിയുടെയോ ഭാഗത്തുനിന്നുണ്ടായില്ല.

മുഖ്യധാരാ ഇടതുപക്ഷം തസ്‌ലിമ നസ്റീൻ എന്ന നോവലിസ്റ്റിനോട് കാണിച്ചത് അതിനേക്കാൾ ഗുരുതരമായ അപരാധവും അനീതിയുമാണ്. ബംഗ്ലാദേശിലെ ഇസ്ലാമിസ്റ്റുകളാൽ വേട്ടയാടപ്പെട്ടതിനെത്തുടർന്ന് മാതൃരാജ്യം വിട്ട് പല ദേശങ്ങളിൽ കറങ്ങി ഒടുവിൽ കൊൽക്കത്തയിൽ അഭയം തേടിയ ആ എഴുത്തുകാരിക്ക് 2010-ൽ ആ നഗരം വിട്ട് പോകേണ്ടിവന്നു. അന്ന് പശ്ചിമ ബംഗാൾ ഭരിക്കുന്നത് ഇടതുപക്ഷമാണ്. പക്ഷേ, നസ്റിനോടൊപ്പം നിൽക്കേണ്ട സി.പി.ഐ.എം. ആ നാളുകളിൽ മുസ്ലിം പൗരോഹിത്യത്തോടൊപ്പമാണ് നിന്നത്. തദ്ദേശ തെരഞ്ഞെടുപ്പ് നടക്കാനിരിക്കെ, മതാന്ധനായ ഒരു മുസ്‌ലിം പുരോഹിതൻ തസ്‌ലിമയെ കൊൽക്കത്തയിൽനിന്നു കെട്ടുകെട്ടിക്കണമെന്നാവശ്യപ്പെട്ടപ്പോൾ മുസ്ലിം വോട്ടുബാങ്കിൽ മാത്രം കണ്ണുനട്ട ഇടതർ തസ്‌ലിമയെ തള്ളി. ബംഗാളിയായ ആ എഴുത്തുകാരി സ്വന്തം ദേശത്തെപ്പോലെ താൻ സ്നേഹിച്ച പടിഞ്ഞാറൻ ബംഗാളിൽനിന്നു നിഷ്കരുണം തുരത്തപ്പെട്ടു.

കഴിഞ്ഞ എട്ടുവർഷത്തോളമായി നസ്റീൻ ഇന്ത്യയിലുണ്ട്. സി.പി.ഐ.എമ്മോ അതിന്റെ വ്യത്യസ്ത പോഷകസംഘടനകളോ മാത്രമല്ല, ആ പാർട്ടിയുടെ വനിതാവിംഗായ അഖിലേന്ത്യാ ജനാധിപത്യ മഹിളാ അസോസിയേഷൻപോലും ഇന്നേവരെ ആ നോവലിസ്റ്റിനെ തങ്ങളുടെ ഏതെങ്കിലും പരിപാടിയിൽ പങ്കെടുപ്പിച്ചിട്ടില്ല. തസ്‌ലിമയോട് സഖാക്കൾ കാണിക്കുന്ന ഈ അസ്പൃശ്യതയ്ക്കു കാരണം ഒന്നേയുള്ളൂ. മുസ്ലിം

വർഗീയ-മതമൗലിക ലോബി ശത്രുപക്ഷത്ത് സ്ഥാപിച്ച ആ എഴുത്തുകാരിയോട് അടുപ്പം കാണിച്ചാൽ മുസ്ലിം വോട്ട് നഷ്ടപ്പെടുമെന്നു മാർക്സിസ്റ്റ് നേതൃത്വം വൃഥാ ഭയപ്പെടുന്നു.

സനൽ ഇടമറുകിനോടും സൽമാൻ റുഷ്ദിയോടും തസ്ലീമ നസ്റിനോടും മുഖ്യധാരാ ഇടതുനേതൃത്വം പ്രദർശിപ്പിച്ച അയിത്ത മനോഭാവം അവിടെയിരിക്കട്ടെ. മൂന്നു വർഷം മുമ്പ് പാക്കിസ്താനിലെ സ്വാത് താഴ്വരയിൽ പതിനാലു വയസ്സുള്ള മലാല യൂസുഫ്സായ് എന്ന പെൺകുട്ടി താലിബാൻ ഭീകരരുടെ വെടിയുണ്ടയ്ക്ക് വിധേയയാക്കപ്പെട്ടിരുന്നു. പെൺകുട്ടികൾക്ക് വിദ്യാഭ്യാസം നൽകണമെന്ന ആവശ്യമുന്നയിച്ചതിനാണ് മലാല മാരകമായി ആക്രമിക്കപ്പെട്ടത്. കഴിഞ്ഞ വർഷം ആ കുട്ടിക്ക് സമാധാനത്തിനുള്ള നൊബേൽ സമ്മാനം ലഭിക്കുകയും ചെയ്തു. ഹൈന്ദവ തീവ്രവാദികളാൽ ഉപരോധമേർപ്പെടുത്തപ്പെട്ട ഗുലാം അലിയെ കേരളത്തിലേക്ക് ക്ഷണിക്കുന്നവർ മുസ്ലിം തീവ്രവാദികളാൽ ആക്രമിക്കപ്പെട്ട മലാല യൂസുഫ്സായിയെ ഇന്നാട്ടിലേക്ക് ക്ഷണിക്കാതിരിക്കുന്നത് എന്തുകൊണ്ട്? വൃന്ദ കരാട്ടും ജനാധിപത്യ മഹിള അസോസിയേഷനുമൊക്കെ രാജ്യത്ത് വനിതാ പാർലമെന്റ് വരെ സംഘടിപ്പിക്കുമ്പോൾ പെൺവിദ്യാഭ്യാസത്തിനുവേണ്ടി ശബ്ദമുയർത്തിയതിന്റെ പേരിൽ വലിയ വില നൽകേണ്ടിവന്ന പാക് പെൺകുട്ടിയെ ഏതെങ്കിലും പരിപാടിയിലേക്ക് ക്ഷണിക്കാൻ മുഖ്യധാരാ മാർക്സിസ്റ്റ് കുടുംബത്തിനു സാധിക്കാതെ പോകുന്നതിന്റെ പൊരുളെന്താണ്?

ആലോചിച്ച് തല പുണ്ണാക്കേണ്ട കാര്യമില്ല. താലിബാൻ തീവ്രവാദികൾ മലാലയ്ക്ക് നേരെ വെടിയുതിർത്തപ്പോൾ കേരളത്തിലെ ഇസ്ലാമിസ്റ്റുകൾ പറഞ്ഞത് ആ വധശ്രമത്തിനു പിന്നിൽ സി.ഐ.എ ആണെന്നായിരുന്നു. താലിബാൻ കിങ്കരർ 'വിശുദ്ധ പോരാളികളാ'ണെന്ന സന്ദേശം നൽകാൻ അവർ ഒളിഞ്ഞും തെളിഞ്ഞും ശ്രമിച്ചുകൊണ്ടിരുന്നു. ഇന്ത്യാക്കാരനായ കൈലേഷ് സത്യാർത്ഥിയോടൊപ്പം മലാല യൂസുഫ്സായിക്ക് നൊബേൽ സമ്മാനം നൽകപ്പെട്ടപ്പോഴും മുസ്ലിം വലതുപക്ഷം അതിനു പിന്നിൽ ദർശിച്ചത് 'പാശ്ചാത്യലോബിയുടെ ഗൂഢാലോചന'യാണ്. മുസ്ലിം ഫണ്ടമെന്റലിസ്റ്റുകൾ മലാലയെ ഇസ്ലാംവിരുദ്ധയും അസ്പൃശ്യയുമായി കാണുന്നു എന്നു ചുരുക്കം. അത്തരക്കാരെ ആദരിക്കാനോ ഇന്ത്യയിലേക്ക് ക്ഷണിക്കാനോ ബേബി-സ്വരലയ-ജനാധിപത്യ മഹിളാ അസോസിയേഷൻ ടീമിന് നട്ടെല്ലില്ല. പുരോഗമന ചിന്തയോ മതനിരപേക്ഷതയോ മാർക്സിസ്റ്റ് മൂല്യങ്ങളോ ഒന്നുമല്ല വോട്ടും അധികാരവും അത് സമ്മാനിക്കുന്ന സൗഭാഗ്യങ്ങളും മാത്രമാണ് അവരെ സംബന്ധിച്ചിടത്തോളം കാമ്യം. അതുകൊണ്ടത്രേ ഗുലാം അലിയെപ്പോലുള്ളവർക്കു മാത്രം ചുവപ്പു പരവതാനി വിരിക്കപ്പെടുന്നതും മലാല യൂസുഫ്സായിയെപ്പോലുള്ളവർ വിസ്മരിക്കപ്പെടുന്നതും. അഭിശപ്തമായ ഈ ഇരട്ടത്താപ്പുമായി ദീർഘദൂരം സഞ്ചരിക്കാൻ സാധിക്കില്ലെന്ന വിവേകം എത്ര പെട്ടെന്ന് അവർക്കുണ്ടാകുന്നുവോ അത്രയും നല്ലത്.

(ജനുവരി, 2016)

മതമില്ലാത്ത ദൈവം
'മദ'മുള്ള മനുഷ്യർ

കേറൻ ആംസ്ട്രോങ്ങിന്റെ പ്രശസ്ത ഗ്രന്ഥങ്ങളിൽ ഒന്നാണ് 'എ ഹിസ്റ്ററി ഓഫ് ഗോഡ്'. ദൈവത്തിന്റെ ചരിത്രത്തിലേക്കു തിരഞ്ഞു നോക്കുന്ന ഈ പുസ്തകത്തിലെ ഒന്നാം അധ്യായം തുടങ്ങുന്നത് 'ദൈവം എന്ന ആശയത്തിന്റെ ഉദ്ഭവം' എന്ന കൃതിയുടെ രചയിതാവായ ഫാദർ വിൽഹെം ഷിമിറ്റ് ദൈവത്തിന്റെ ആവിർഭാവത്തെക്കുറിച്ചു പറഞ്ഞ കാര്യം പ്രതിപാദിച്ചുകൊണ്ടാണ്.

1912-ൽ ഫാദർ ഷിമിറ്റ് പ്രസിദ്ധപ്പെടുത്തിയ കൃതിയിൽ പറയുന്ന തിപ്രകാരം: തുടക്കത്തിൽ മനുഷ്യർ ഒരു ദൈവത്തെ സൃഷ്ടിച്ചു - എല്ലാ റ്റിന്റെയും ആദിഹേതുവും ആകാശഭൂമികളുടെ അധിപനുമായ ദൈവം. അദ്ദേഹത്തിനു പ്രത്യേക രൂപമോ ആകൃതിയോ നൽകപ്പെട്ടിരുന്നില്ല. ക്ഷേത്രമോ സേവിക്കാൻ പുരോഹിതരോ ആ ദൈവത്തിന് ഉണ്ടായിരു ന്നില്ല. ക്രമേണ പ്രസ്തുത ദൈവം മാനവബോധത്തിൽനിന്നു മങ്ങി മറഞ്ഞു. മനസ്സിൽനിന്ന് ഏറെ അകന്നപ്പോൾ അങ്ങനെയൊരു ദൈവ ത്തിന്റെ ആവശ്യമില്ലെന്നു മനുഷ്യർ തീരുമാനിച്ചു. ഒടുവിൽ ദൈവം അപ്രത്യക്ഷനായതായി പറയപ്പെടുന്നു.

ഈശ്വരോത്പത്തിയെക്കുറിച്ചു വൈദികനായ വിൽഹെം ഷിമിറ്റ് പറഞ്ഞതിനോടു സ്വേശ്വരമതങ്ങളിൽ വിശ്വസിക്കുന്നവർ യോജിക്കുക യില്ലെന്നതു കട്ടായം. കാരണം, ചാർവാക, ബൗദ്ധ, ജൈന മതങ്ങളിൽ നിന്നു വ്യത്യസ്തമായി സ്വേശ്വരമതങ്ങളുടെ അടിക്കല്ലും ആത്മാവും കിടക്കുന്നത് ഈശ്വരവിശ്വാസത്തിലാണ്. അതില്ലെങ്കിൽ അവയ്ക്കു നില നില്പില്ല. പക്ഷേ, അത്തരം മതങ്ങൾ പോലും ദൈവം ആരുടെയെങ്കിലും തറവാട്ടു സ്വത്താണെന്ന വീക്ഷണം പുലർത്തുന്നില്ല. മാനവരാശിയുടെ പൊതുസ്വത്തായി മാത്രമേ വിവേകമതികളായ വിശ്വാസികൾ ദൈവത്തെ കാണുന്നുള്ളൂ.

വിവേകശാലിത്വമില്ലാത്ത മതവികാരജീവികൾ എല്ലാ കാലത്തും ദൈവത്തിനു തങ്ങളുടെ മതത്തിന്റെ ഊടും പാവും നിറവും മണവും നൽകിപ്പോന്നിട്ടുണ്ട്. ആ വകുപ്പിൽപ്പെട്ട ജൂതർ തങ്ങളുടെ ദൈവമായ യഹോവയ്ക്ക് ജൂതമതത്തിന്റെയും ക്രൈസ്തവർ തങ്ങളുടെ ദൈവമായ

കർത്താവിനു ക്രിസ്തുമതത്തിന്റെയും മുസ്‌ലിങ്ങൾ തങ്ങളുടെ ദൈവ മായ അല്ലാഹുവിന് ഇസ്‌ലാം മതത്തിന്റെയും വർണഭാവങ്ങൾ കല്പിക്കുന്നു. ഹിന്ദുക്കളാകട്ടെ, തങ്ങൾ ആരാധിക്കുന്ന വിവിധ ദൈവ ങ്ങളെ തങ്ങളുടെ മതത്തിന്റെ ചായക്കൂട്ടിൽ ഒരുക്കിനിർത്തുന്നു.

വിവേകത്തിൽനിന്നു വ്യതിചലിച്ച മതവിശ്വാസികൾ അങ്ങനെ ചെയ്യു മ്പോൾ കുഴങ്ങുന്നതു ദൈവമാണ്. മതമില്ലാത്ത ദൈവം പല മതങ്ങളു ടെയും രൂപഭാവങ്ങൾ സ്വീകരിക്കേണ്ടി വരികയും ഓരോരോ മതത്തിന്റെ പടത്തലവവേഷം അണിയാൻ നിർബന്ധിക്കപ്പെടുകയും ചെയ്യുന്നു. മതവികാരത്താൽ ഭരിക്കപ്പെടുന്ന ഇസ്‌ലാം മതവിശ്വാസികൾ തങ്ങളുടെ പോർവീര് അപരരെ ബോധ്യപ്പെടുത്താൻ 'അല്ലാഹു അക്ബർ' എന്ന് അട്ടഹസിക്കുമ്പോൾ അതേ വികാരതലത്തിൽ നിൽക്കുന്ന ഹിന്ദുമത വിശ്വാസികൾ തങ്ങളുടെ രണോത്സുകത പ്രകടിപ്പിക്കാൻ 'ജയ് ശ്രീറാം' എന്നലറുന്നു. 'ശ്രീരാം അക്ബർ' എന്നു മുസ്‌ലിങ്ങളോ 'ജയ് അല്ലാഹു' എന്നു ഹിന്ദുക്കളോ വിളിച്ച ചരിത്രമില്ല. അല്ലാഹുവും ശ്രീരാമനും രണ്ടാ ണെന്ന് ഇരുവിഭാഗവും കരുതുന്നു എന്നർത്ഥം.

മതത്തെ വെറും വികാരമായി കൊണ്ടുനടക്കുന്നവർ മതമില്ലാത്ത ദൈവത്തിൽ മതം അധ്യാരോപിക്കുക മാത്രമല്ല ചെയ്യുന്നത്. ദൈവത്തെ സൂചിപ്പിക്കുന്ന ചില പദങ്ങൾ തങ്ങളുടെ ദൈവത്തെ സൂചിപ്പിക്കാൻ മാത്രമാണുള്ളതാണെന്ന തെറ്റായ ധാരണ അവർ വെച്ചുപുലർത്തുകയും ചെയ്യുന്നു. അത്തരം പദങ്ങളിലൊന്നാണ് 'പടച്ചോൻ'. സ്രഷ്ടാവ് എന്നർത്ഥം വരുന്ന 'പടച്ചവൻ' ലോപിച്ചാണ് പടച്ചോൻ ഉണ്ടായത്. ആ പദം തങ്ങളുടെ ദൈവത്തെ കുറിക്കാൻ മാത്രമുള്ളതാണെന്ന പിഴച്ച ധാരണ മലയാളികളായ മുസ്‌ലിങ്ങളിൽ ചിലർക്കെങ്കിലുമുണ്ട്.

ആ ഗണത്തിൽ പെട്ടവരാണ് എഴുത്തുകാരനും സാമൂഹിക പ്രവർത്ത കനുമായ പി. ജിംഷാറിന്റെ 'പടച്ചോന്റെ ചിത്രപ്രദർശനം' എന്ന കഥാ സമാഹാരത്തിന്റെ ശീർഷകം കണ്ടു മദമിളകിയവർ. (ആറു വർഷം മുമ്പ് 2010-ൽ തൊടുപുഴ ന്യൂമാൻ കോളേജ് അധ്യാപകൻ ജോസഫിന്റെ കൈവെട്ടിയവരെ പ്രകോപിപ്പിച്ച ചോദ്യക്കടലാസിലും 'പടച്ചോൻ' എന്ന വാക്കുണ്ടായിരുന്നുവെന്ന് ആനുഷംഗികമായി ഓർക്കാം) പടച്ചോൻ സമം മുസ്‌ലിങ്ങളുടെ ദൈവം എന്ന നിഗമനത്തിലേക്കു ചാടുകയും പ്രസിദ്ധീ കരിക്കാൻ പോകുന്ന പുസ്തകം വായിക്കാതെതന്നെ തങ്ങളുടെ ദൈവം അതിൽ അപമാനിക്കപ്പെടുന്നുണ്ട് എന്നു തീർച്ചപ്പെടുത്തുകയും ചെയ്ത മതവികാരജീവികൾ കഥാകൃത്തിനെ കൂറ്റനാട് എന്ന സ്ഥലത്തുവെച്ച് തല്ലിച്ചതയ്ക്കുകയായിരുന്നു.

ജിംഷാർ തന്റെ പുസ്തകത്തിനു നൽകിയ ശീർഷകം 'ദൈവത്തിന്റെ ചിത്രപ്രദർശനം' എന്നോ 'ഈശ്വരന്റെ ചിത്രപ്രദർശനം' എന്നോ 'ഭഗ വാന്റെ ചിത്രപ്രദർശനം' എന്നോ ആയിരുന്നെങ്കിൽ കൂറ്റനാട് സംഭവം ഉണ്ടാകുമായിരുന്നില്ല. അതേസമയം ജിംഷാറിന്റെ കഥാസമാഹാരത്തിന്റെ

പേര് 'അല്ലാഹുവിന്റെ ചിത്രപ്രദർശനം' എന്നായിരുന്നെങ്കിൽ തല്ല് ഉറപ്പാണുതാനും. കാരണം, പടച്ചോൻ എന്ന പോലെ അല്ലാഹുവും തങ്ങളുടെ മാത്രം ദൈവമാണെന്നു തല്ലിയവർ കരുതുന്നു. ഗാന്ധിജിയെ പ്പോലെ 'ഈശ്വർ, അള്ളാ തേരെ നാം/സബ്കോ സന്മതി ദേ ഭഗവാൻ' എന്ന് ഉരുവിടാൻ മാത്രമുള്ള ഹൃദയവിശാലത തങ്ങളുടെ മതാധ്യയന ത്തിൽനിന്ന് അവർക്കു കൈവന്നിട്ടില്ല.

മതമില്ലാത്ത ദൈവത്തിനു മതം നൽകുകയും സ്വമതത്തിന്റെ ചാപ്പ കുത്തി അപരമതങ്ങളിൽനിന്നു ദൈവത്തെ വകുത്തുമാറ്റി സ്വന്തം തറ വാട്ടുസ്വത്താക്കി മാറ്റുകയും ചെയ്യുന്നവർ പ്രവാചകന്മാരുടെ കാര്യത്തിൽ സ്വീകരിക്കുന്നതും ഇതേ സങ്കുചിത നിലപാടുതന്നെയാണ്. ഇംഗ്ലീഷിൽ 'പ്രോഫെറ്റ്സ്' എന്നും മലയാളത്തിൽ പ്രവാചകർ എന്നും വ്യവഹരി ക്കപ്പെടുന്നവർ അതത് കാലത്ത് അതത് സമൂഹങ്ങളിൽ ഉയർന്നുവന്ന സാമൂഹിക പരിഷ്കർത്താക്കളാണ്. ജനങ്ങളെ കൂടുതൽ സംസ്കൃത ചിത്തരാക്കാൻ ഭഗീരഥയത്നം നടത്തിയ ചരിത്രപുരുഷന്മാർ എന്ന നിലയിൽ മാനവസമൂഹത്തിന്റെ പൊതുപൈതൃകാംശങ്ങളായി വേണം അവർ വിലയിരുത്തപ്പെടാൻ. മുഹമ്മദ് നബിയെ മുസ്ലിങ്ങളുടെ മാത്രമോ യേശുക്രിസ്തുവിനെ ക്രൈസ്തവരുടെ മാത്രമോ രാമനെയും കൃഷ്ണ നെയും ഹിന്ദുക്കളുടെ മാത്രമോ സാംസ്കാരിക പൈതൃകമായി ചുരു ക്കുന്നതു ചരിത്രത്തോടു ചെയ്യുന്ന അനീതിയാണ്.

"പടച്ചോന്റെ ചിത്രപ്രദർശന'ത്തിലേക്കു നമുക്ക് തിരിച്ചുപോകാം. ആറു വയസ്സുകാരിയായ പൊന്നോമന മകൾ ലൈംഗിക പീഡനത്തി നിരയായി മരിച്ചതിനെത്തുടർന്നു മനോരോഗത്തിലേക്കു വഴുതിയ ഒരമ്മയുടെ വിഭ്രാമക ജീവിതമാണ് ആ കഥയുടെ പ്രമേയം. 2014 ജനു വരിയിൽ 'ശാന്തം' എന്ന സമാന്തര മാസികയിൽ അച്ചടിച്ചുവന്ന ആ രചനയിൽ ആരുടെയെങ്കിലും മതത്തെയോ ദൈവത്തെയോ അപമാനി ക്കുന്ന പരാമർശങ്ങളൊന്നുമില്ല. എന്നിട്ടും പുസ്തകത്തിന്റെ ശീർഷക ത്തിൽ 'പടച്ചോൻ' വരുന്നുണ്ടെന്നും അതു തങ്ങളുടെ പടച്ചോനെ പരി ഹസിക്കുന്നതാണെന്നും സ്വയം തീർപ്പു കല്പിച്ചു ഹിംസയുടെ മാർഗ ത്തിലേക്ക് എടുത്തുചാടുകയായിരുന്നു മതത്തിനു പകരം മദം കൈമുതലായുള്ളവർ.

ജിംഷാറിനെ ക്രൂരമായി മർദ്ദിച്ചവർ ഏതു പ്രസ്ഥാനത്തിന്റെ പ്രവർത്ത കരാണോ ആ പ്രസ്ഥാനം മനുഷ്യാവകാശങ്ങളെക്കുറിച്ചു ഗിരിപ്രഭാഷ ണങ്ങൾ നടത്താറുണ്ട്. തമിഴ് സാഹിത്യകാരനായ പെരുമാൾ മുരുകൻ ഹൈന്ദവ തീവ്രവാദികളുടെ ഭീഷണിയെത്തുടർന്ന് എഴുത്തു നിർത്താൻ നിർബന്ധിതനായ സന്ദർഭത്തിൽ മുരുകനോട് ഐക്യദാർഢ്യം പ്രകടി പ്പിക്കാൻ ആ ന്യൂനപക്ഷ തീവ്രവാദ പ്രസ്ഥാനം മുന്നോട്ടു വന്നിരുന്നു. ആവിഷ്കാര സ്വാതന്ത്ര്യവും മനുഷ്യാവകാശങ്ങളും ഹനിക്കുന്നത് അപരമതങ്ങളിൽപ്പെട്ട തീവ്രവാദികളാകുമ്പോൾ അതിനെ രൂക്ഷമായി

വിമർശിക്കുകയും അതേ തെറ്റും അതേ ഹിംസാത്മക പ്രതികരണങ്ങളും സ്വയം ആവർത്തിക്കുകയും ചെയ്യുന്നതിലെ കാപട്യം ആ പ്രസ്ഥാനക്കാർ കണ്ടില്ലെന്നു നടിക്കുന്നു.

ജിംഷാർ സംഭവത്തിൽ മതേതര പാർട്ടികൾ വേണ്ടത്ര ഗൗരവത്തിൽ പ്രതികരിച്ചില്ലെന്നതും ചൂണ്ടിക്കാണിക്കപ്പെടണം. മുരുകൻ വേട്ട നടന്നപ്പോൾ ഭൂരിപക്ഷ വർഗീയതയ്ക്കെതിരെ നമ്മുടെ സെക്യുലർ പാർട്ടികൾ പ്രകടിപ്പിച്ച വീറും വാശിയുമൊന്നും ജിംഷാർ വേട്ട നടന്നപ്പോൾ ഇല്ലാതെ പോയി. അവയുടെ പ്രതികരണം പൊതുവിൽ തണുത്തതായിരുന്നു.

മുസ്ലിം മതോന്മാദികൾക്കു പകരം ഹൈന്ദവ മതോന്മാദികളാണ് കൂറ്റനാട് സംഭവത്തിലെ പ്രതികളെങ്കിൽ സംസ്ഥാനത്തെ പ്രകമ്പനം കൊള്ളിക്കുന്ന പ്രതിഷേധപ്രകടനങ്ങൾ ഇവിടെ നടന്നേനെ. മാനവികതയ്ക്ക് എതിർനിൽക്കുന്ന എല്ലാ വർഗീയ-മതതീവ്രവാദ സ്വരൂപങ്ങളെയും അവ നടത്തുന്ന മനുഷ്യാവകാശ ലംഘനങ്ങളെയും തുല്യ ശക്തിയിൽ എതിരിടാൻ മതേതരശക്തികൾ മുന്നിട്ടിറങ്ങാത്തപക്ഷം മതത്തിനു പകരം 'മദം' മാത്രമുള്ളവരുടെ എണ്ണം ഭൂരിപക്ഷ-ന്യൂനപക്ഷ സമുദായങ്ങളിൽ പെരുകുകയായിരിക്കും ഫലം.

(ആഗസ്റ്റ്, 2016)

വിദ്യാഭ്യാസമന്ത്രി ചുമരെഴുത്തു വായിക്കുന്നു

മഹാരാജാസ് കോളേജിലെ ചുമരെഴുത്തു പ്രശ്നം ശ്രദ്ധയിൽപെട്ടപ്പോൾ ഓർമ്മവന്നത് 1990-കളുടെ ആദ്യത്തിൽ നടന്ന ഒരു സംഭവമാണ്. അന്നു ഞാൻ കോഴിക്കോട്ടെ പ്രമുഖ സർക്കാർ കലാലയത്തിൽ ഇംഗ്ലീഷ് അധ്യാപകൻ. എറണാകുളത്തെ മഹാരാജാസിനോളം പ്രായമില്ലെങ്കിലും കോഴിക്കോട്ടെ മഹാരാജാസ് എന്നു ന്യായമായി ആ കോളേജിനെ വിശേഷിപ്പിക്കാം.

സംഭവം ഇങ്ങനെ: ഒരു സുഹൃത്ത് തന്റെ മകളുടെ പ്രീഡിഗ്രി അഡ്മിഷനുമായി ബന്ധപ്പെട്ടു കോളേജിൽ വന്നു. നഗരത്തിലെ പ്രശസ്ത എയ്ഡഡ് വിമൻസ് കോളേജിൽനിന്നു പ്രീഡിഗ്രി പ്രവേശനത്തിനുള്ള അപേക്ഷാ ഫോറം വാങ്ങിയ ശേഷമാണ് പുള്ളിയുടെ വരവ്. രണ്ടാമതൊരു കോളേജിൽനിന്നുകൂടി അപേക്ഷാഫോറം വാങ്ങുക എന്ന ഉദ്ദേശ്യത്തോടെയായിരുന്നു ഞാൻ ജോലി ചെയ്യുന്ന കോളേജിൽ അയാൾ എത്തിയത്. കാമ്പസ്സിനകത്തുകയറി എന്നെ അന്വേഷിച്ചു കണ്ടെത്തിയപ്പോഴേക്കും കോളേജിന്റെ 'അനാറ്റമി' അയാൾ ഏറെക്കുറെ മനസ്സിലാക്കി കഴിഞ്ഞിരുന്നു.

എന്നെ കണ്ടപ്പോൾ സുഹൃത്തിന്റെ നാവിൽനിന്ന് ആദ്യം വന്ന വാക്കുകളിങ്ങനെ: "ഇതെന്തു കോളേജാ?" കോളേജിനെന്താ കുഴപ്പം എന്ന എന്റെ മറുചോദ്യത്തിന് അയാളുടെ വിശദീകരണം: "കയറി വരുന്ന പോർട്ടിക്കോയിൽ തലങ്ങും വിലങ്ങും പോസ്റ്ററുകളൊട്ടിച്ചും ചുമരെഴുത്തു നടത്തിയും ആകെ വൃത്തികേടാക്കിയിരിക്കുന്നു. വരാന്തകൾക്കു ചുറ്റുമുള്ള സ്ഥലം പുല്ലുകയറി കാടുപിടിച്ചു കിടക്കുന്നു. ക്ലാസ് നടന്നു കൊണ്ടിരിക്കെ കുറെ വിദ്യാർത്ഥികൾ ക്ലാസ് റൂമുകൾക്കു മുമ്പിലുള്ള പാരപ്പെറ്റുകളിലിരുന്നു സൊള്ളുകയോ തേരാപാര നടക്കുകയോ ചെയ്യുന്നു. കേറി വന്നിടം കോളേജോ അതോ ചന്തപ്പുരയോ എന്ന് അദ്ഭുതപ്പെടേണ്ട അവസ്ഥ. ഞാൻ നേരത്തെ പോയ വിമൻസ് കോളേജും ഈ കോളേജും തമ്മിൽ യാതൊരു താരതമ്യവുമില്ല. അവിടെ അന്തരീക്ഷം തീർത്തും അക്കാദമികം; ഇവിടെയോ, മുഴുക്കെ അരാജകം."

രണ്ടു ദശാബ്ദം മുമ്പ് ആ സുഹൃത്ത് നടത്തിയ നിരീക്ഷണത്തിൽ നിന്ന് ഏറെയൊന്നും മാറിയിട്ടില്ല ഇപ്പോഴും സംസ്ഥാനത്തെ സർക്കാർ

കോളേജുകൾ. ചുമരെഴുത്ത്, പോസ്റ്റർ പതിക്കൽ, പ്രകടനങ്ങൾ തുടങ്ങിയ കാര്യങ്ങളിൽ, ജനാധിപത്യ മര്യാദകൾ പാലിച്ചുകൊണ്ടുതന്നെ ആരെന്തു നിയന്ത്രണങ്ങൾ കൊണ്ടുവരാൻ ശ്രമിച്ചാലും അവയൊന്നും തങ്ങൾക്കു ബാധകമല്ലെന്നു വിശ്വസിച്ചുവശായ ഒരുപറ്റം വിദ്യാർത്ഥികൾ പല കോളേജുകളിലുമുണ്ട്. വിദ്യാർത്ഥികൾ മാത്രമല്ല, അധ്യാപകർക്കിടയിലും അധ്യാപകേതര ജീവനക്കാർക്കിടയിലുമുള്ള ഒരു വിഭാഗവും ഈ തലതിരിഞ്ഞ ശൈലി പിന്തുടരുന്നവർ തന്നെയാണ്. ഞങ്ങൾക്കു തോന്നിയതു ഞങ്ങൾ ചെയ്യും, ആരുണ്ടിവിടെ ചോദിക്കാൻ എന്നതാണ് അവരുടെയൊക്കെ മനോഭാവം.

അതിരിക്കട്ടെ. നമുക്ക് മഹാരാജാസ് സംഭവത്തിലേക്കും അതു സംബന്ധിച്ചു സംസ്ഥാന വിദ്യാഭ്യാസമന്ത്രി നടത്തിയ പ്രതികരണത്തിലേക്കും കടന്നുചെല്ലാം. കോളേജിന്റെ ഭിത്തികളിൽ ചിലർ നടത്തിയ ചുമരെഴുത്തു കാരണം ഭിത്തികൾ വൃത്തികേടായെന്നും വിദ്യാർത്ഥികൾ ഉപയോഗിച്ച ഭാഷയും പ്രക്ഷേപിച്ച ആശയവും അത്ര നല്ലതല്ലെന്നുമുള്ള വസ്തുതകൾ വച്ച് പ്രിൻസിപ്പൽ ബന്ധപ്പെട്ടവർക്കെതിരെ പൊലീസിൽ പരാതി നൽകുകയുണ്ടായി. സാധാരണഗതിയിൽ ഒരു സർക്കാർ കോളേജ് പ്രിൻസിപ്പലും കാണിക്കാത്ത ധൈര്യമാണ് മഹാരാജാസ് കോളേജിലെ പ്രിൻസിപ്പലായ പ്രൊഫ.എൻ.എൽ.ബീന പ്രദർശിപ്പിച്ചത്. വിദ്യാർത്ഥികൾ കോളേജിന്റെ ചുമരുകളിൽ എന്തെഴുതിയാലും അതു മതവൈരം ഉളവാക്കുന്നതായാൽപോലും ഒന്നും കണ്ടിട്ടില്ലെന്നു ഭാവിക്കുകയാണ് മിക്ക പ്രിൻസിപ്പൽമാരുടെയും പതിവ്. വിദ്യാർത്ഥിനേതാക്കളുടെ ഹിതമെന്തോ അതുതന്നെ പ്രിൻപ്പലിന്റെയും ഹിതം എന്നതാണ് സർക്കാർ കലാലയങ്ങളിൽ പൊതു കീഴ്വഴക്കം.

ആ കീഴ്വഴക്കം അട്ടിമറിച്ച മറ്റൊരു പ്രിൻസിപ്പൽ സംസ്ഥാനത്തു നേരത്തെയുണ്ടായിട്ടുണ്ട്. പാലക്കാട് ഗവണ്മെന്റ് വിക്ടോറിയ കോളേജിൽനിന്നു കഴിഞ്ഞ വർഷം വിരമിച്ച പ്രൊഫ. സരസുവാണത്. വിദ്യാർത്ഥി നേതാക്കളുടെ തീട്ടൂരപ്രകാരം പ്രവർത്തിക്കാൻ കൂട്ടാക്കാത്ത സരസുവിനു വിക്ടോറിയയിലെ 'വിദ്യാർത്ഥി പ്രതിഭ'കൾ യാത്രയയപ്പ് നൽകിയത് കലാലയമുറ്റത്ത് അവരുടെ ശവകുടീരം പണിതുകൊണ്ടായിരുന്നു. കൊടുംഭീകരർപോലും ചെയ്യാൻ മടിക്കുന്ന ആ ഹീനകൃത്യത്തിനു ന്യായം ചമയ്ക്കാൻ ചില പാർട്ടി നേതാക്കൾ മുന്നോട്ടു വരികയും ചെയ്തു. മുന്നിൽ നടക്കുന്നവർ പിഴച്ചാൽ പിന്നെ പിന്നിൽ നടക്കുന്നവരുടെ കാര്യം പറയാനുണ്ടോ?

ശവകുടീര ശില്പികളെ തലോടിയ നേതാവിൽനിന്നു വ്യത്യസ്തനാണ് സംസ്ഥാനത്ത് ഇപ്പോൾ വിദ്യാഭ്യാസമന്ത്രിക്കസേരയിലിരിക്കുന്ന സി. രവീന്ദ്രനാഥ് എന്നു തോന്നുന്നു. മഹാരാജാസ് കോളേജിലെ ചുമരെഴുത്തു പ്രശ്നത്തിൽ പ്രിൻസിപ്പൽ സ്വീകരിച്ച നടപടി ശരിയാണെന്നത്രേ അദ്ദേഹം അഭിപ്രായപ്പെട്ടത്. ചുമരെഴുത്തുകളുടെ ഭാഷയും ആശയവും

പ്രധാനമാണെന്നും ഭാഷ സംസ്കാരശൂന്യമാകുമ്പോൾ ഉത്പാദിപ്പിക്കപ്പെടുന്ന ആശയവും സംസ്കാരഹീനവും അതിനാൽത്തന്നെ കാമ്പസ് മൂല്യങ്ങൾക്കു നിരക്കാത്തതുമാകുമെന്നും അദ്ദേഹം വ്യക്തമാക്കുകയുണ്ടായി. ഇതു സൂചിപ്പിക്കുന്നത് രവീന്ദ്രനാഥ് കലാലയവളപ്പിലെ ചുമരെഴുത്തു മാത്രമല്ല, കാലത്തിന്റെ ചുമരെഴുത്തുകൂടി വായിക്കുന്നുണ്ടെന്നാണ്.

ഇങ്ങനെ പറയുമ്പോൾ കാലത്തിന്റെ ചുമരെഴുത്ത് ഏതെന്നും അതിന്റെ ഉള്ളടക്കം എന്തെന്നുമുള്ള ചോദ്യം സ്വാഭാവികമായി ഉയരുന്നു. തുടക്കത്തിൽ പരാമർശിക്കപ്പെട്ടതും കാൽനൂറ്റാണ്ടോളം മുമ്പ് കോഴിക്കോട്ടെ സർക്കാർ കോളേജിൽ അപേക്ഷാഫോറം വാങ്ങാൻ വന്നതുമായ സുഹൃത്ത് അന്ന് ആ കോളേജിനെക്കുറിച്ചു നടത്തിയ അഭിപ്രായപ്രകടനത്തിൽ ആ ചുമരെഴുത്തു നീണ്ടു നിവർന്നു നിൽക്കുന്നുണ്ട്. ചുമരെഴുത്തുകളുടെ ഇടമാകരുത് കലാലയഭിത്തികൾ എന്നതാണത്.

മന്ത്രി രവീന്ദ്രനാഥ് കാലത്തിന്റെ ചുമരെഴുത്തു വായിക്കുന്നു എന്നിടത്തു കാര്യങ്ങൾ അവസാനിപ്പിച്ചുകൂടാ. ആ ചുമരെഴുത്ത് അദ്ദേഹം പൂർണമായി വായിക്കുന്നുണ്ടോ എന്നു നോക്കേണ്ടതുണ്ട്. കലാലയച്ചുമരുകളിൽ ആവിഷ്കാരം നടത്തുന്നവരുടെ ഭാഷയെന്നപോലെ ആശയവും നല്ലതായിരിക്കണം എന്നാണ് അദ്ദേഹം പറഞ്ഞതിന്റെ രത്നച്ചുരുക്കം.

അവിടെനിന്നു നമുക്കു മുന്നോട്ടുപോയി നോക്കാം. ഭാഷയുടെയും ആശയങ്ങളുടെയും നന്മതിന്മകൾ തികച്ചും ആപേക്ഷികമാണ്. ഒരാൾക്ക് ഉത്തമമെന്നു തോന്നുന്ന ഭാഷ മറ്റൊരാൾക്ക് അധമമായി തോന്നാം. അവിടുന്ന്, അങ്ങുന്ന് തുടങ്ങിയ പ്രയോഗങ്ങൾ ചിലർ ഉത്തമമായി കരുതുമ്പോൾ വേറെ ചിലർ അവയിൽ കാണുക വൃത്തികെട്ട ഫ്യൂഡൽ ശേഷിപ്പുകളായിരിക്കും. 'ഇന്ത്യയുടെ മോചനം ഇസ്ലാമിലൂടെ' എന്ന ആശയം ഒരു കൂട്ടർക്കും 'ഇസ്ലാമിന്റെ അന്ത്യം ഇന്ത്യയിൽത്തന്നെ' എന്ന ആശയം മറ്റൊരു കൂട്ടർക്കും മഹത്തരമായി തോന്നുമ്പോൾ മൂന്നാമതൊരു കൂട്ടർക്ക് ആ രണ്ട് ആശയങ്ങളും ഒരുപോലെ അമാനവികവും ജനാധിപത്യവിരുദ്ധവും വിദ്വേഷജനകവുമായാണ് അനുഭവപ്പെടുക. 'വിപ്ലവം തോക്കിൻകുഴലിലൂടെ' എന്ന ആശയം ഒരു വിഭാഗം പൊക്കിപ്പിടിക്കുമ്പോൾ 'വിപ്ലവം അഹിംസയിലൂടെ' എന്ന ആശയമാകും മറ്റൊരു വിഭാഗം മാറോടു ചേർക്കുക.

അങ്ങനെ വരുമ്പോൾ ഭാഷയുടെയും ആശയങ്ങളുടെയും നന്മ നോക്കി കലാലയങ്ങളിൽ ചുമരെഴുത്ത് അനുവദിക്കുക പ്രായോഗികമായി സാധ്യമാകില്ല. കാലം കുറിച്ചിട്ട ചുമരെഴുത്തിൽ ആ ഭാഗം കൂടി ഉൾപ്പെട്ടിരിക്കുന്നു. നമ്മുടെ വിദ്യാഭ്യാസമന്ത്രി അതു വായിച്ചിട്ടില്ല. കോളേജ് ചുമരുകളിൽ ആരുടെയും വരയും കുറിയുമൊന്നും വേണ്ട എന്നാണ് കാലം നടത്തുന്ന ചുമരെഴുത്തിൽ രേഖപ്പെട്ടുകിടക്കുന്നത്.

പാർട്ടി ഓഫീസുകളുടെയും സെന്ററുകളുടെയും ചുമരുകളിൽ വിദ്യാർത്ഥി കൾക്കോ യുവജനങ്ങൾക്കോ മറ്റുള്ളവർക്കോ ആവിഷ്കാരത്തിന് ഇടം നൽകുന്നില്ല. പാർട്ടി ഓഫീസുകളിൽ വിലക്കപ്പെട്ടത് കലാലയങ്ങളിൽ അനുവദിക്കപ്പെടണമെന്നു പറയുന്നതിൽ ന്യായമെന്തുണ്ട്?

ഓരോന്നിനും അതതിന്റേതായ സ്ഥാനമുണ്ടെന്നുകൂടി കാലം അതിന്റെ ചുമരെഴുത്തിൽ പറയുന്നു. അതും വിദ്യാഭ്യാസമന്ത്രി വായിച്ചിട്ടില്ല. സ്ഥാനം തെറ്റിയാൽ ഏതു സുന്ദരവസ്തുവും അസുന്ദരമാകും. ആനയുടെ ഭാഗമായിരിക്കുമ്പോൾ തുമ്പിക്കൈ സുന്ദരമാണ്. അതു മനുഷ്യന്റെ ഭാഗമായാലോ? പല്ല് മോണയിലിരിക്കുമ്പോഴേ സുന്ദരമാകൂ. അതു മൂക്കിലേക്കു കയറിയാൽ അസുന്ദരമാകും. നമുക്കു വീട്ടിലോ ഹോട്ടലിലോ കല്യാണപ്പന്തലിലോ ഒക്കെ സദ്യ വിളമ്പാം. അതിനുപകരം വല്ല മാലിന്യനിക്ഷേപ കേന്ദ്രത്തിലോ ശവപ്പറമ്പിലോ സദ്യ വിളമ്പിയാൽ എന്താവും സ്ഥിതി?

ഓരോന്നിനും ഓരോ ഇടമുണ്ട്. ചുമരെഴുത്തിനുമുണ്ട് അതിന്റേതായ ഇടം. അതു കോളേജ് ഭിത്തികളല്ല. പാർട്ടി ഓഫീസ് ഭിത്തികളിൽ പാടില്ലാത്തതു കലാലയ ഭിത്തികളിലും പാടില്ലെന്നു വിദ്യാഭ്യാസമന്ത്രി വിദ്യാർത്ഥികളോട് ഉറപ്പിച്ചും തറപ്പിച്ചും പറയണം. കലാലയങ്ങളിലെ ചുമരെഴുത്തഭ്യാസം അവസാനിപ്പിക്കുന്നതിനുള്ള പഴുതില്ലാത്ത ഉത്തരവ് അദ്ദേഹം വിളംബംവിനാ പുറത്തിറക്കുകയും വേണം. ആവിഷ്കാരത്തിനു വിദ്യാർത്ഥികൾക്കു കോളേജ് മാഗസിനുകളും സാമൂഹിക മാധ്യമങ്ങളുമുൾപ്പെടെ തുറകൾ ധാരാളം വേറെയുണ്ട്. അതവർ ഉപയോഗിക്കട്ടെ. ആ തുറകൾ വഴി തങ്ങളുടെ മനസ്സ് അവർ ആകാശത്തോളം തുറന്നുവയ്ക്കട്ടെ.

(ജനുവരി, 2017)

സംവിധായകൻ കമലിനോട് ഒരു ചോദ്യം

ബി.ജെ.പിയുടെ സംസ്ഥാന സെക്രട്ടറിയും ഹൈന്ദവ വലതുപക്ഷ ത്തിന്റെ പ്രതിനിധിയുമായ എ.എൻ. രാധാകൃഷ്ണൻ നടത്തിയ 'എം.ടി. റിമാർക്' കേട്ടപ്പോൾ ഓർമ്മച്ചെപ്പിൽ തെളിഞ്ഞത് 1985-ൽ ഇസ്ലാമിക വലതുപക്ഷം നടത്തിയ 'ഇ.എം.എസ്. റിമാർക്' ആണ്. രാധാകൃഷ്ണൻ നോട്ട് അസാധുവാക്കൽ പ്രശ്നത്തോടുള്ള എം.ടിയുടെ നിരീക്ഷണ ത്തോടാണ് പ്രതികരിച്ചതെങ്കിൽ, ഇസ്ലാമിക വലതുപക്ഷം പ്രതികരി ച്ചത് ഷാബാനു ബീഗം കേസിന്റെ പശ്ചാത്തലത്തിൽ ഇ.എം.എസ്. ശരീ അത്തിനെക്കുറിച്ചു നടത്തിയ നിരീക്ഷണത്തോടായിരുന്നു.

സാമ്പത്തിക വിദഗ്ധനല്ലാത്ത എം.ടി. വാസുദേവൻ നായർക്ക് നോട്ട് നിരോധനത്തെക്കുറിച്ച് അഭിപ്രായം പറയാൻ എന്തവകാശം എന്നാണ് ബി.ജെ.പി സെക്രട്ടറി ചോദിച്ചത്. മുപ്പത്തിരണ്ടു വർഷം മുമ്പ് മുസ്ലിം മൗലികവാദികൾ ചോദിച്ചത് ശരീഅത്ത് വിദഗ്ധനല്ലാത്ത ഇ.എം.എസ്സിന് ആ വിഷയത്തെക്കുറിച്ച് അഭിപ്രായം പറയാൻ എന്തവകാശം എന്നായി രുന്നു. ആ ചോദ്യത്തിന്, അക്കാലത്ത് സി.പി.ഐ.എമ്മിന്റെ ജനറൽ സെക്രട്ടറിയായിരുന്ന ഇ.എം.എസ്. തന്റെ സ്വതഃസിദ്ധ ശൈലിയിൽ നൽകിയ മറുപടി ഇപ്രകാരം: ശരീഅത്തിനെക്കുറിച്ച് എനിക്കൊന്നുമറി യില്ല. പക്ഷേ, കല്യാണം കഴിച്ച പെണ്ണിനെ തോന്നുംപടി മൊഴിചൊല്ലി വഴിയാധാരമാക്കുന്നതു ശരിയല്ല എന്നെനിക്കറിയാം.

ശരീഅത്തിന്റെ തിയോളജി തനിക്കറിയില്ലെന്നും പക്ഷേ, അതിന്റെ സോഷ്യോളജി തനിക്കറിയാമെന്നുമാണ്, പാമരപണ്ഡിതഭേദമെന്യേ സർവജനങ്ങൾക്കും മനസ്സിലാകുന്ന പച്ചമലയാളത്തിൽ അന്ന് ഇ.എം. എസ്. പ്രതിവചിച്ചത്. മിതഭാഷിയായ എം.ടി., ബി.ജെ.പി. നേതാവിനു മറുപടി നൽകാൻ തുനിഞ്ഞില്ല. പക്ഷേ, അദ്ദേഹത്തിന്റെ മൗനത്തിൽ തുടിച്ചുനിൽക്കുന്ന ഒരു മറുപടിയുണ്ട്. ഇതാണത്: നോട്ട് അസാധു വാക്കലിന്റെ ധനശാസ്ത്രം എനിക്കറിയില്ല. പക്ഷേ, അതിന്റെ മാനുഷി കശാസ്ത്രം എനിക്കറിയാം.

മലയാള സാഹിത്യത്തിന്റെയും സാംസ്കാരിക കേരളത്തിന്റെയും അഭിമാനമായ എം.ടി.വാസുദേവൻ നായരുടെ അഭിപ്രായ സ്വാതന്ത്ര്യത്തെ

ചോദ്യം ചെയ്ത ബി.ജെ.പി. നേതാവിന്റെ നടപടിയെ നിശിതമായി വിമർശിക്കാൻ സിനിമാ സംവിധായകൻ കമൽ ഉൾപ്പെടെ ഒട്ടേറെ പേർ രംഗത്തുവന്നു. ഹൈന്ദവ വലതുപക്ഷത്തിന്റെ അനുക്രമം കൊഴുക്കുന്ന അസഹിഷ്ണുതയ്ക്കും ഫാസിസ്റ്റ് പ്രവണതയ്ക്കുമെതിരെ അവർ ആഞ്ഞടിക്കുകയുണ്ടായി. തികച്ചും സ്വാഗതാർഹമായിരുന്നു അവരുടെ പ്രോജ്ജ്വല പ്രതികരണങ്ങൾ.

എ.എൻ. രാധാകൃഷ്ണൻ ചെയ്ത അതേ അപരാധം മൂന്നു പതിറ്റാണ്ടു മുമ്പ് ഇ.എം.എസ്സിനെതിരെ മുസ്ലിം വർഗീയ കൂട്ടായ്മകൾ ചെയ്തപ്പോൾ അവർക്കെതിരെ ശബ്ദിക്കാൻ അന്ന് സി.പി.ഐ. എമ്മുകാരും അനുഭാവികളും മാത്രമേ ഉണ്ടായിരുന്നുള്ളൂ. കമൽ ആ നാളുകളിൽ അത്ര പ്രസിദ്ധനോ സംസ്ഥാന ചലച്ചിത്ര അക്കാദമി അമരക്കാരനോ ഒന്നുമല്ല. ഏതായാലും ശരീഅത്തിനെക്കുറിച്ചു സംസാരിക്കാൻ ഇ.എം.എസ്. ആര് എന്ന ഇസ്ലാമിക വലതുപക്ഷത്തിന്റെ രോഷം കത്തുന്ന ചോദ്യത്തോട് കമൽ പ്രതികരിച്ചിരുന്നില്ല.

മൂന്നു ദശാബ്ദത്തിനപ്പുറം നടന്ന അക്കാര്യത്തിൽനിന്നു നമുക്കു താരതമ്യേന അടുത്തകാലത്തു നടന്ന ചില സംഭവങ്ങളിലേക്കു കടന്നു ചെല്ലാം. മുസ്ലിം മിലിറ്റൻസിയുടെ ബീഭത്സ പ്രകടനം 2010-ൽ സംസ്ഥാനത്ത് അരങ്ങേറി. തൊടുപുഴ ന്യൂമൻ കോളേജ് അധ്യാപകൻ ജോസഫിന്റെ കരം ഛേദിച്ച സംഭവമാണ് ഇവിടെ ഉദ്ദേശിക്കുന്നത്. പ്രതികൾ തീവ്രമുസ്ലിം വർഗീയ പ്രസ്ഥാനത്തെ പ്രതിനിധാനം ചെയ്യുന്നവരായിരുന്നു. തൊണ്ണൂറുകളുടെ തുടക്കത്തിൽ മഅ്ദനി പ്രസരിപ്പിച്ച വർഗീയ കാളകൂടത്തെ കടത്തിവെട്ടുംവിധമുള്ള ഫാസിസ്റ്റ് ഹിംസയ്ക്കെതിരെ നമ്മുടെ ചലച്ചിത്ര സംവിധായകൻ വല്ലതും ഉരിയാടിയതായി ഈയുള്ളവൻ കേട്ടിട്ടില്ല. ഒരുപക്ഷേ, എന്റെ ശ്രദ്ധയിൽപ്പെടാതെ പോയതാകാം. താൻ എം.ടിയോട് ഇപ്പോൾ ഐക്യദാർഢ്യം പ്രകടിപ്പിക്കുന്നതുപോലെ അന്നു പാവം ജോസഫ് സാറിനോട് കമൽ ഐക്യദാർഢ്യം പ്രകടിപ്പിച്ചിട്ടുണ്ടെങ്കിൽ അദ്ദേഹത്തിന് അക്കാര്യം വെളിപ്പെടുത്താം.

ഹൈന്ദവ-ഇസ്ലാമിക തീവ്രവാദികളിൽനിന്നു മാത്രമല്ല കേരളത്തിൽ അഭിപ്രായ സ്വാതന്ത്ര്യത്തിനു നേരെ കടന്നാക്രമണം ഉണ്ടായിട്ടുള്ളത്. സാക്ഷാൽ ഇടതുപക്ഷക്കാർ തന്നെ തങ്ങൾക്കെതിരെ ആശയപ്രകാശനം നടത്തുന്നവർക്കെതിരെ ഉറഞ്ഞുതുള്ളിയ ചരിത്രം നിരവധിയുണ്ടിവിടെ. എം.ടിയെപ്പോലെ സർഗാത്മക സാഹിത്യത്തിന്റെ മേഖലയിൽ ഇടം നേടിയ എഴുത്തുകാരനാണ് സക്കറിയ. കണ്ണൂർ ജില്ലയിൽ ഒരിടത്തു പ്രസംഗിച്ചുകൊണ്ടിരിക്കെ സക്കറിയ അക്ഷരാർത്ഥത്തിൽ ആക്രമിക്കപ്പെട്ടു. സി.പി.ഐ.എം. ഫോൾഡിൽ ഉള്ളവരായിരുന്നു അക്രമികൾ. എം.ടിക്കു നേരെ നടന്നതു വാചിക ആക്രമണമായിരുന്നെങ്കിൽ സക്കറിയയ്ക്കു നേരെ നടന്നതു ശാരീരിക ആക്രമണമായിരുന്നു. അദ്ദേഹത്തെ കരിഓയിലിൽ കുളിപ്പിച്ചു അക്രമികൾ. നടപ്പുഭാഷയിൽ പറഞ്ഞാൽ

ഒന്നാന്തരം ഫാസിസം. പക്ഷേ, കമൽ എന്ന സംവിധായകൻ അന്നു സക്കറിയയോട് ഐക്യദാർഢ്യം പ്രകടിപ്പിക്കുകയോ മാർക്സിസ്റ്റ് പക്ഷത്തുനിൽക്കുന്നവരുടെ അസഹിഷ്ണുതയ്ക്കും അഹന്തയ്ക്കു മെതിരെ ശബ്ദിക്കാൻ മുന്നോട്ടു വരികയോ ചെയ്തില്ല.

സക്കറിയ സംഭവത്തിനുശേഷമാണ് എഴുത്തുകാരനും കവിയുമായ കെ.സി. ഉമേഷ് ബാബുവിനു നേരെ സി.പി.ഐ.എം. ക്യാമ്പിൽനിന്നു ഭീഷണി ഉയർന്നത്. പാർട്ടിക്കു രുചിക്കാത്ത കവിത എഴുതിയതിനായി രുന്നു കണ്ണൂർക്കാരനായ ഉമേഷ് ബാബു ടാർഗറ്റ് ചെയ്യപ്പെട്ടത്. വിവിധ മാധ്യമങ്ങൾ ആ സംഭവം റിപ്പോർട്ട് ചെയ്തിരുന്നുവെങ്കിലും ആവിഷ്കാര സ്വാതന്ത്ര്യവാദിയായ കമൽ ബാബുവിനുവേണ്ടി രംഗത്തുവരുകയോ സി.പി.ഐ.എമ്മിന്റെ സാംസ്കാരിക ഫാസിസത്തിനെതിരെ ചെറുവിരല നക്കുകയോ ചെയ്തതായി കണ്ടിട്ടോ കേട്ടിട്ടോയില്ല.

മാർക്സിസ്റ്റുകാരാൽ ശാരീരികമായി ആക്രമിക്കപ്പെട്ട മറ്റൊരു എഴുത്തുകാരനാണ് കെ.എസ്. ഹരിഹരൻ. ആർ.എസ്.എസ്സിന്റെ പ്രത്യയ ശാസ്ത്രത്തിലെ അമാനവികത അനാവരണം ചെയ്യുന്ന പുസ്തകം രചിച്ച യാളാണ് അദ്ദേഹം. പക്ഷേ, ഹരിഹരനെ കോഴിക്കോട് കെ.എസ്. ആർ.ടി.സി പരിസരത്തുവെച്ചു തല്ലിച്ചതച്ചതു സംഘികളായിരുന്നില്ല, സി.പി.ഐ. എമ്മുകാരായിരുന്നു. പാർട്ടി നിലപാടുകളെ വിമർശിച്ചു എന്ന 'കുറ്റ'മല്ലാതെ മറ്റൊന്നും ഹരിഹരൻ ചെയ്തിരുന്നില്ല. ആ എഴുത്തു കാരനുവേണ്ടിയും നമ്മുടെ കമൽ ഒരു വാക്കുപോലും മിണ്ടിയില്ല.

മുൻ അംബാസഡറും കഴിഞ്ഞ യു.ഡി.എഫ്. ഭരണകാലത്ത് ഉന്നത വിദ്യാഭ്യാസ കൗൺസിൽ ഉപാധ്യക്ഷനുമായിരുന്ന ടി.പി. ശ്രീനിവാസനെ ആഗോള വിദ്യാഭ്യാസ സംഗമം നടക്കുന്ന കോവളത്ത് എസ്.എഫ്.ഐ നേതാവ് അടിച്ചുവീഴ്ത്തിയതു മാസങ്ങൾക്കു മുമ്പാണ്. എ.ബി.വി.പി ക്കാരോ യുവമോർച്ചക്കാരോ മറ്റോ ആണ് ആ ഹീനകൃത്യം ചെയ്തിരു ന്നതെങ്കിൽ, മുഖ്യധാര ഇടതുപക്ഷ കുബുദ്ധിജീവികൾ 'ഫാസിസം, ഫാസിസം' എന്ന് ആർത്തുവിളിച്ചേനെ. പക്ഷേ, ആ ജീവികളോ സംവി ധായകൻ കമലോ ശ്രീനിവാസനു നേരെ നടന്ന കയ്യേറ്റം കണ്ട ഭാവം പോലും കാണിച്ചില്ല.

നാലു വർഷം മുമ്പ് കേരളീയ മനഃസാക്ഷിയെ വിറങ്ങലിപ്പിച്ച ഒരു കൊലപാതകം നടന്നു. അഭിപ്രായ വ്യത്യാസങ്ങളെത്തുടർന്നു സി.പി. ഐ.എമ്മിൽനിന്നു വിഘടിച്ചുപോയി റവല്യൂഷണറി മാർക്സിസ്റ്റു പാർട്ടിക്കു രൂപം നൽകിയ ടി.പി. ചന്ദ്രശേഖരന്റെ വധം. ഘാതകർ സഞ്ചരിച്ച വാഹനത്തിൽ ഒട്ടിച്ച സ്റ്റിക്കറിലുണ്ടായിരുന്നത് 'മാശാ അല്ലാഹ്' എന്നായിരുന്നെങ്കിലും അല്ലാഹുവുമായി അവർക്കു യാതൊരു ബന്ധവുമുണ്ടായിരുന്നില്ല. അവർക്ക് ആരോടാണ് ബന്ധമുണ്ടായിരുന്ന തെന്നു വൈകാതെ തെളിയുകയും ചെയ്തു. ഇടതു കുബുദ്ധിജീവി കളൊഴികെ സംസ്ഥാനത്തിനകത്തും പുറത്തുമുള്ള ഒട്ടനവധി പേർ ആ

ഫാസിസ്റ്റ് കരാളതയും അതിനു ചുക്കാൻ പിടിച്ചവരുടെ രാഷ്ട്രീയാന്ധതയും തുറന്നുകാട്ടാൻ മുന്നോട്ടു വരുകയുണ്ടായി. പക്ഷേ, അന്നേരവും നമ്മുടെ പ്രിയ സംവിധായകൻ മൗനത്തിന്റെ പൂമെത്തയിൽ സുഷുപ്തി കൊള്ളുകയത്രേ ചെയ്തത്.

അസഹിഷ്ണുതയുടെ അത്യുഗ്രവിഷം ചീറ്റുന്നതിന്റെ പേരിൽ ഹൈന്ദവ വലതുപക്ഷത്തെ മാത്രം പ്രതിക്കൂട്ടിൽ നിർത്തുകയും അത്രതന്നെ സാന്ദ്രതയേറിയ വിഷം പമ്പു ചെയ്യുന്ന ഇടതുപക്ഷത്തേയും ഇസ്ലാമിക വലതുപക്ഷത്തേയും വെറുതെ വിടുകയും ചെയ്യുമ്പോൾ, ആ ഒരൊറ്റക്കാരണത്താൽ സംഘപരിവാറിനു ചുളുവിൽ തഴച്ചുവളരാൻ സാധിക്കുന്നു. പരിവാർ വളർന്നുകാണാൻ കമൽ ആഗ്രഹിക്കുന്നുണ്ടോ? ഉണ്ടെങ്കിൽ ഇപ്പോൾ ചെയ്യുന്നതുപോലെ ഒരു പക്ഷത്തിന്റെ (ഹിന്ദുത്വവാദികളുടെ) ഫാസിസത്തെ മാത്രം വിമർശിക്കുന്ന രീതിയുമായി അദ്ദേഹത്തിനു മുന്നോട്ടുപോകാം. അതല്ല, ഫാസിസത്തിന്റെ എല്ലാ രൂപങ്ങളും തളർന്നു കാണാനാണ് ആഗ്രഹിക്കുന്നതെങ്കിൽ ഹൈന്ദവ-ഇസ്ലാമിക-ഇടതു വ്യത്യാസമില്ലാതെ സർവ്വ ഫാസിസ്റ്റ് സർപ്പങ്ങൾക്കുമെതിരെ പോർമുഖം തീർക്കാൻ അദ്ദേഹം (അദ്ദേഹത്തെപ്പോലുള്ള മറ്റാളുകളും) തയ്യാറാവണം. ഫാസിസത്തിന്റെ പാക്ഷിക വിമർശനം ഗുണം ചെയ്യില്ലെന്നു മാത്രമല്ല, അതു വൻദോഷം വരുത്തിവയ്ക്കുകയും ചെയ്യും.

(ജനുവരി, 2017)

ഭീകരത: വ്യക്തമായ നിലപാടു വേണം

കാസർകാട്-പാലക്കാട് ജില്ലകളിൽനിന്നു പതിനാറു പേർ ദുരൂഹ സാഹചര്യത്തിൽ രാജ്യം വിട്ടിരിക്കുന്നുവെന്നും അവർ ഐ.എസ് എന്ന ഭീകരവാദ പ്രസ്ഥാനത്തിൽ ചേരുകയോ അതിൽ ആകൃഷ്ടരായിരിക്കുകയോ ചെയ്തിരിക്കാനുള്ള സാധ്യത തള്ളിക്കളയാവതല്ലെന്നുമുള്ള വാർത്ത പുറത്തുവന്നപ്പോൾ സ്വാഭാവികമായി സമ്മിശ്ര പ്രതികരണങ്ങളുണ്ടായി. പതിവുപോലെ, ഇസ്‌ലാം സമാധാനത്തിന്റെ മതമാണെന്നും ആ മതം ഭീകരതയെ അംഗീകരിക്കുന്നില്ലെന്നുമുള്ള പല്ലവി ആവർത്തിക്കുകയാണ് മുസ്‌ലിം മതസംഘടനകൾ ചെയ്തത്. ഒരു കാര്യംകൂടി അവർ കൂട്ടിച്ചേർത്തു. കേസിലെ 'പ്രതി' ആത്മീയ തീവ്രവാദമാണ് എന്നതായിരുന്നു അത്. ഏഴാം നൂറ്റാണ്ടിൽ പ്രവാചകന്റെ കാലത്ത് അറേബ്യയിൽ നിലനിന്ന സാമൂഹിക പരിതോവസ്ഥയിൽ ജീവിക്കുക എന്ന ലക്ഷ്യത്തോടെ ചില മുസ്‌ലിം യുവതിയുവാക്കൾ അറബ് മേഖലയിലേക്കു പലായനം ചെയ്തതായിരിക്കും എന്നതായിരുന്നു അവരുടെ വിശദീകരണം.

അത്തരം ഒരാഗ്രഹം മനസ്സിൽ സൂക്ഷിക്കുന്നവർ ഇന്ത്യയിൽനിന്നു കടൽ വഴി വഞ്ചിയിലോ ഉരുവിലോ വേണമായിരുന്നു ഇസ്‌ലാമിന്റെ ജന്മഗേഹത്തിലേക്കു യാത്രചെയ്യാൻ. അതുണ്ടായില്ലെന്നു മാത്രമല്ല, പ്രവാചകനോ അദ്ദേഹത്തിന്റെ അനുചരരോ സ്വപ്നത്തിൽപോലും കണ്ടിട്ടില്ലാത്ത വിമാനത്തിലാണ് കാസർകോട്ടെയും പാലക്കാട്ടെയും ചെറുപ്പക്കാർ പോയത്. മുഹമ്മദ് നബിയോ സ്വഹാബികളോ കേട്ടിട്ടുപോലുമില്ലാത്ത സ്മാർട്ട്ഫോണും ഇന്റർനെറ്റുമുൾപ്പെടെയുള്ള അത്യാധുനിക വാർത്താവിനിമയോപാധികൾ തങ്ങളുടെ യാത്രാപരിപാടികൾ ആസൂത്രണം ചെയ്യുന്നതിന് അവർ ഉപയോഗിച്ചിട്ടുമുണ്ട്. ആത്മീയതയോ തീവ്രവാദമോ എന്താവട്ടെ, അവയുടെ വാണിഭക്കാർ തങ്ങളുടെ 'ഉൽപ്പന്ന' ങ്ങളുടെ വിനിമയവും വിതരണവും നിർവ്വഹിക്കുന്നത് ഏഴാം ശതകത്തിനു തീർത്തും അന്യമായിരുന്ന സൈബർ സാധ്യതകളിലൂടെയാണുതാനും.

അതിരിക്കട്ടെ. മതസംഘടനകൾ പോലെയല്ലല്ലോ മതേതര രാഷ്ട്രീയപ്പാർട്ടികൾ. കേരളത്തിലെയോ ഇന്ത്യയുടെ ഇതര പ്രദേശങ്ങളിലെയോ വല്ലവരും ലോകം ഇതുവരെ ദർശിച്ച ഏറ്റവും വലിയ ഭീകരവാദ

സംഘമായ ഇസ്ലാമിക് സ്റ്റെയ്റ്റിനെ ആശ്ലേഷിക്കാൻ ഉദ്യുക്തരാകുന്നുണ്ടെങ്കിൽ, മതേതര പാർട്ടി നേതൃത്വങ്ങൾ അതു ഗൗരവത്തിലെടുക്കുകയും അതിന്റെ മൂലകാരണങ്ങൾ കണ്ടെത്താൻ ശ്രമിക്കുകയും ചെയ്യേണ്ടതുണ്ട്. പ്രശ്നത്തെ നിസ്സാരീകരിക്കുംവിധമുള്ള പ്രസ്താവനകൾ കൊണ്ട് അവർ തൃപ്തിപ്പെട്ടുകൂടാ. ഭീകരവാദശൃംഖലകളിലേക്കു ചേക്കേറാൻ ചെറുപ്പക്കാരെ പ്രേരിപ്പിക്കുന്നവരെയും അവരുടെ പ്രലോഭനങ്ങൾക്കു കീഴ്പ്പെടുന്നവരെയും സ്വാധീനിക്കുന്ന ആശയലോകം ഏതെന്നു തിരിച്ചറിയാനും അതിനെതിരെ ഉന്നിദ്രമാകാനുമാണ് മതേതര രാഷ്ട്രീയ നേതൃത്വം മുതിരേണ്ടത്.

മുഖ്യമന്ത്രി പിണറായി വിജയനോ കോൺഗ്രസ് നേതാവ് എ.കെ. ആന്റണിയോ ആ കർത്തവ്യം നിറവേറ്റിയില്ല എന്നു ഖേദപൂർവ്വം ചൂണ്ടിക്കാട്ടേണ്ടതുണ്ട്. രണ്ടു ശൈലിയിലാണെങ്കിലും രണ്ടുപേരും പറഞ്ഞത് ഭീകരവാദത്തിനു മതമില്ല എന്നും ഏതെങ്കിലും മതസമുദായവുമായി ഭീകരവാദത്തെ ബന്ധിപ്പിച്ചുകൂടാ എന്നുമാണ്. മറ്റുവിധത്തിൽ പറഞ്ഞാൽ, മുസ്ലിങ്ങളിൽ ചിലർ പ്രകടിപ്പിക്കുന്ന തീവ്രവാദവാഞ്ഛയെ മുസ്ലിം തീവ്രവാദമെന്നു വിശേഷിപ്പിക്കുന്നതിൽ നീരസം രേഖപ്പെടുത്തുകയാണ് അവർ ചെയ്തത്. ഇത്തരം ഒരു നിലപാട് ആന്റണിക്കും വിജയനുമുണ്ടായിരുന്നെങ്കിൽ, 1980-കളിൽ പഞ്ചാബിൽ ഭിന്ദ്രൻവാലയുടെ നായകത്വത്തിൽ തീവ്രവാദത്തിന്റെ തീമഴ പെയ്തപ്പോഴും 1984-ൽ ഇന്ദിരാവധം നടന്നപ്പോഴും അവർ ആ തീവ്രവാദത്തെ എന്തിനാണ് സിഖ് തീവ്രവാദം എന്നു വിളിച്ചത്? സിഖുകാരുടെ തീവ്രവാദത്തിനു മതമുണ്ടെന്നും മുസ്ലിങ്ങളുടെ തീവ്രവാദത്തിനു മതമില്ലെന്നും പറയുന്നതിൽ പ്രകടമായ യുക്തിഭംഗമുണ്ട്.

സിഖ് തീവ്രവാദത്തിന്റെ കാര്യത്തിൽ മാത്രമല്ല ഈ ഇരട്ടത്താപ്പ് പ്രത്യക്ഷപ്പെടുന്നത്. ഹിന്ദുത്വ (ഹൈന്ദവ) തീവ്രവാദത്തെക്കുറിച്ചു നിരന്തരം സംസാരിക്കുന്നവരാണ് നമ്മുടെ സെക്യുലർ പാർട്ടി സാരഥികൾ. ഗോഡ്സെ തൊട്ട് സ്വാധി പ്രാചി വരെയുള്ളവരെ ഹൈന്ദവ തീവ്രവാദത്തിന്റെ മൂർത്തിമദ്ഭാവങ്ങളായി അവർ ചിത്രീകരിക്കാറുണ്ട്. ആ ചിത്രീകരണം വസ്തുതാപരമായി ശരിയാണ് താനും. അതേസമയം, ഇസ്ലാമിക് സ്റ്റെയ്റ്റുമായോ ഇന്ത്യൻ മുജാഹിദീനുമായോ ബന്ധപ്പെട്ട തീവ്രവാദത്തെ ഇസ്ലാമിസ്റ്റ് തീവ്രവാദം എന്നു പറയാതാവതല്ല എന്ന സമീപനം തത്പരകക്ഷികൾ കൈക്കൊള്ളുകയും ചെയ്യുന്നു. പ്രവീൺ തൊഗാഡിയയ്ക്കു ഹിന്ദുത്വ തീവ്രവാദി എന്ന പട്ടം ചേരുമെങ്കിൽ അസദുദ്ദീൻ ഒവൈസിക്ക് ഇസ്ലാമിസ്റ്റ് തീവ്രവാദി എന്ന പട്ടവും ചേരും.

മതവുമായി ബന്ധപ്പെട്ട തീവ്രവാദവും ഭീകരവാദവും മാത്രമല്ല ലോകത്തുള്ളത്. ഭാഷാഭീകരത, മാവോയിസ്റ്റ് ഭീകരത, വംശീയ ഭീകരത, ജാതീയ ഭീകരത തുടങ്ങിയ പ്രതിഭാസങ്ങളെല്ലാം ഇന്ത്യയിൽ തന്നെയുണ്ട്. ശിവസേനക്കാർ ഭാഷാഭീകരതയുടെ പ്രതിനിധാനങ്ങളാണ്.

ഛത്തീസ്ഗഢ് പോലുള്ള സംസ്ഥാനങ്ങളിൽ മാവോയിസ്റ്റുകളുടെ ആക്രമണോത്സുകതയ്ക്ക് രാജ്യം സാക്ഷിയാകുന്നു. ഡൽഹിയിൽ വടക്കുകിഴക്കൻ സംസ്ഥാനക്കാരെ വേട്ടയാടുന്ന വംശീയ ഭീകരതയുടെ അഴിഞ്ഞാട്ടം സമീപകാലത്തു നാം കാണുകയുണ്ടായി. ഗുജറാത്തിൽ ചത്ത പശുവിന്റെ തോലുരിച്ച ദളിതരെ പിച്ചിച്ചീന്തുന്നവർ ജാതി ഭീകരതയെയാണ് പ്രതിനിധാനം ചെയ്യുന്നത്.

മുകളിൽ പറഞ്ഞ നാലു ഭീകരതകൾക്കു പിന്നിലും യഥാക്രമം ഭാഷാവികാരം, മാവോയിസ്റ്റ് വികാരം, വംശീയവികാരം, ജാതിവികാരം എന്നിവ പ്രവർത്തിക്കുന്നുണ്ട്. അതുകൊണ്ടത്രേ അവയെ ഭാഷാഭീകരത, വംശീയ ഭീകരത എന്നെല്ലാം വിശേഷിപ്പിക്കുന്നത്. തികച്ചും അതുപോലെ മതവികാരത്താൽ പ്രേരിതമായി രംഗത്തുവരുന്ന ഭീകരതയെ മതഭീകരതയായി വേണം കാണാൻ. ബാഗ്ദാദിയുടെ ഐ.എസ്സും ലാദന്റെ അൽഖായ്ദയും ഇസ്‌ലാം മതവികാരത്തിൽനിന്നു ജന്മമെടുത്തവയാണ്. ആ അർത്ഥത്തിലാണ് അവയുടെ ഭീകരത ഇസ്‌ലാമിക ഭീകരതയെന്നോ ഇസ്‌ലാമിസ്റ്റ് ഭീകരതയെന്നോ വിശേഷിപ്പിക്കപ്പെടുന്നത്.

ഐ.എസ്., അൽഖായ്ദ, താലിബാൻ, ഇന്ത്യൻ മുജാഹിദീൻ തുടങ്ങിയ സംഘടനകൾ 'യഥാർത്ഥ ഇസ്‌ലാ'മിനെ പ്രതിനിധാനം ചെയ്യുന്നില്ല എന്നു വാദിക്കുന്നവരുണ്ടാകാം. പക്ഷേ, മേൽച്ചൊന്ന ഭീകരവാദ കൂട്ടായ്മകൾ ആ വാദം അംഗീകരിക്കുന്നില്ല. യഥാർത്ഥ ഇസ്‌ലാമിന്റെ നേരവകാശികൾ തങ്ങളാണെന്നാണ് അവർ അവകാശപ്പെടുന്നത്. തങ്ങളുടെ ചെയ്തികളെ അവർ ന്യായീകരിക്കുന്നതാവട്ടെ, ഖുർആനും ഹദീസും ഉദ്ധരിച്ചാണ് താനും. 2014 ജൂണിൽ ഐ.എസ്. പുറത്തുവിട്ട ഒരു വീഡിയോയിൽ പറയുന്നതിങ്ങനെ: "അല്ലാഹുവിനെ സാക്ഷിനിർത്തി ഞങ്ങൾ പറയുന്നു, അല്ലാഹുവിന്റെ മതത്തിനുവേണ്ടിയാണ് ഞങ്ങൾ ജിഹാദ് നടത്തുന്നത്. അല്ലാഹു ഇച്ഛിക്കുന്നുവെങ്കിൽ ഖുർആനിന്റെയും സുന്നത്തിന്റെയും അടിസ്ഥാനത്തിലുള്ള രാഷ്ട്രം ഞങ്ങൾ സ്ഥാപിക്കുക തന്നെ ചെയ്യും." ആ രാഷ്ട്രസംസ്ഥാപനത്തിന് നരക്കശാപ്പടക്കമുള്ള ഹിംസയുടെ മാർഗം അവലംബിക്കുന്നതിന് തെരഞ്ഞെടുത്ത ചില ഖുർആൻ വാക്യങ്ങൾ ഉപയോഗിക്കുകയും ചെയ്യുന്നു ഐ.എസ്. അത്തരം വാക്യങ്ങളിൽ ഒന്ന് ഖുർആനിലെ ഒമ്പതാം അധ്യായത്തിലെ 123-ാം സൂക്തമാണ്. അത് ഇപ്രകാരം: "വിശ്വാസികളേ, നിങ്ങൾക്കു ചുറ്റുമുള്ള അവിശ്വാസികളോട് യുദ്ധം ചെയ്യുക; നിങ്ങളുടെ പരുഷത അവർ മനസ്സിലാക്കട്ടെ; അല്ലാഹു ഭക്തരുടെ കൂടെയാണ്."

ഇപ്പോൾ ഒരു കാര്യം വ്യക്തമാകുന്നു. മിതവാദധാരയെന്നപോലെ ഒരു തീവ്രവാദ (ഭീകരവാദ) ധാരയും വർത്തമാനകാലത്ത് ഇസ്‌ലാമിനകത്തുണ്ട്. ആ ധാരയോടൊപ്പം നീങ്ങുന്നവർ തീർച്ചയായും ചെറിയ ന്യൂനപക്ഷമാണ്. പക്ഷേ, അവരുടെ സാന്നിധ്യം കണ്ടില്ലെന്നു നടിച്ചുകൂടാ. അത്തരക്കാരെ വലയിൽ വീഴ്ത്തുന്ന ഒരു തീവ്രവാദ പ്രത്യയ

ശാസ്ത്രം സജീവമാണെന്ന യാഥാർത്ഥ്യവും മനസ്സിലാക്കപ്പെടണം. ആ പ്രത്യയശാസ്ത്രത്തിന് കേരളത്തിലും രാജ്യത്തിന്റെ മറ്റു ഭാഗങ്ങളിലുമുള്ള സ്വാധീനതയുടെ ആഴം ഗ്രഹിക്കാനും അതിനെതിരെ ആശയതലത്തിൽ സന്ധിയില്ലാസമരം നടത്താനും തയ്യാറാവുകയെന്നതാണ് മതേതരവാദികളുടെ കടമ.

തീർച്ചയായും മതമില്ലാത്ത ഭീകരവാദം പലതുണ്ട്. നടേ പറഞ്ഞ ഭാഷാ-വംശീയ ഭീകരതകളൊക്കെ അവയിൽപ്പെടും. പക്ഷേ, മതമുള്ള ഭീകരവാദങ്ങളും നിലവിലുണ്ട്. അത്തരം ഭീകരതകളെക്കുറിച്ചു പറയുമ്പോൾ ഏതെങ്കിലും സമുദായത്തിൽപ്പെട്ട സർവരും അതിന്റെ പ്രവർത്തകരാണെന്ന് ആരും അർത്ഥമാക്കുന്നില്ല. ഒരു സൂക്ഷ്മ ന്യൂനപക്ഷം മാത്രമാണ് മതഭീകരതയ്ക്കു വശംവദരാകുന്നവർ. ആ ഗണത്തിൽപ്പെട്ടവരെക്കുറിച്ച് (മതഭീകരതയെക്കുറിച്ച്) വ്യക്തമായ നിലപാട് മതേതര പാർട്ടികൾക്ക് ഉണ്ടാകാതിരുന്നാൽ ആ സൗകര്യം ഉപയോഗിച്ച് മതഭീകരത വളരുമെന്ന കാര്യം മറക്കരുത്.

(ആഗസ്റ്റ്, 2016)

മാറേണ്ടത് നാം/അവർ മനഃസ്ഥിതി

'**മെ**യിൻ സ്ട്രീം' വാരികയുടെ സ്ഥാപക പത്രാധിപരായിരുന്നു യശഃശരീരനായ നിഖിൽ ചക്രവർത്തി. ഉറച്ച മതനിരപേക്ഷവാദിയും ലിബറൽ ചിന്താഗതിക്കാരനുമായിരുന്ന അദ്ദേഹം മൂന്നര പതിറ്റാണ്ടു മുമ്പ് ഇന്ത്യയിലെ ഹിന്ദു-മുസ്ലിം പ്രശ്നത്തെക്കുറിച്ച് എഴുതിയ ഒരു ലേഖനമുണ്ട്. ശ്രദ്ധേയമായ നിരീക്ഷണങ്ങളടങ്ങിയ ആ ലേഖനത്തിൽ തികച്ചും സ്വാഭാവികം എന്നു തോന്നുംവിധം ഒരു ചോദ്യം ഉന്നയിച്ചതു കാണാം: "നാം അവരോടു നീതി പുലർത്തിയോ" എന്നതാണ് ആ ചോദ്യം.

ഇവിടെ 'നാം' എന്നതുകൊണ്ട് നിഖിൽ ചക്രവർത്തി ഉദ്ദേശിച്ചത് ഹിന്ദുക്കളെയും 'അവർ' എന്നതുകൊണ്ട് ഉദ്ദേശിച്ചത് മുസ്ലിങ്ങളെയുമാണ്. ഒറ്റനോട്ടത്തിൽ നിരുപദ്രവം എന്നു തോന്നിയേക്കാമെങ്കിലും, ഈ വിഭജനം മതനിരപേക്ഷ മൂല്യങ്ങളോടു പൊരുത്തപ്പെടുന്നതല്ല. ഹിന്ദുക്കളെയും മുസ്ലിങ്ങളെയും 'ഇന്ത്യക്കാരായ നമ്മിൽ' ഉൾപ്പെടുത്തുകയത്രേ മതനിരപേക്ഷവാദികൾ ചെയ്യേണ്ടത്. ഇന്ത്യക്കാരായ ഹിന്ദുക്കളെ മാത്രം നമ്മളും മുസ്ലിങ്ങളെ അവരുമായി വീക്ഷിക്കുമ്പോൾ സെക്യുലറിസത്തിനു പകരം കമ്മ്യൂണലിസമാകും ബലം പ്രാപിക്കുന്നത്.

ബഹുസ്വര മതേതര ജനാധിപത്യത്തിന്റെ കരുത്തുറ്റ വക്താവും പ്രമുഖ ബുദ്ധിജീവിയുമായിരുന്ന ചക്രവർത്തിക്കുപോലും നാം/അവർ മനഃസ്ഥിതിയിൽനിന്നു കുതറിമാറാൻ സാധിക്കാതെ പോയെങ്കിൽ, പിന്നെ സാധാരണക്കാരുടെ സ്ഥിതി എന്താകുമെന്നു പറയേണ്ടതില്ലല്ലോ. കോഴിക്കോട് ഡി.സി.സി. പ്രസിഡണ്ട് കെ.സി.അബുവിനു തെരഞ്ഞെടുപ്പു കമ്മീഷന്റെ താക്കീതു ലഭിക്കാൻ കാരണം ഇതേ മനഃസ്ഥിതിയാണ്. ബേപ്പൂർ അസംബ്ലി മണ്ഡലത്തിൽ മത്സരിക്കുന്ന യു.ഡി.എഫിന്റെയും എൽ.ഡി.എഫിന്റെയും സ്ഥാനാർത്ഥികൾ സമുദായപരമായി മുസ്ലിങ്ങൾ. എൽ.ഡി.എഫിന്റെ വി.കെ.സി. മമ്മദ്കോയ കോഴിക്കോട് മേയറാണ്. ഈ സാഹചര്യം മനസ്സിൽവെച്ചാണ് അബു ബേപ്പൂരിൽ തെരഞ്ഞെടുപ്പു യോഗത്തിൽ പ്രസംഗിച്ചത്.

കോഴിക്കോടിന്റെ പ്രാന്തപ്രദേശമായ ബേപ്പൂരിൽ കോൺഗ്രസ്സുകാരനും യു.ഡി.എഫ്. സ്ഥാനാർത്ഥിയും മുസ്ലിമുമായ ആദം

മുൽസിയെ ജയിപ്പിച്ചാൽ കോഴിക്കോട്ടുകാർക്ക് ഒരേ സമയം മുസ്‌ലിം എം.എൽ.എയെയും മുസ്‌ലിം മേയറേയും ലഭിക്കും എന്നായിരുന്നു ഡി. സി.സി. അധ്യക്ഷൻ നടത്തിയ പ്രസംഗത്തിന്റെ പൊരുൾ. കോൺഗ്രസ്സുകാരനായ അബു തന്റെ ഐഡന്റിറ്റിയെ മുസ്‌ലിമിലേക്കു വെട്ടിച്ചുരുക്കുക മാത്രമല്ല ഇവിടെ ചെയ്തത്. സി.പി.ഐ.എമ്മുകാരനായ വി.കെ.സി. മമ്മദ് കോയയുടെയും കോൺഗ്രസ്സുകാരനായ ആദം മുൽസിയുടെയും ഐഡന്റിറ്റിയെക്കൂടി അദ്ദേഹം മതത്തിലേക്കും സമുദായത്തിലേക്കും ഒതുക്കി. അത്തരം ഒതുക്കലിൽ ആവേശഭരിതരാകുന്ന സമുദായ ദുരഭിമാനികളായ മുസ്‌ലിം വോട്ടർമാരെ തന്റെ മുന്നണിക്ക് അനുകൂലമാക്കുക എന്നതായിരുന്നു അബുവിന്റെ ലക്ഷ്യം. 'കോഴിക്കോട്ടുകാർക്ക് ഒരേ സമയം മുസ്‌ലിമായ മേയറേയും മുസ്‌ലിമായ എം.എൽ.എയേയും ലഭിക്കും' എന്ന വികാരം കത്തിക്കുമ്പോൾ നാം/അവർ മനോഭാവം ഊട്ടിയുറപ്പിക്കുകയാണ് ഫലത്തിൽ ഡി.സി.സി. പ്രസിഡണ്ട് ചെയ്തത്.

നമ്മുടെ നാട്ടിൽ മാത്രമല്ല അതിസങ്കുചിതവും അനാരോഗ്യകരവുമായ ഈ മനോഭാവം കാണുന്നത്. അന്താരാഷ്ട്രതലത്തിൽ നാം/അവർ മനഃസ്ഥിതി മുമ്പില്ലാത്തവിധം ശക്തി കൈവരിക്കുന്നതാണ് അനുഭവം. ജനാധിപത്യരഹിത മതാസ്പദഭരണം നിലനിൽക്കുന്ന ദേശങ്ങളിൽ ഈ മനഃസ്ഥിതി സ്വാഭാവികം മാത്രമാണ്. അതിനാൽത്തന്നെ അത്തരം ദേശങ്ങളെ നമുക്കു മാറ്റിനിർത്താം. മതേതര ജനാധിപത്യ സരണി സ്വീകരിച്ച പാശ്ചാത്യ രാജ്യങ്ങളിൽപ്പോലും പൗരന്മാരെ ഒരു ഏകകമായി കാണാൻ വിസമ്മതിക്കുന്ന പ്രവണത കൂടിക്കൂടി വരുന്നു എന്നതാണ് വർത്തമാനാവസ്ഥ. അമേരിക്കയിൽ റിപ്പബ്ലിക്കൻ പ്രസിഡൻഷ്യൽ നോമിനിയായ ഡൊണാൾഡ് ട്രംപ് പ്രകടിപ്പിച്ച ആശയങ്ങളും അഭിപ്രായങ്ങളും മികച്ച ഉദാഹരണമാണ്. മുസ്‌ലിങ്ങൾക്കും മെക്സിക്കർക്കുമെതിരെ വിദ്വേഷത്തിന്റെ ആറ്റംബോംബുകൾ പൊട്ടിച്ചു ട്രംപ്. മുസ്‌ലിങ്ങളെ അമേരിക്കയിലേക്കു പ്രവേശിപ്പിക്കരുത് എന്നു തുറന്നടിച്ച ടിയാൻ അബ്രഹാം ലിങ്കൺ തന്റെ ഗെറ്റിസ്ബർഗ് പ്രസംഗത്തിൽ ജനാധിപത്യത്തിനു നൽകിയ പ്രസിദ്ധമായ നിർവചനംപോലും ഓർക്കുകയുണ്ടായില്ല.

ഡൊണാൾഡ് ട്രംപുമാർ അമേരിക്കയിൽ ഒതുങ്ങുന്നില്ല. ബ്രിട്ടനിലുമുണ്ട് അത്തരക്കാർ. ലണ്ടൻ മേയർ പദത്തിനു മത്സരിച്ച കൺസർവേറ്റീവ് സ്ഥാനാർത്ഥി സേക് ഗോൾഡ്സ്മിത്ത് ഉദാഹരണം. മെയ് അഞ്ചിനു നടന്ന മേയർ തെരഞ്ഞെടുപ്പിൽ എതിർ സ്ഥാനാർത്ഥി സാദിഖ് ഖാനെതിരെ ഗോൾഡ്സ്മിത്ത് സാമുദായിക ധ്രുവീകരണം ഉന്നമിട്ടുള്ള പ്രചാരണങ്ങളാണു നടത്തിയത്. ഉത്തർപ്രദേശിൽനിന്നു പാകിസ്താനിലേക്കും അവിടെനിന്നു ബ്രിട്ടനിലേക്കും കുടിയേറിയ കുടുംബത്തിലെ ബ്രിട്ടീഷ് പൗരനാണ് സാദിഖ് ഖാൻ. അദ്ദേഹത്തിന്റെ മത പശ്ചാത്തലത്തിലേക്കു കൈചൂണ്ടിയായിരുന്നു സേക് ഗോൾഡ്സ്മിത്ത് തെരഞ്ഞെടുപ്പു പ്രചാരണം നടത്തിയത്. ലണ്ടനിലെ 'നാം' ക്രൈസ്തവരും 'അവർ' മുസ്‌ലിങ്ങളും എന്ന വിഭജനത്തിൽ അദ്ദേഹം അടിവരയിട്ടു. എന്നിട്ടും

വിജയം തുണച്ചത് ലേബർ പാർട്ടിക്കാരനായ സാദിഖ് ഖാനെയായിരുന്നു.

കോഴിക്കോട് ഡി.സി.സി. അധ്യക്ഷൻ തൊട്ട് 'ബീഫ് കഴിക്കുന്നവർ പാകിസ്താനിലേക്കു പോകണം' എന്ന് ആക്രോശിക്കുന്നവർ വരെയുള്ളവർ വിദേശ മാധ്യമപ്രവർത്തകരോടു ലണ്ടൻ മേയർ ഖാൻ പറഞ്ഞ വാക്കുകൾ ശ്രദ്ധിക്കേണ്ടതാണ്. അദ്ദേഹം പറഞ്ഞതിങ്ങനെ: "ഞാൻ മുസ്‌ലിം നേതാവോ മുസ്‌ലിം വക്താവോ അല്ല. ലണ്ടൻ നഗരത്തിനു വേണ്ടിയാണ് ഞാൻ സംസാരിക്കുക." മതത്തിനും വംശത്തിനും മറ്റു വിഭാഗീയതകൾക്കും അതീതരാകാൻ സാധിക്കുന്നവർക്കു മാത്രമേ ഉത്തമ ജനപ്രതിനിധികളും ഉത്തമ രാഷ്ട്രീയക്കാരുമാകാൻ സാധിക്കൂ. 'നാമും' 'അവരു'മില്ലാത്ത, എല്ലാവരും നമ്മുടെ ഭാഗമാണെന്നു കരുതുന്ന രാഷ്ട്രീയവും അതിന്റെ പ്രയോക്താക്കളും നിലനിൽക്കുന്നിടത്തു മാത്രമേ ജനാധിപത്യം അതിജീവിക്കൂ എന്ന വസ്തുത ആരും മറന്നുകൂടാത്തതാണ്.

മനുഷ്യമനസ്സാക്ഷിയെ വിറങ്ങലിപ്പിക്കുന്ന അതിക്രൂരമായ കൊലപാതകം അരങ്ങേറുമ്പോൾപോലും മേൽച്ചൊന്ന യാഥാർത്ഥ്യം നമ്മുടെ രാഷ്ട്രീയക്കാർ ഓർക്കാതെ പോകുന്നു. ലണ്ടനിൽനിന്നു കേരളത്തിലെ പെരുമ്പാവൂരിലേക്ക് ഇങ്ങിവന്നു നോക്കൂ. പാവപ്പെട്ട ഒരു യുവതി അവിടെ ബലാത്സംഗത്തിനും അവർണ്യഹിംസയ്ക്കും വിധേയയാക്കപ്പെടുകയും വധിക്കപ്പെടുകയും ചെയ്തു. കേരളീയ സമൂഹത്തിന്റെ (ഇന്ത്യൻ സമൂഹത്തിന്റെ) ഭാഗമായിരുന്ന ജിഷ എന്ന ആ നിയമവിദ്യാർത്ഥിനിയെ അങ്ങനെ കാണുന്നതിനു പകരം നമ്മുടെ കക്ഷിരാഷ്ട്രീയക്കാർ ആ യുവതിയെ രായ്ക്കുരാമാനം അപരവൽക്കരിച്ചു. ജിഷ മലയാളി സമൂഹത്തിന്റെ (ഭാരതീയ സമൂഹത്തിന്റെ) ഭാഗം എന്നതിനു പകരം ദളിത സമൂഹത്തിന്റെ ഭാഗമായി ന്യൂനീകരിക്കപ്പെട്ടു.

പ്രതിപക്ഷ പാർട്ടികളും ചില മുസ്‌ലിം മതമൗലിക-തീവ്രവാദ സംഘടനകളുമാണ് ഈ ന്യൂനീകരണം കൊണ്ടുപിടിച്ചു നടത്തിയത്. ദളിതർ 'നമ്മിൽ' ഉൾപ്പെടുകയില്ല എന്നു പറയാതെ പറയുകയായിരുന്നു അവർ. ലൈംഗിക ഹിംസയ്ക്കു വിധേയരാക്കപ്പെടുകയും മരണത്തിലേക്കു വലിച്ചെറിയപ്പെടുകയും ചെയ്ത ചെറുപ്പക്കാരികൾ കേരളത്തിൽ വേറെയുമുണ്ട്. അനഘയും ശാരിയുമൊക്കെ അക്കൂട്ടത്തിൽപ്പെടും. അനഘ, നമ്പൂതിരി സമുദായാംഗമായിരുന്നു. ശാരി, നായർ സമുദായാംഗവും. ജിഷയുടെ ദളിത് സ്വത്വത്തിൽ പേർത്തും പേർത്തും ഊന്നുന്നവരൊന്നും അനഘയുടെ നമ്പൂതിരി സ്വത്വത്തിലോ ശാരിയുടെ നായർ സത്വത്തിലോ അല്പം പോലും ഊന്നിക്കണ്ടിട്ടില്ല. ദളിതയായതുകൊണ്ടാണ് ജിഷ കൊല്ലപ്പെട്ടതെന്നു നിരന്തരം ധ്വനിപ്പിക്കുന്നവർ നമ്പൂതിരി വിഭാഗത്തിൽപ്പെട്ടവളായതിനാൽ അനഘയ്ക്കും നായർ ജാതിയിൽപ്പെട്ടവളായതിനാൽ ശാരിക്കും ദുരന്തം ഏറ്റുവാങ്ങേണ്ടിവന്നു എന്ന് ഒരിക്കലും

ധ്വനിപ്പിച്ചിരുന്നില്ല എന്നതും സത്യം മാത്രം. ഈ മൂന്നു ചെറുപ്പക്കാരികളും ദരിദ്രരായിരുന്നു എന്നിടത്താണ് പ്രശ്നത്തിന്റെ കാതൽ കിടക്കുന്നത്.

ദരിദ്രർ എന്ന നിലയിൽ ഏൽക്കേണ്ടിവരുന്ന ദുരന്തങ്ങളെ ആ രീതിയിൽ വീക്ഷിക്കുന്നതിനു പകരം ദളിതർ എന്ന നിലയിൽ ഏൽക്കേണ്ടിവരുന്ന ദുരന്തങ്ങളായി ചിത്രീകരിക്കുന്നതു ബന്ധപ്പെട്ട പാർട്ടികൾക്കു കക്ഷിരാഷ്ട്രീയപരമായ നേട്ടങ്ങളുണ്ടാക്കാൻ ഉതകിയെന്നു വരാം. പക്ഷേ, ദുരന്തത്തിന്റെ ഇരകളെ ജാതിസ്വത്വത്തിലേക്കു ചുരുക്കിക്കെട്ടുന്നതു ജാതീയ സങ്കുചിതത്വം മൂർച്ഛിപ്പിക്കാൻ മാത്രമേ സഹായിക്കൂ. ഇക്കാര്യം മറ്റാരു മനസ്സിലാക്കിയില്ലെങ്കിലും മതേതരത്വവും മാർക്സിസവും പ്രസംഗിക്കുന്ന കക്ഷികളെങ്കിലും മനസ്സിലാക്കേണ്ടതാണ്. രുഗ്ണമായ നാം/അവർ മനഃസ്ഥിതി സ്വയം മറികടക്കാനും മറ്റുള്ളവരെ അതിനു പ്രേരിപ്പിക്കാനുമാണ് അവർ ശ്രമിക്കേണ്ടത്.

(മെയ്, 2016)

മതം, ഫാഷിസം, ഇടതുപക്ഷം

1920-കളിൽ ഇറ്റലിയിൽ മുസോളിനിയുടെ നേതൃത്വത്തിൽ ഉയർന്നു വന്ന ഫാഷിസം ദേശീയ ദുരഭിമാനത്തിലും 1930-കളിൽ ജർമനിയിൽ ഹിറ്റ്ലറുടെ നായകത്വത്തിൽ തലപൊക്കിയ നാട്സിസം വംശീയ ദുരഭിമാനത്തിലും അധിഷ്ഠിതമായിരുന്നു. രണ്ടിടങ്ങളിലും നേതാക്കൾ വിമർശനാതീതർ (ചോദ്യം ചെയ്യപ്പെട്ടുകൂടാത്തവർ) എന്ന നിലയിലാണ് സ്വയം ഗണിച്ചത്. എതിർശബ്ദങ്ങളെ അവർ നിഷ്കരുണം അരിഞ്ഞു തള്ളി. സമസ്താർത്ഥത്തിൽ ക്രൂരമായ സമഗ്രാധിപത്യവാഴ്ചയാണ് മുസോളിനിയുടെ ഇറ്റലിയിലും ഹിറ്റ്ലറുടെ ജർമനിയിലും നിലനിന്നത്. അപരത്വം കല്പിക്കപ്പെട്ടവർ അവിടെ ഉന്മൂലനം ചെയ്യപ്പെട്ടു.

രാഷ്ട്രീയത്തിലും മതത്തിലും സംസ്കാരത്തിലുമൊക്കെ മേൽസൂചിപ്പിച്ച വിചാര-പ്രയോഗരീതികൾ പിന്തുടരുന്നതിനെ പിൽക്കാലത്ത് ഫാഷിസം എന്നു വിളിക്കാൻ തുടങ്ങി. അപരജനതകളോടും അപരവീക്ഷണങ്ങളോടുമുള്ള ഹിംസാത്മക അവജ്ഞയും അസഹിഷ്ണുതയും ഫാഷിസത്തിന്റെ മൂലക്കല്ലും മുഖമുദ്രയുമാണ്. ദേശീയമോ വംശീയമോ രാഷ്ട്രീയമോ ആയ ദുരഭിമാനം മാത്രമല്ല, മതപരവും സംസ്കാരപരവും ഭാഷാപരവുമൊക്കെയായ ദുരഭിമാനം തജ്ജന്യഹിംസയും ഫാഷിസത്തിന്റെ കള്ളിയിൽ വരുന്നവയത്രെ.

ഇറ്റലിക്കും ജർമ്മനിക്കുംശേഷം ജോസഫ് സ്റ്റാലിന്റെ കാലത്ത് സോവിയറ്റ് യൂണിയനിലും കണ്ടത് ഫാഷിസ്റ്റ് രീതികൾ തന്നെ. വിമത സ്വരങ്ങൾ അവിടെ നിർദ്ദയം അടിച്ചമർത്തപ്പെട്ടു. ഏകസ്വരതയായിരുന്നു അംഗീകൃത തത്ത്വം. നേതാവ് എല്ലാ ചോദ്യങ്ങൾക്കും അതീതനാണെന്ന ജനാധിപത്യവിരുദ്ധ അവസ്ഥാവിശേഷമാണ് സ്റ്റാലിനിസ്റ്റ് റഷ്യയിൽ ഉണ്ടായിരുന്നത്. ആ ദുഷിച്ച പൈതൃകം സ്റ്റാലിനാനന്തര കാലഘട്ടത്തിലും പിന്തുടർന്നതുകൊണ്ട് കൂടിയാണ് സോവിയറ്റ് യൂണിയൻ ഏറെ വൈകാതെ ചരിത്രത്തിന്റെ ഭാഗമായിത്തീർന്നത്.

ഭരിക്കുന്നവരുടെ പ്രത്യയശാസ്ത്രത്തിനും വീക്ഷണങ്ങൾക്കും എതിർ നിൽക്കുന്ന ആശയലോകത്തിനുനേരെ ഭ്രാന്തമായ അസഹിഷ്ണുത പ്രകടിപ്പിക്കപ്പെട്ട മറ്റു ചില രാഷ്ട്രങ്ങളിലൊന്ന് ഖൊമെയ്നിയുടെ

ഇറാനാണ്. 1979-ൽ ഇറാന്റെ ആത്മീയനേതാവ് എന്ന പദത്തിൽ കയറിയിരുന്ന ആയഇല്ല ഖൊമെയ്നി, 1988-ൽ പുറത്തിറങ്ങിയതും സൽമാൻ റുഷ്ദി രചിച്ചതുമായ 'സാത്താനിക വചനങ്ങൾ'ക്കെതിരെ മാത്രമല്ല റിഷ്ദിക്കെതിരെയും ഉറഞ്ഞുതുള്ളി. റുഷ്ദിയെ കണ്ടേടത്ത് വെച്ച് കൊലപ്പെടുത്താൻ ലോകത്താകമാനമുള്ള മുസ്ലീങ്ങളെ ആഹ്വാനം ചെയ്യുന്ന ഖൊമെയ്നിയൻ ഫത്വ ഇരുപതാം നൂറ്റാണ്ടിന്റെ ഉത്തരാർധം കണ്ട ഏറ്റവും നീചമായ ഫാഷിസ്റ്റ് രേഖയായിരുന്നു. രാഷ്ട്രീയ-സാംസ്കാരിക പ്രതിയോഗികളും സ്വതന്ത്രമാധ്യമപ്രവർത്തകരും ഒട്ടേറെ ബുദ്ധിജീവികളും ഇറാനിൽ ആക്രമിക്കപ്പെടുകയും അടിച്ചമർത്തപ്പെടുകയും ചെയ്ത കാലയളവുകൂടിയായിരുന്നു ഖൊമെയ്നിയൻ ചട്ടം.

മധ്യപൗരസ്ത്യ മേഖലയിൽ ഖൊമെയ്നിസത്തെ കടത്തിവെട്ടിയ ലക്ഷണമൊത്ത ഫാഷിസ്റ്റ് പ്രസ്ഥാനമാണ് 2014-ൽ ലോകശ്രദ്ധ പിടിച്ചുപറ്റിയ 'ഇസ്ലാമിക് സ്റ്റെയ്റ്റ് ഓഫ് ഇറാഖ് ആൻഡ് സിറിയ' (ഐ.എസ്.ഐ.എസ്). എന്തു വില കൊടുത്തും ഇറാഖിലും സിറിയയിലും ഇസ്ലാമിക ഭരണം (ഖിലാഫത്ത്) സ്ഥാപിക്കുക എന്ന ലക്ഷ്യത്തോടെ രംഗത്ത് വന്ന ഈ പ്രസ്ഥാനം വിദ്വേഷ രാഷ്ട്രീയത്തിന്റെ മൂർത്തീമദ്ഭാവമാണ്. ഇവയിൽ മതന്യൂനപക്ഷങ്ങളായ യസീദികളെയും ക്രൈസ്തവരെയും മാത്രമല്ല, ശിയ മുസ്ലീങ്ങളേയും അവർ കൊലപ്പെടുത്തുകയോ തടവിലിടുകയോ ചെയ്തിട്ടുണ്ട്. മതഫാഷിസത്തിന്റെ അതിഭീകരമുഖമത്രേ ഐ.എസ്.ഐ.എസ് ഇറാഖ്-സിറിയ മേഖലയിൽ അനാവരണം ചെയ്തത്.

പശ്ചിമേഷ്യയിൽ നിന്ന് ഇങ്ങ് ഇന്ത്യയിലേക്ക് വരുമ്പോഴും ഫാഷിസ്റ്റ് പ്രവണതകളും വെറുപ്പിന്റെ രാഷ്ട്രീയവും അടിക്കടി ശക്തിയാർജ്ജിക്കുന്നതു കാണാം. ദേശീയതയുടേയും സംസ്കാരത്തിന്റേയും മതത്തിന്റേയും പേരിലുള്ള ദുരഭിമാനവും അഹന്തയുമാണ് നമ്മുടെ നാടിന്റെ ഫാഷിസ്റ്റ് വിചാരരീതികളുടെ അടിസ്ഥാനമായി വർണിക്കുന്നത്. ഇക്കാര്യത്തിൽ മുന്നിൽ നിൽക്കുന്നത് ഹിന്ദുത്വ രാഷ്ട്രീയംതന്നെ. ഇന്ത്യൻ ദേശീയത സമം ഹിന്ദു ദേശീയത എന്നും ഇന്ത്യൻ സംസ്കാരം സമം സവർണ ഹിന്ദു സംസ്കാരം എന്നും വിലയിരുത്തുകയും ആ ദേശീയതയുടെയും സംസ്കാരത്തിന്റെയും നാമത്തിൽ ദുരഭിമാനവും ദുർവാശിയും വളർത്തുകയും ചയ്യുന്ന കർമശൈലി അവലംബിച്ചുകൊണ്ടാണ് ഇരുപതാം നൂറ്റാണ്ടിന്റെ അവസാനത്തോടെ ഇവിടെ ഹിന്ദുത്വരാഷ്ട്രീയം കരുത്ത് നേടാൻ തുടങ്ങിയത്.

ദേശീയതയുടെയും സംസ്കാരത്തിന്റെയും മണ്ഡലങ്ങളിൽ ഏകസ്വരത അടിച്ചേല്പിക്കാൻ ഹിന്ദുത്വസംഘടനകൾ ആഞ്ഞുശ്രമിച്ചുകൊണ്ടിരിക്കുന്നു. തങ്ങൾ വരച്ചുകാണിക്കുന്ന സാംസ്കാരിക അതിരുകൾക്ക് വെളിയിലുള്ളവർ ഇന്ത്യ വിട്ടുപോകണമെന്ന് അട്ടഹസിക്കുന്ന സ്വാമിമാരുടെയും സാധ്വിമാരുടെയും എണ്ണം ഇവിടെ വർധിക്കുന്നുണ്ട്.

ഇന്ത്യൻ ഭരണഘടനയുടെ ആത്മാവായ ബഹുസ്വരത രാജ്യത്തുനിന്ന് നിർമൂലനം ചെയ്യുക എന്നതാണ് അത്തരക്കാരുടെ ലക്ഷ്യം. നിലവിലുള്ള മതേതര, ബഹുസ്വര ജനാധിപത്യവ്യവസ്ഥയുടെ സ്ഥാനത്ത് രാഷ്ട്രീയ സ്വയംസേവക സംഘത്തിന്റെ വിഭാവനയിലുള്ള ഹിന്ദുരാഷ്ട്രവ്യവസ്ഥ യാഥാർത്ഥ്യവത്കരിച്ചുകാണാൻ അവർ ആഗ്രഹിക്കുന്നു.

അപരമതങ്ങളോടും സംസ്കാരങ്ങളോടും ജീവിതരീതികളോടും ഉന്മാദപരമായ അസഹിഷ്ണുത വെച്ചുപുലർത്തുന്ന ഇക്കൂട്ടർ തങ്ങൾക്കു രുചിക്കാത്തതെന്തും രാജ്യത്ത് വർജ്യമായിരിക്കണം എന്ന ആശയഗതിക്കാരാണ്. ചില ജനവിഭാഗങ്ങളുടെ ആഹാരശീലങ്ങൾക്കുനേരെ പോലും അവർ തോക്കും കത്തിയും ശൂലവുമായി ചാടിവീഴുന്നു. സ്വതന്ത്രചിന്തകരും എഴുത്തുകാരും ഫാഷിസ്റ്റ് മനഃസ്ഥിതിക്കാരുടെ വെടിയുണ്ടകൾക്കിരയാകുന്ന ദുരവസ്ഥയിലാണ് ഇപ്പോൾ രാജ്യം എത്തിനിൽക്കുന്നത്. ദബോൽകറും കൽബുർഗിയും ഗോവിന്ദ് പൻസാരെയും ഹിന്ദുത്വവാദികളാൽ കൊല്ലപ്പെട്ടു. പെരുമാൾ മുരുകൻ എന്ന തമിഴ് സാഹിത്യകാരനാകട്ടെ ഹൈന്ദവ തീവ്രവാദികളുടെ ഭീഷണിമൂലം എഴുത്ത് നിർത്തേണ്ട സാഹചര്യമുണ്ടായി.

ഹിന്ദുത്വം ഫാഷിസവും തീവ്രവാദവും മാത്രമല്ല മതേതര ഇന്ത്യ നേരിടുന്ന വെല്ലുവിളി. മറ്റു വിഭാഗങ്ങളിൽ നിന്നുയരുന്ന ഫാഷിസ്റ്റ്-തീവ്രവാദ പ്രവണതകളും രാജ്യത്തിന്റെ സാമൂഹികസ്വസ്ഥത കെടുത്തുന്നുണ്ട്. സംസ്കാരം, മതം തുടങ്ങിയ വിഷയങ്ങളിൽ ഹൈന്ദവ വലതുപക്ഷം വച്ചുപുലർത്തുന്നു. ബഹുസ്വരത അംഗീകരിക്കാൻ അവരും തയ്യാറല്ല. തങ്ങളുടെ നിലപാടുകളെ ചോദ്യംചെയ്യുന്നവരെ ഭേദ്യം ചെയ്യുന്ന രീതിതന്നെയാണ് ഇസ്ലാമിക ഫാഷിസ്റ്റുകളും പിന്തുടരുന്നത്.

ചേകന്നൂർ മൗലവിയെയും കോയമ്പത്തൂരിലെ യുക്തിവാദി എച്ച്. ഫാറൂഖിനെയും കൊലചെയ്തവർ സംഘപരിവാറുകാരല്ല, ഇസ്ലാമിക പരിവാറുകാരാണ്. ഇസ്‌ലാം മതവികാരത്തെ വ്രണപ്പെടുത്തി എന്ന് ആരോപിച്ച് തൊടുപുഴ ന്യൂമൻ കോളേജ് അധ്യാപകന്റെ കൈവെട്ടിയതും ഇസ്‌ലാമോ ഫാഷിസ്റ്റുകൾ തന്നെ. സൽമൻ റുഷ്ദി, തസ്‌ലീമ നസ്റീൻ തുടങ്ങിയ എഴുത്തുകാരോട് സാർവദേശീയതലത്തിൽ ഇസ്‌ലാമിക വലതുപക്ഷം സ്വീകരിച്ച അത്ര വിദ്വേഷനയം തന്നെയാണ് ഇന്ത്യയിലെ ഇസ്‌ലാമിക വലതുപക്ഷവും സ്വീകരിച്ചത്. തീവ്രവാദത്തിന്റെയും ഫാഷിസ്റ്റ് പ്രവണതകളുടെയും കാര്യത്തിൽ ഹിന്ദു-മുസ്‌ലിം ഭേദമില്ലെന്നു സാരം.

മതവലതുപക്ഷം ബഹുസ്വരതയും വിയോജനസ്വാതന്ത്ര്യത്തിനും സർഗാത്മക പ്രവർത്തനങ്ങൾക്കുമെതിരെ കൊലവിളി നടത്തുമ്പോൾ ആ നികൃഷ്ടസമീപനത്തിനെതിരെ ചങ്കുറപ്പോടെ രംഗത്തുവരേണ്ടത് മതേതര രാഷ്ട്രീയപാർട്ടികളാണ്. പ്രതീക്ഷിക്കപ്പെടുന്ന അളവിൽ അത് സംഭവിക്കുന്നുണ്ടോ? മുഖ്യധാര മതേതരകക്ഷികൾ വേണ്ടത്ര ഗൗരവത്തിൽ വിഷയത്തെ സമീപിക്കുന്നില്ല എന്നതാണ് നേര്. വോട്ടുബാങ്ക്

രാഷ്ട്രീയത്തിനു വിധേയമായി മാത്രമാണ് അവ ഇത്തരം സംഭവങ്ങളിൽ പ്രതികരിക്കാറുള്ളത്. മിക്കപ്പോഴും ഒന്നോ രണ്ടോ പ്രസംഗത്തിലോ പ്രസ്താവനകളിലോ ഒതുങ്ങുന്നു സെക്യുലർ പാർട്ടികളുടെ പ്രതിഷേധം.

സി.പി.എം. പോലുള്ള ഇടതുമതേതര പാർട്ടികൾ അനുവർത്തിച്ചുപോരുന്ന പ്രതികരണരീതി വേറൊന്നാണ്. ഹൈന്ദവ വലതുപക്ഷത്തിന്റെ (സംഘപരിവാറിന്റെ) ഭാഗത്തുനിന്ന് വിയോജന സ്വാതന്ത്ര്യത്തിനും ബഹുസ്വരതയ്ക്കും നേരെയുണ്ടാകുന്ന കടന്നാക്രമണങ്ങളെ തുറന്നുകാട്ടാനും എതിർക്കാനും അവർ അത്യുത്സാഹം പ്രകടിപ്പിക്കാറുണ്ട്. എന്നാൽ ഇസ്ലാമിക വലതുപക്ഷം അതേ തെറ്റുകൾ ചെയ്യുമ്പോൾ മിക്കപ്പോഴും അവർ മൗനം പാലിക്കുന്നു.

ഉദാഹരണത്തിന്, പെരുമാൾ മുരുകനു നേരെ ഭൂരിപക്ഷ തീവ്രവാദികൾ ഭീഷണി ഉയർത്തിയപ്പോൾ അതിനെതിരെ അതിശക്തമായി പ്രതികരിച്ച സി.പി.എം. മുംബൈയിൽ ഷിറിൻ ദൽവി എന്ന മുസ്ലിം വനിതാ എഡിറ്റർക്കു നേരെ ന്യൂനപക്ഷ തീവ്രവാദികൾ ചന്ദ്രഹാസമിളക്കിയപ്പോൾ അത് കണ്ടില്ലെന്നു നടിച്ചു. പാരീസിലെ ഷാർലി ഹെബ്ദോ എന്ന കാർട്ടൂൺ മാസികയ്ക്കുനേരെ ഐ.എസ്. ഭീകരർ നടത്തിയ ആക്രമണത്തെകുറിച്ച് തന്റെ പത്രാധിപത്യത്തിലുള്ള മാഗസിനിൽ ചേർത്ത ഒരു ലേഖനത്തിൽ വിവാദകാർട്ടൂൺ ഉൾപ്പെടുത്തിയതിന്റെ പേരിലായിരുന്നു ഷിറിൻ ദൽവിക്കെതിരെ മുസ്ലിം തീവ്രവാദികൾ പടപ്പുറപ്പാട് നടത്തിയത്. പെരുമാൾ മുരുകനോട് ഐക്യദാർഢ്യം പ്രകടിപ്പിക്കുന്നതിൽ മത്സരിച്ച ഇടതുപക്ഷക്കാർ ഷിറിൻ ദൽവി സംഭവം അറിഞ്ഞതായി പോലും ഭാവിച്ചില്ല. അതുപോലെ, ദബോൽകർ ഉൾപ്പെടെയുള്ളവരുടെ വധത്തിൽ പ്രതിഷേധിച്ച അവർ ഫാറൂഖ് വധത്തിൽ പ്രതികരിച്ചതേയില്ല.

പാകിസ്ഥാനി ഗായകൻ ഗുലാം അലിയെ മുംബൈയിൽ പാടാൻ അനുവദിക്കില്ലെന്നു ശിവസേനക്കാർ അട്ടഹസിച്ചത് 2015-ലാണ്. കേരളത്തിലെ സി.പി.എം. ശിവസേനയെ വെല്ലുവിളിക്കുകയും ഗുലാം അലിയുടെ സംഗീതപരിപാടി തിരുവനന്തപുരത്തും കോഴിക്കോടും നടത്തുകയും ചെയ്തു. അത് തീർച്ചയായും ശ്ലാഘനീയമാണ്. പക്ഷേ, പാകിസ്താനിൽ പെൺകുട്ടികളുടെ സ്കൂൾ വിദ്യാഭ്യാസ സ്വാതന്ത്ര്യത്തിനു വേണ്ടി ശബ്ദിച്ചതിന്റെ പേരിൽ താലിബാൻ തീവ്രവാദികളുടെ ആക്രമണത്തിനിരയായ ഒരു പെൺകുട്ടിയുണ്ട് - മലാല യൂസുഫ് സായ്. ഗുലാം അലിയെ കേരളത്തിൽ ക്ഷണിച്ചുവരുത്തിയ സി.പി.എം. മലാലയെ ഇവിടെ കൊണ്ടുവരുന്നതിനെക്കുറിച്ച് ആലോചിച്ചതുപോലുമില്ല. നമ്മുടെ നാട്ടിലെ ഇസ്ലാമിസ്റ്റുകൾ അത്തരം നടപടി ഇഷ്ടപ്പെടുകയില്ലെന്നു ഭയന്നു തന്നെയാണ് മാർക്സിസ്റ്റ് നേതൃത്വം മലാല യൂസുഫ് സായിയെ ക്ഷണിക്കാതിരിക്കാൻ പ്രത്യേകം ശ്രദ്ധിച്ചത്.

സംഘപരിവാറിന്റെ ഫാഷിസ്റ്റ് നടപടികൾക്കെതിരെ രംഗത്തിറങ്ങുകയും പോർമുഖം തീർക്കുകയും ചെയ്യുന്ന സി.പി.എം. സ്വയം ഫാഷിസ്റ്റ് പ്രവണതകളിൽ നിന്നു മുക്തമാണോ എന്നതും പരിശോധിക്കപ്പെടേണ്ടതുണ്ട്. വിമതശബ്ദങ്ങളെയും വിയോജനനിലപാടുകളെയും ആശയങ്ങൾക്കു പകരം ആയുധങ്ങൾകൊണ്ടു നേരിട്ട ഇരുണ്ട ചരിത്രം അതിനുണ്ട്. ഒഞ്ചിയത്തെ ടി.പി. ചന്ദ്രശേഖരൻ വധം അതിന്റെ ഉദാഹരണങ്ങളിൽ ഒന്നുമാത്രം.

രാഷ്ട്രീയപ്രതിയോഗികളോട് മാത്രമല്ല, തങ്ങളെ വിമർശിക്കുന്ന എഴുത്തുകാരോടും സ്വതന്ത്രചിന്തകരോടും മതസഹിഷ്ണുതാപരമായി പെരുമാറുന്ന ശൈലിയും നാട്ടിലെ പ്രമുഖ കമ്മ്യൂണിസ്റ്റു പാർട്ടി പിന്തുടർന്നുപോന്നത് കാണാം. സക്കറിയ എന്ന എഴുത്തുകാരൻ തൊട്ട് ടി.പി. ശ്രീനിവാസൻ എന്ന ഉന്നത ഉദ്യോഗസ്ഥൻ വരെ സി.പി.എം. വൃത്തത്തിൽപ്പെട്ടവരുടെ കൈയേറ്റങ്ങൾക്കിരയായി. എന്തിന്, ദീർഘകാലം സി.പി.എമ്മിനോടൊപ്പം നിന്ന പ്രൊഫ.എം.എൻ.വിജയൻ പോലും പാർട്ടിയുടെ ചില നിലപാടുകളുടെ വിമർശകനായപ്പോൾ അദ്ദേഹത്തിനു സമ്മാനിക്കപ്പെട്ടത് പുച്ഛവും അവജ്ഞയും ശകാരവുമായിരുന്നു.

ഉത്തരേന്ത്യയിൽ സംഘപരിവാർ പശു രാഷ്ട്രീയത്തിന്റെ പേരിൽ ബീഫിനെതിരെ തെരുവിലിറങ്ങുകയും മുഹമ്മദ് അഖ്‌ലാഖ് എന്ന നിരപരാധിയെ കൊലപ്പെടുത്തുകയും ചെയ്തപ്പോൾ സി.പി.എം. ഭക്ഷണസ്വാതന്ത്ര്യം ഉയർത്തിപ്പിടിച്ച് രംഗത്തുവന്നതും ഇവിടെ ഓർക്കേണ്ടതാണ്. സംശയമില്ല, പാർട്ടിയുടെ ആ നടപടി അഭിനന്ദനമർഹിക്കുന്നു. എന്നാൽ, ജനങ്ങളുടെ മറ്റൊരു സ്വാതന്ത്ര്യത്തിനുമേൽ കമ്മ്യൂണിസ്റ്റ് ചൈന നടത്തിയ കടന്നാക്രമണത്തിൽ യാതൊരു പ്രതിഷേധവും സി.പി.എമ്മിന്റെ ഭാഗത്തുനിന്നുണ്ടായില്ല.

പടിഞ്ഞാറൻ ചൈനയിലെ സിൻജിയാംഗ് പ്രവിശ്യയിലെ മുസ്ലീങ്ങൾക്ക് തങ്ങളിഷ്ടപ്പെടുന്ന പേരുകൾ തങ്ങളുടെ മക്കൾക്ക് നൽകാനുള്ള സ്വാതന്ത്ര്യം ചൈനീസ് ഭരണാധികാരികൾ കവർന്ന നടപടിയാണ് ഇവിടെ ഉദ്ദേശിക്കുന്നത്. മുഹമ്മദ്, അഫറഫാത്ത്, മുജാഹിദ് തുടങ്ങി രണ്ടു ഡസനിലേറെ പേരുകൾ സിൻജിയാംഗിലെ മുസ്‌ലീങ്ങൾക്ക് വിലക്കപ്പെട്ടിരിക്കുന്നു. ആഹാരസ്വാതന്ത്ര്യംപോലെ പ്രധാനമാണ് പേരിടൽ സ്വാതന്ത്ര്യവും. ചൈനയിൽ ആ സ്വാതന്ത്ര്യം നിഷേധിക്കപ്പെട്ടതിൽ യാതൊരു പ്രതിഷേധവും നമ്മുടെ മുഖ്യധാര ഇടതുപക്ഷത്തിൽ നിന്നുണ്ടായിട്ടില്ല. ഫാഷിസത്തെ എതിർക്കുമ്പോൾ ഏതെങ്കിലും ഒന്നിൽ മാത്രം കേന്ദ്രീകരിക്കുന്നത് എതിർപ്പിന്റെ വിശ്വാസ്യതയെ ബാധിക്കും. ഹിന്ദുത്വ ഫാഷിസവും ഇസ്ലാമിസ്റ്റ് ഫാഷിസവും ഇടതുപക്ഷ ഫാഷിസവുമെല്ലാം ഒരേ അളവിൽ തുറന്നുകാട്ടപ്പെടുകയും പ്രതിരോധിക്കപ്പെടുകയും ചെയ്യേണ്ടതുണ്ട്.

(ഏപ്രിൽ, 2017)

www.ingramcontent.com/pod-product-compliance
Lightning Source LLC
LaVergne TN
LVHW041854070526
838199LV00045BB/1603